ஜெயலலிதா மரணம்
அப்போலோ முதல் ஆணையம் வரை

எஸ்.ஏ.எம்.பரக்கத் அலி

விலை : ரூ.200/-

மின்னங்காடி

பதிப்பக வெளியீடு - 45

ஜெயலலிதா மரணம் – அப்போலோ முதல் ஆணையம் வரை

ஆசிரியர்	: எஸ்.ஏ.எம்.பரக்கத் அலி ©
முதல் பதிப்பு	: 2023
வெளியீடு	: மின்னங்காடி பதிப்பகம் 24, அண்ணா 3-வது குறுக்குத் தெரு, அவ்வை நகர், பாடி, சென்னை - 50.

Rs.200/-

Jayalalitha Maranam Apollo Muthual Aanaiam Varai

Author	: S.A.M. Barakath Ali ©
First Edition	: 2023
Published by	: Minnangadi Publications 24, Anna 3rd Cross Street, Avvai Nagar, Padi, Chennai - 50
Website	: www.minnangadi.com
Mail	: minnangadipublications@gmail.com
Phone	: 72992 41264

ISBN ***: 978-93-92973-37-6***

ஆசிரியர் குறிப்பு

எஸ்.ஏ.எம்.பரக்கத் அலி

ராமநாதபுரம் மாவட்டம் அபிராமம் அருகே உள்ள மேலக்கொடுமலூர் கிராமம் இவரின் பூர்வீகம். பிறந்தது, வளர்ந்தது, படித்தது எல்லாம் சென்னையில். தந்தை, எஸ்.டி.ஏ. முஹம்மது மீரான். ஓர் எழுத்தாளர். தாய், சபுரியத் பீவி.

பெரம்பூர் ஜமாலியா மேனிலைப் பள்ளியில் பள்ளிப் படிப்பை முடித்தார். நந்தனம் அரசுக் கலைக் கல்லூரியில் பி.காம், புதுக் கல்லூரியில் எம்.காம் படித்தார். பள்ளி, கல்லூரி காலத்தில் கதை, கவிதை, கட்டுரைகள் என்று எழுதி பரிசுகள் பெற்ற இவர், படித்துக்கொண்டே பத்திரிகையாளராகவும் மாறினார்.

மாணவர் தாகம், கதிரவன், மாலை முரசு, நமது எம்.ஜி.ஆர் பத்திரிகைகளில் நிருபராக வேலை பார்த்தவர். 1997-ம் ஆண்டு விகடன் நிறுவனத்தில் 'விகடன் பேப்பர்' மாலை நாளிதழில் செய்தியாளராக பணியாற்றினார். 2004-ம் ஆண்டு ஜூனியர் விகடனில் சேர்ந்தார். நிருபர், தலைமை நிருபர், முதன்மை நிருபர், துணை ஆசிரியர், உதவி பொறுப்பாசிரியர், பொறுப்பாசிரியர் என உயர்ந்து ஜூனியர் விகடனின் தலைமை பொறுப்பாசிரியர் பதவியில் அமர்ந்தவர். விகடனில் ஏராளமான புலனாய்வு மற்றும் அரசியல் திறனாய்வு கட்டுரைகள் படைத்தவர். காட்சி ஊடகத்தில் பணியாற்றுகிறார்.

தகவல் அறியும் ஆர்வலரான இவர் எழுதிய முதல் புத்தகம் தகவல் அறியும் உரிமைச் சட்டம். தகவல் அறியும் உரிமைச் சட்டத்தில் நிறையத் தகவல்களைப் பெற்று வருகிறார். காவிரி... ரஜினியின் உண்ணாவிரதக் கதை, குன்ஹா தீர்ப்பின் ஆச்சர்யங்கள், சசிகலா எனும் நான், ரஜினி தோற்ற தேர்தல், மோடி சொன்ன பொய்கள் ஆகியவை இவர் எழுதிய புத்தகங்கள். கடந்த 25 ஆண்டுகளாகத் தமிழக அரசியலைக் கூர்ந்து கவனித்து வருகிறார்.

என்னுரை

டிசம்பர் 5. 2016-ல் தொலைக்காட்சிகளில் தொடங்கியது பிரேக்கிங் நியூஸ் காலம். அப்போலோவில் தொடங்கி ஆறுமுகசாமி ஆணையத்தில் வந்து நின்றது ஜெயலலிதாவின் மரணம். 2016 செப்டம்பர் 22-ம் தேதியன்று அப்போலோ மருத்துவமனையில் அனுமதிக்கப்பட்ட ஜெயலலிதாவை 75 நாட்கள் கழித்து, சடல மாகத்தான் மக்கள் பார்த்தனர்.

பெரியார், அண்ணா, எம்.ஜி.ஆர், கருணாநிதி என முக்கிய அரசியல் ஆளுமைகளின் மரணத்தைவிட ஜெயலலிதாவின் மரணம் சர்ச்சையை ஏற்படுத்தியது. அண்ணா, எம்.ஜி.ஆர், கருணாநிதி ஆகியோரின் சிகிச்சை வெளிப்படையாக இருந்தது. சிகிச்சை பெற்ற படங்களும் வெளியிடப்பட்டன. சிகிச்சையில் இருந்தபோது ஜெயலலிதாவின் புகைப்படமோ, வீடியோவோ வெளிவரவில்லை. சசிகலா குடும்பத்தினரைத் தவிர மற்றவர்கள் அப்போலோவில் அனுமதிக்கவில்லை. "முதல்வர் நலமாக இருக்கிறார்" என அப்போலோ தலைவர் முதல் அ.தி.மு.க. நிர்வாகிகள் வரையில் ஸ்ருதி தப்பாமல் பாடினார்கள். எம்.ஜி.ஆரை போல ஜெயலலிதாவை வெளிநாட்டு சிகிச்சைக்கு அழைத்துச் செல்லவில்லை. 'மாரடைப்பு ஏற்பட்டது மரணித்துவிட்டார்' என திடீரென ஒரு நாள் சொல்லி முற்றுப்புள்ளி வைத்தார்கள்.

சிம்மாசனத்தில் வெற்றிடம் ஏற்பட்டதும் அதை வசப்படுத்த அசுர வேகத்தில் அரண்மனை சதி நிகழ்வதே வரலாறு நெடுக பாடங்களாக இருக்கின்றன. ஜனநாயகத்திலும் இந்த வரலாறு மாறவில்லை என்பதை ஜெயலலிதா மரணம் வெளிக் காட்டியது. பதவி என்றால் என்ன? அதிகார போதை எப்படி இருக்கும்? அதை அடைய என்னவெல்லாம் செய்வார்கள்? என்பதை ஜெயலலிதா மரணத்திற்குப் பிறகு நடந்த நிகழ்வுகள் அப்பட்டமாகவே வெளிக் காட்டின.

பத்திரிகையாளனாக ஜெயலலிதா தொடர்பான நிகழ்வுகளைப் பல ஆண்டுகளாக நேரில் பார்த்தும் கேட்டும் வந்தவன் என்பதால், அவருக்கு உள்ள பிரச்னைகள், நோய்கள் பற்றி எனக்குத் தெரியும். ஜெயலலிதாவால் நீண்ட படிகளில் ஏற முடியாது. காரில் ஏறுவதற்கே தனியாகப் படிக்கட்டைப் பயன்படுத்துவார். சுதந்திர தினத்தில் கோட்டையின் உயர்ந்த படிக்கட்டுகளில் ஏறி, தேசியக்

கொடியை அவரால் ஏற்ற முடியாமல், ரோட்டில் நின்று ஒரு முறை ஏற்றினார். அதன்பிறகு தற்காலிக லிஃப்ட்டில் பயணித்துத்தான் கோட்டை கொத்தளத்திற்கு போனார். ஓய்வு எடுப்பதற்காக ஹைதராபாத், சிறுதாவூர், கொடநாடு எனப் பயணித்தார். போயஸ் கார்டனிலேயே மருத்துவம் பார்த்தார். செவிலியர்களும் பணியமர்த்தப்பட்டிருந்தார்கள். இவையெல்லாம் ஜெயலலிதாவின் உடல்நிலையை ஓரளவுக்கு வெளிப்படுத்தின.

ஜூனியர் விகடனில் தலைமை பொறுப்பாசிரியராக இதழ் பணிகளை முடித்துவிட்டு இரவில் வீடு திரும்பிய போது ஜெயலலிதா அப்போலோவில் அனுமதிக்கப்பட்ட தகவல் எட்டியது. அந்த செய்தி பத்திரிகையாளனாக எனக்கு அதிர்ச்சிதான். எம்.பி.யாக இருந்த போது பெங்களூரு ஜிண்டால் மருத்துவமனையில் சிகிச்சை பெற்றிருக்கிறார். எதிர்க் கட்சித் தலைவராக இருந்த போது 1989-ல் சட்டசபை மோதல் காரணமாகவும் 1990-ல் லாரி விபத்தாலும் சென்னை ஆழ்வார்பேட்டை தேவகி மருத்துவ மனையில் இருந்திருக்கிறார். அதன் பிறகு அவர் மருத்துவமனையில் வெளிப்படையாக சிகிச்சை பெற்றதே இல்லை. தனது இமேஜ் பாதிக்கும் என்பதால் மருத்துவமனை பக்கமே போகாத ஜெயலலிதா, அப்போலோவில் அனுமதி என்ற செய்தி ஆச்சரியத்தை மட்டுமல்ல, நிறையச் சந்தேகங்களையும் எனக்குள் எழுப்பியது. தன் உடல் நலம் பற்றிய எந்த செய்திகளும் வரக்கூடாது என நினைத்தவர் ஜெயலலிதா. உடல் நலம் பற்றிப் பேசியவர்கள் மீதும் எழுதிய பத்திரிகைகள் மீதும் அவதூறு வழக்குகள் தொடர்ந்தவர். அப்படிப்பட்டவர் மருத்துவமனையில் தானாக விரும்பி சேர்ந்திருப்பார் என்பதை நம்பவில்லை. ‘முதல்வருக்குக் காய்ச்சல், நீர்ச்சத்து குறைபாடு, மருத்துவர் கண்காணிப்பில் இருக்கிறார்’ என அடுத்தடுத்து வந்த செய்திக் குறிப்புகள் எதையும் பத்திரிகையாளனாக ஏற்கவில்லை. அங்கே தொடங்கிய சந்தேகம் ஆறுமுகசாமி ஆணையம் வரை வந்து நின்றது.

அப்போலோவில் ஜெயலலிதா சிகிச்சை பெற்ற 75 நாட்களில் நடந்த விஷயங்களைத் தொடர்ச்சியாகப் பல பக்கங்களில் ஜூனியர் விகடனில் கட்டுரைகளாக வெளியிட்டு வந்தோம். மருத்துவர்கள் முதல் அதிகாரிகள் வரை பல தரப்பிடமும் பேசிக் கொண்டிருந்தோம். அதனாலேயே ஜெயலலிதா சிகிச்சை தொடர்பான தகவல்கள் எனக்கு நெருக்கமாகின. அது ஆறுமுகசாமி ஆணையம் வரை தொடர்ந்தது. ஆனந்த விகடன், ஜூனியர் விகடனில் இதுபற்றி நிறையக் கட்டுரைகளையும் எழுதினேன். அப்போலோ பில் வெளியான போது உணவுக்கு மட்டுமே 1.17 கோடி ரூபாய் செலவிடப்பட்டது. அம்மா இட்லி செலவு ஒரு

கோடியா? என மீம்ஸ்கள் வலம் வந்த நேரத்தில் அப்போலோவின் உணவு விலைப்பட்டியல் என்ன? இட்லி என்ன விலை என்பதைக் கண்டறிய அப்போலோ கேன்டீன், ரெஸ்டாரென்ட், சமையல் அறை வரை போய் ரகசியமாக வீடியோ எடுத்து வந்து வெளியிட்டேன். ஆறுமுகசாமி ஆணைய விசாரணை நீண்டு கொண்டிருந்தபோது அதற்காக எவ்வளவு செலவிடப்பட்டது? என புலனாய்வு செய்து, செலவு விவரங்களை பிரத்யோகமாகத் திரட்டினேன். ஆறுமுகசாமி ஆணைய விசாரணையின் போது சாட்சியம் அளித்தவர்கள் என்ன சொன்னார்கள்? என்பதையும் கேட்டறிந்தேன். ஆணையத்தின் மீது சர்ச்சைகள் எழுந்த போது அதனை எல்லாம் பத்திரிகையில் பதிவு செய்தேன். இவையெல்லாம்தான் ஆணைய இந்த புத்தகம் எழுதுவதற்கான தகுதியை எனக்கு அளித்தது. ஆறுமுகசாமி அறிக்கை சட்டமன்றத்தில் வைக்கப்பட்டதுமே அதில் என்ன இருக்கிறது? என்கிற ஆர்வம் இயல்பாகவே எழுந்தது. ஜெயலலிதா மர்ம மரணம் தொடர்பான தகவல்களை ஒரு ஆவணமாகக் கொண்டுவர வேண்டும் என்ற எண்ணம் ஆறுமுகசாமி அறிக்கையைப் படித்த பிறகு தோன்றியது. அதுதான், 'அப்போலோ முதல் ஆணையம் வரை' என விரிந்தது. முகநூலில் கட்டுரையாகவும் ஆனியன் ரோஸ்ட் சேனலில் வீடியோவாக என இரட்டை சவாரி செய்து தொடரை முடித்தேன். அந்தத் தொடர் இப்போது புத்தகமாக உருமாறியிருக்கிறது.

நன்றி சொல்லும் நேரம். ஆனியன் ரோஸ்ட் நண்பர்களுக்கும் புத்தகமாக வெளியிடும் நண்பர் எழுத்தாளர் மின்னங்காடி பதிப்பகத்தின் தமிழ்மகனுக்கும் இ.சி.ஜி வடிவில் புதுமையாக அட்டைப் படத்தை வடிவமைத்து தந்த தம்பி பிரேம் டாவின்ஸிக்கும் அட்டையை வடிவமைத்து தந்த நண்பர் ராஜா அவர்களுக்கும் ஜூனியர் விகடனுக்கும் தங்கள் நேரத்தை எனக்காகக் கொடுத்த குடும்பத்தினருக்கும் நன்றிகள்.

சென்னை
1.2.2023

கருத்துகளை தெரிவிக்க: barakathali@gmail.com
பேஸ்புக்: https://www.facebook.com/barakath.ali.395
ட்விட்டர்: https://twitter.com/sambarakathali
இன்ஸ்ட்ராகிராம்: https://www.instagram.com/sambarakathali/

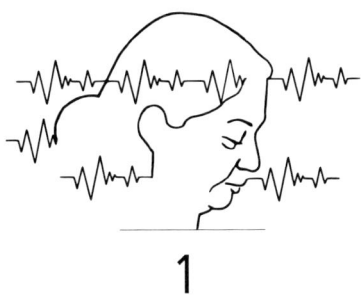

1

எம்.ஜி.ஆர் மரணத்துக்கு நீதி கேட்ட ஜெயலலிதா!

1988 *ஏப்ரல் 6-ம் தேதி.*

டாக்டர் பட்டம் பெற்றதற்காக முன்னாள் அமைச்சர் அரங்க நாயகத்துக்குப் பாராட்டுக் கூட்டத்துக்கு தயாராகிக் கொண்டிருந்தது சென்னை பனகல் பூங்கா. எம்.ஜி.ஆர் மறைவுக்குப் பிறகு ஜானகி, ஜெயலலிதா என இரண்டு பிரிவுகளாக அ.தி.மு.க செங்குத்தாகப் பிளவுபட்டிருந்த நேரம் அது. அந்த பொதுக் கூட்டத்தில் பேசிய ஜெயலலிதா, "புரட்சித் தலைவரின் எதிரியான கருணாநிதியை, எம்.ஜி.ஆரின் மனைவி ஜானகி அம்மாள் பாராட்டிப் பேசுகிறார். ராமாவரம் தோட்டத்தை மீட்பதற்கு இது ஒன்றே போதும். 'இன்னும் ஓராண்டு உயிரோடு இருப்பார்' என்று டாக்டர் ப்ரீட்மென் சொன்ன மூன்றாவது நாளே புரட்சித் தலைவர் மரணமடைந்தார். ஜானகி அம்மையாருக்கு வேண்டிய டாக்டர்கள்தான் எம்.ஜி.ஆருக்கு சிகிச்சை அளித்தனர். அவர் மரணத்தில் எங்களுக்குச் சந்தேகம் இருக்கிறது. இதனுடைய சூத்திரதாரி யார்? சூழ்ச்சிக்காரர் யார்? ஈரோட்டில் இருந்த கருணாநிதிக்கு முதலில் தகவல் சொன்ன கருங்காலி யார்? எம்.ஜி.ஆரின் பெயரில் போலி கையெழுத்துப் போட்டது யார்? புரட்சித் தலைவரின் மரணத்தில் இருக்கும்

மர்மங்களை மக்கள் அறிய விசாரணை கமிஷன் அமைக்க வேண்டும். அதனை அமைக்காவிட்டால் நாங்கள் ஆட்சிக்கு வந்ததும் நிச்சயம் அமைப்போம்" என வீராவேசமாகக் கொதித்தார் ஜெயலலிதா.

எம்.ஜி.ஆரின் மரணத்துக்கு அன்று நியாயம் கேட்ட ஜெயலலிதாவின் மரணமே மர்மம் நிறைந்ததாகிவிட்டது. எம்.ஜி.ஆரின் மரணம் பற்றி ஜெயலலிதா எழுப்பிய கேள்விகள், அப்படியே அவருடைய மரணத்துக்கும் பொருந்தின.

"எம்.ஜி.ஆர் உடலுடன் உடன்கட்டை ஏற நினைத்தேன்" எனச் சொன்ன ஜெயலலிதாதான், எம்.ஜி.ஆர் மரணத்தில் மர்மம் இருப்பதாக முதலில் குரல் எழுப்பியவர்."ஜானகி அம்மையார்தான் மோரில் விஷம் வைத்து, எம்.ஜி.ஆரை கொன்றுவிட்டார்" என்ற பகீர் புகாரைச் சொன்னார் ஜெயலலிதா. இப்படி சர்ச்சையைக் கிளப்பிய ஜெயலலிதா 28 ஆண்டுகளுக்குப் பிறகு மரணித்த போது, 'ஜெயலலிதா மரணத்தின் உண்மை தெரிய வேண்டும்' என்று மன்றாடிக் கொண்டிருந்தது தமிழகம்.

1991-ம் ஆண்டு ஜெயலலிதா ஆட்சிக்கு வந்ததும் எம்.ஜி.ஆரின் மரணத்துக்கு நியாயம் தேடி விசாரணை கமிஷனை அமைக்கவில்லை. ஆனால், ஜெயலலிதாவின் மரணத்துக்கு நீதிபதி ஆறுமுகசாமி ஆணையம் அமைக்கப்பட்டது. ஜெயலலிதாவுக்கு என்ன வியாதி? அப்போலோவில் என்ன நடந்தது? முறையான சிகிச்சைகள்தான் அளிக்கப்பட்டதா? அப்போலோவில் யாரையும் பார்க்க அனுமதிக்காதது ஏன்? சிகிச்சை பெறும் படங்கள் ஏன் வெளிவரவில்லை? சூழ்ச்சிக்காரர் யார்? ஜெயலலிதா மரணத்தின் மர்மத்தை விலக்கியதா ஆறுமுகசாமி ஆணையம்? விசாரணை கமிஷன் அறிக்கை சொல்வது என்ன? கேள்விகளுக்கு விடை தேடுவோம்.

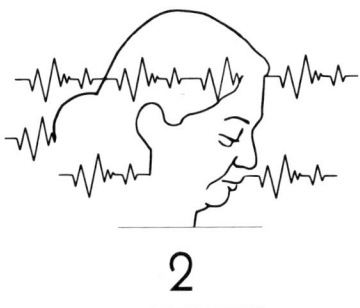

2
எம்.ஜி.ஆர் மேஜையில் அப்போலோ ஃபைல்!

சென்னை செயின்ட் மேரீஸ் ரோட்டில் உள்ள ஹெச்.எம். ஆஸ்பிட்டலில் பணியாற்றிக் கொண்டிருந்த டாக்டர் பிரதாப் சி.ரெட்டி சபாநாயகர் க.ராஜாராமுக்கு நெருக்கமானவர். ராஜாராமின் தந்தையிடம் நட்பு கொண்டவர். அவரது உடல் நலத்தையும் பிரதாப் சி.ரெட்டிதான் பார்த்துக் கொள்கிறார். 1983-ம் ஆண்டில் ஒரு நாள். ராஜாராம் வீட்டுக்குச் சோகமான முகத்துடன் வந்து நின்றார் பிரதாப் சி.ரெட்டி.

அமெரிக்காவில் டாக்டராகப் பணியாற்றிய பிரதாப் சி.ரெட்டிக்கு, அமெரிக்காவைப் போல இந்தியாவிலும் புதிய கருவிகளையும் சிறந்த மருத்துவ நிபுணர்களையும் வைத்து நவீன மருத்துவமனை ஒன்றை உருவாக்க வேண்டும் என்ற ஆசை. அதை நிறைவேற்ற முயற்சிகள் எடுத்தார். மருத்துவமனைக்கு இடம் பார்த்து, அன்றைய மக்கள் நல்வாழ்வுத்துறை அமைச்சர் ப.உ.சண்முகத்தின் ஒப்புதலையும் பெற்றுவிட்டார். அதற்கான ஃபைல் முதல்வர் எம்.ஜி.ஆர் மேசை மீது தூசி படிந்து கிடந்தது.

"பிரதாப்சி.ரெட்டி தொடங்கும் மருத்துவமனை பணக்காரர்களுக்கு மட்டும்தான் பயன்படும். அதனை அனுமதித்தால், உங்கள் பெயரே கெட்டுவிடும்" என்று எம்.ஜி.ஆரிடம் சிலர் சொல்லி,

மருத்துவமனைக்குக் கட்டையைப் போட்டுவிட்டார்கள். ஆஸ்பிட்டலுக்கு அனுமதி கிடைக்காத கவலையில் உதவி கேட்டு ராஜாராம் வீட்டுக்கு வந்தார் பிரதாப் சி.ரெட்டி. "யார் சொல்லியும் முதலமைச்சர் கேட்க மறுக்கிறார். நீங்கள்தான் முயற்சி எடுத்து எப்படியாவது அனுமதி வாங்கித் தரவேண்டும்" என்றார் பிரதாப் சி.ரெட்டி.

எம்.ஜி.ஆரிடம் போய் நின்றார் ராஜாராம். "பணக்காரர்களுக்கு மட்டும் பயன்படும் மருத்துவமனைக்கு அனுமதி அளித்தால், என் பெயர் கெடும் என்பதை யோசித்தாயா?" என ராஜாராமைக் கேட்டார் எம்.ஜி.ஆர். "உலகில் தயாராகும் பல இயந்திரங்கள் நம்முடைய அரசு மருத்துவமனைகளில் இல்லை. உயிர் காக்கும் சாதனங்கள் கிடையாது. 'அமெரிக்காவில் பெருமளவில் சம்பாதிப்பதை விட்டு விட்டு, தமிழகத்திற்கு வந்து, உயிர் காக்கும் பல சாதனங்களை இறக்குமதி செய்கிறேன்' என பிரதாப் சி.ரெட்டி சொல்கிறார். அதெல்லாம்கூட இருக்கட்டும். உங்களுக்கே உடல் நிலை ஏதாவது கெட்டால், எந்த மருத்துவமனையில் உடம்பைப் பார்ப்பது? உயிரைப் பாதுகாக்கும் கருவிகளைத் தனியார்த் துறையில் வாங்கி வைத்தால், மாநிலம் முழுவதும் பயன்படுமே?" எனச் சமாதானம் சொன்னார் ராஜாராம்.

தன் உடல் நிலையைப் பற்றி யார் பேசினாலும் எம்.ஜி.ஆருக்கு உடனடியாக கோபம் வரும். ஆனால், ராஜாராமின் மீது இருந்த அன்பாலோ என்னவோ கோபத்தை எம்.ஜி.ஆர் கட்டுப்படுத்திக் கொண்டார். "உங்களுக்கே உடல் நிலை ஏதாவது கெட்டால்.." என ராஜாராம் கேட்டதும் எம்.ஜி.ஆருக்கு சுருக்கெனப் பட்டுவிட்டது. உடனே மருத்துவமனைக்கு அனுமதி அளித்தார்.

பெரும் முயற்சிக்குப் பிறகு திறப்பு விழா கண்ட அந்த மருத்துவமனையின் பெயர் அப்போலோ! "உங்களுக்கே ஏதேனும் உடல் நலிவு என்றால் என்ன செய்வது?" என்று ராஜாராம் எந்த நேரத்தில் வாய் தவறிக் கேட்டாரோ தெரியவில்லை. எம்.ஜி.ஆரின் உடல்நிலை பாதிக்கப்பட்டு, அதே அப்போலோ மருத்துவமனையில் சேர்ந்து அவரது உயிரைக் காப்பாற்றப் போராட வேண்டியதாயிற்று.

1983-ம் ஆண்டு அப்போலோ தொடங்கப்பட்டது. அடுத்த ஆண்டே அதே அப்போலோவில் அட்மிட் ஆனார் எம்.ஜி.ஆர். ஜெயலலிதா மறைவுக்கு பிறகு அந்த அப்போலோவை சுற்றித்தான் அரசியல் பின்னப்பட்டது. எம்.ஜி.ஆர் சிகிச்சை எடுத்த அதே அப்போலோவில்தான் ஜெயலலிதாவுக்கும் சிகிச்சைகள் அளிக்கப் பட்டன. ஜெயலலிதா மரணத்தின் மையப்புள்ளியானது அப்போலோ.

அப்போலோ முதல் ஆறுமுகசாமி ஆணையம் வரை என்ன நடந்தது?

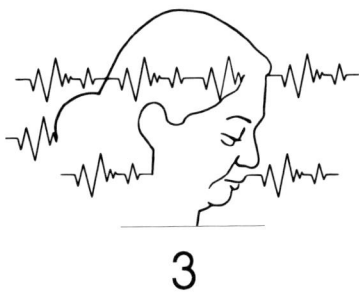

3
மரணம்... மர்மம்!

முதல்வர் ஜெயலலிதா மரணம் பெருத்த சந்தேகத்தை எழுப்பியது. மரணத்தின் மையப்புள்ளிகளான போயஸ் கார்டன், அப்போலோவை முன்வைத்து விடை தெரியாத கேள்விகள் எழுப்பப்பட்டன.

2016 செப்டம்பர் 22-ம் தேதி இரவு போயஸ் கார்டனில் மயங்கிக் கிடந்த ஜெயலலிதாவை, ஆம்புலன்ஸில் வைத்து அப்போலோவிற்கு அழைத்து வந்தார்கள். "ஜெயலலிதாவின் நம்பிக்கைக்குரிய பன்னீர் செல்வத்தைக்கூட அப்போலோவில் அனுமதிக்கவில்லை" என விமர்சனம் எழுந்தது. 75 நாட்கள் கழித்து, திடீரென ஜெயலலிதா மரணமடைந்ததாக அறிவித்தார்கள். சந்தேக மரணம், சசிகலா குடும்பத்தினர் மீது கொலைப் பழி என ஜெயலலிதாவின் மரணத்தைச் சுற்றி அரசியல் சுழன்றது.

மரணத்தின் மர்மத்தை ஊரே பேசிக் கொண்டிருந்த நேரத்தில், சசிகலா தரப்பும் அன்றைய அ.தி.மு.க அமைச்சரவையும் வாயைத் திறக்கவில்லை. சசிகலாவைக் கட்சியின் பொதுச் செயலாளராக்கும் மும்முரத்தில் இருந்தார்கள். பொதுச் செயலாளராகப் பொறுப்பேற்று, உணர்ச்சிகரமாக உரையாற்றிய போதும்கூட ஜெயலலிதா மரணத்தின்

மர்மத்தை சசிகலா விலக்கவில்லை. முதல்வர் நாற்காலியை நோக்கி சசிகலா நகர முயன்றதும் எதிர்ப்பு வந்தது. உடனே லண்டன் டாக்டர் ரிச்சர்ட் பியெலையும் அப்போலோ மருத்துவர்களையும் கொண்டு பிரஸ் மீட் வைத்தனர். அந்த சூழலில்தான், "அம்மாவின் மரணத்தில் சந்தேகம் உள்ளது. சி.பி.ஐ விசாரிக்க வேண்டும்" என முழங்கினார் பன்னீர்செல்வம். மரணத்துக்கு நீதி விசாரணை கேட்டு உண்ணாவிரதப் போராட்டத்தையும் முன்னெடுத்தார். அரசியல் லாப பொருளாக மாறிப் போனது ஜெயலலிதாவின் மரணம்.

ஆட்சி செய்த முதல்வருக்கு என்ன நேர்ந்தது? என்ற குடிமக்களின் இயல்பான சந்தேகத்தை ஆட்சியாளர்கள் உடனடியாக நிவர்த்தி செய்யவில்லை. ஜெயலலிதா அப்போலோவில் இருந்த போது, "இட்லி சாப்பிட்டார்கள்... வார்டுக்கு மாறிவிட்டார்கள்... விரைவில் வீடு திரும்புவார்கள்" என அ.தி.மு.க நிர்வாகிகளும் அமைச்சர்களும் பொய் பூக்களை கோத்து, கதை மாலையைக் கட்டினார்கள். சசிகலாவுடன் மோதல் ஏற்பட்டதும் அந்த மாலையைப் பிரித்து எறிந்தார்கள்.

'மக்கள் பிரதிநிதியின் உடல்நிலை குறித்து ஏன் இவ்வளவு ரகசியம் காக்கப்பட்டது?, சிகிச்சைக்காக உடனிருந்து முடிவுகளை எடுத்தது யார்? உடல்நிலை குறித்து வெளிப்படைத்தன்மை இல்லாமலே போனது ஏன்? உண்மைகளைப் பிரதமர் வெளிகொண்டு வர வேண்டும்' என்று பிரதமர் மோடிக்கு நடிகை கௌதமி கடிதம் எழுதினார். கராத்தே வீரர் ஹுசைனியோ, "ஜெயலலிதா மரணம் இயற்கையானதல்ல. அவரைத் திட்டமிட்டு படுகொலை செய்து விட்டனர்" என்று குற்றம்சாட்டினார்.

அ.தி.மு.க-வில் இருந்து நீக்கப்பட்ட ராஜ்யசபா எம்.பி. சசிகலா புஷ்பா, சி.பி.ஐ விசாரணை கேட்டு மத்திய உள்துறை அமைச்சர் ராஜ்நாத் சிங்கிடமும் ஜனாதிபதி பிரணாப் முகர்ஜியிடமும் முறையிட்டார். "ஜெயலலிதா சமாதியில் சசிகலா சபதம் போட்டு கல்லறையை ஓங்கி அடித்தவர், அவர் உயிருடன் இருந்த போது எப்படி அடித்திருப்பார்? என்ற சந்தேகம் மக்களுக்கு ஏற்பட்டிருக்கிறது" என்றார் காங்கிரஸைச் சேர்ந்த ஈ.வி.கே.எஸ். இளங்கோவன். "செப்டம்பரிலேயே உயிர் பிரிந்தது. போயஸ் கார்டனில் இருந்து அப்போலோ செல்லும் முன்பே ஜெயலலிதா இறந்துவிட்டார்" என்று புயல் கிளப்பினார் கேரள நம்பூதிரி வேங்கட சர்மா.

"மரணத்தில் அவிழ்க்கப்படாத பல மர்மங்கள் இருப்பதை ஒப்புக்கொள்ளத்தான் வேண்டும். நீர்ச்சத்து குறைவு, காய்ச்சல் என அனுமதிக்கப்பட்ட ஒருவருக்கு, படிப்படியாக நோய் வந்தது என்று

அடுக்கிக் கொண்டே போனார்கள்" என சந்தேகம் கிளப்பினார் நாஞ்சில் சம்பத். "சாதாரண காய்ச்சல் என்றுதானே சொன்னார்கள். பின்னர் பார்க்க முடியாத அளவுக்கு ரகசியம் காத்தது ஏன்? 75 நாட்கள் அடைத்து வைத்து இல்லாமல் செய்வதற்கு என்ன காரணம்?" என கேள்விகள் எழுப்பினார் நடிகர் மன்சூர் அலிகான்.

"முன்னாள் முதல்வர்கள் அண்ணா, எம்.ஜி.ஆர் சிகிச்சை பெற்ற போது அரசு சார்பில் அறிக்கை வெளியிட்டதால் அவர்களின் மரணத்தில் சந்தேகம் எழவில்லை. அப்படி ஜெயலலிதா மரணத்தில் ஏன் நடக்கவில்லை" என்று சந்தேகம் கிளப்பினார் இந்திய கம்யூனிஸ்ட் கட்சியின் மாநில செயலாளர் முத்தரசன்.

பா.ம.க நிறுவனர் ராமதாஸ் என்ன சொன்னார்? "ஜெயலலிதாவின் உடல்நிலை குறித்து தரப்பட்ட தகவல்கள் அனைத்தும் கடமைக்கு வெளியிடப்பட்டன. காவிரி பிரச்னை உள்ளிட்ட விஷயங்கள் குறித்து ஆலோசனை நடத்தும் அளவுக்கு தேறியிருந்தால் ஜெயலலிதாவை சந்திக்க ஆளுநருக்கும் அமைச்சர்களுக்கும் ஏன் அனுமதி அளிக்கவில்லை? சாதாரண வார்டுக்கு மாற்றப் பட்டதாக சொன்ன பிறகு முக்கிய பிரமுகர்கள் நலம் விசாரிக்க வந்த போது அவர்கள் ஜெயலலிதாவை சந்திப்பது மிக கவனமாக தவிர்க்கப்பட்டது. ஜெயலலிதாவின் சிகிச்சையை தீர்மானிக்கும் சக்தியாக வேறு சிலர் இருந்தனர். 75 நாட்களுக்கு பிறகும் ஜெயலலிதாவின் உடல் எடை குறையவில்லை என்பது ஐயங்களை ஏற்படுத்துகிறது" என பட்டியலிட்டார் ராமதாஸ். "புதைக்கப்பட்டுள்ள மரணத்தின் சந்தேகங்களை வெளிக்கொண்டு வர வேண்டும்" என்றார் தே.மு.தி.க தலைவர் விஜயகாந்த்.

அன்றைக்கு எதிர்க் கட்சித் தலைவராக இருந்த மு.க.ஸ்டாலின், "ஜெயலலிதா சிகிச்சை குறித்து அரசு வெள்ளை அறிக்கை வெளியிட வேண்டும். அவரது மரணத்திற்கு சசிகலா குடும்பத்தினர்தான் காரணம் என மக்கள் நினைக்கின்றனர். மர்ம மரணத்தை மூடி மறைத்ததில் முக்கிய பங்காற்றியவர்கள் ஓபிஎஸ், ஈபிஎஸ்-தான். தி.மு.க ஆட்சி அமைந்தால் ஜெயலலிதா மரணத்தை விசாரித்து தவறு இழைத்தவர்களுக்கு தண்டனை பெற்றுத் தருவோம்" என்றார்.

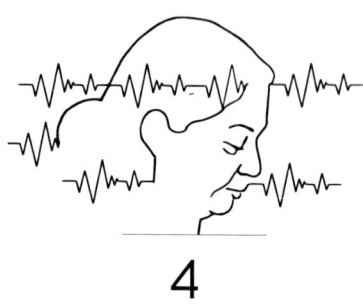

4
நீதிமன்றம் வீசிய சாட்டையடி!

ஜெயலலிதா மரணத்தின் சந்தேகங்களை பேசிக் கொண்டிருந்த நேரத்தில், சிலர் நீதிமன்றத்தில் நியாயம் தேட முற்பட்டார்கள். 'சிறப்புப் புலனாய்வுக் குழு விசாரிக்க வேண்டும்; சிகிச்சை விவரங்களை வெளியிட வேண்டும்; சகாயம் ஐ.ஏ.எஸ் தலைமையில் விசாரணை கமிஷன் அமைக்க வேண்டும்' என்றெல்லாம் சொல்லி டிராபிக் ராமசாமி, பிரவினா, ஜோசப், பாலமுருகன் உள்ளிட்டோர் சென்னை உயர் நீதிமன்றத்தில் பொதுநல வழக்குகள் தொடர்ந்தனர். ஜெயலலிதாவின் தோழி கீதாவோ, 'ஜெயலலிதா விஷம் வைத்து கொல்லப்பட்டிருக்கலாம்' என வழக்குப் போட்டார்.

இப்படியான வழக்குகளில் அ.தி.மு.க-வை சேர்ந்த ஜோசப் தொடர்ந்த வழக்கு அரசியல் பரபரப்பை ஏற்படுத்தியது. "ஜெயலலிதா உடல்நலம் பற்றிய தகவல்களில், 'ஜெயலலிதா நன்றாக உள்ளார். விரைவில் வீடு திரும்புவார்' என்றே கூறி வந்தன. இதில் நிறையக் குளறுபடிகள். ஜெயலலிதாவின் கால்கள் அகற்றப்பட்டுள்ளன. நேதாஜி இறந்தபோது விசாரணை கமிஷன் அமைக்க உத்தர விட்டதை போல ஜெயலலிதா மரணத்திலும் உச்ச நீதிமன்ற நீதிபதிகள் அடங்கிய விசாரணை கமிஷன் அமைக்க வேண்டும்" என்று மனுவில் ஜோசப் குறிப்பிட்டிருந்தார்.

ஜோசப் வழக்கை நீதிபதிகள் எஸ்.வைத்தியநாதன், வி.பார்த்திபன் ஆகியோர் விசாரித்தனர். அரசு தரப்பில் ஆஜரான தலைமை வழக்கறிஞர் ஆர்.முத்துக்குமாரசுவாமி, “ஜெயலலிதா மரணத்தில் எந்த மர்மமும் இல்லை. சரியான சிகிச்சைதான் அளிக்கப்பட்டது. திடீர் மாரடைப்பால்தான் அவர் இறக்க நேரிட்டது” என்றார். மத்திய, மாநில அரசுகள் தரப்பில் ஆஜரான வழக்கறிஞர்களைப் பார்த்து, நீதிபதி வைத்தியநாதன் சாட்டையடி கேள்விகள் வீசினார்.

“ஜெயலலிதா மருத்துவமனையில் சேர்ந்தது முதல் போட்டோ, வீடியோ ஆதாரம் வெளியாகாததால் எனக்கும் சந்தேகம் எழுகிறது. சிகிச்சை விவரம் முழுமையாக மத்திய அரசுக்குத் தெரிந்தும் வாயைத் திறக்காதது ஏன்? மரணத்தின் சந்தேகங்களைப் போக்கத் தமிழக அரசு முற்றிலும் தவறி விட்டது. ‘முதல்வர் நடக்கிறார்; டிஸ்ஜார்ஜ் ஆவார்’ என்றெல்லாம் தெரிவித்த நிலையில், திடீரென்று இறந்துவிட்டதாகக் கூறப்படுவதன் பின்னணி என்ன? உயிர் வாழ்வது அடிப்படை உரிமை. முதல்வர் மரணத்தின் சந்தேகம் பற்றி கேள்வி கேட்க அனைவருக்கும் உரிமை உள்ளது. நீதிபதி என்பதைத் தாண்டி சாதாரண குடிமகன் என்ற அடிப்படையில் எனக்கும் மரணத்தில் சந்தேகம் உள்ளது. நான் வழக்கை தொடர்ந்து விசாரித்தால், ஜெயலலிதா உடலைத் தோண்டி எடுத்து, உடற்கூறு செய்து விசாரிக்க உத்தரவிட்டிருப்பேன்” என்றார் நீதிபதி வைத்தியநாதன்.

உச்ச நீதிமன்ற நீதிபதிகளைக் கொண்டு விசாரணை கமிஷன் அமைக்க கோரும் மனுதாரரின் கோரிக்கைக்குப் பதில் அளிக்குமாறு பிரதமர் அலுவலகம், மத்திய உள் துறை, சி.பி.ஐ., தலைமைச் செயலாளர், உள் துறை, சட்டத் துறை செயலாளர்கள், டி.ஜி.பி., சென்னை போலீஸ் கமிஷனர், அப்போலோ தலைவர் உள்ளிட்டோருக்கு நோட்டீஸ் அனுப்ப உத்தரவிட்டது நீதிமன்றம். இந்த வழக்குகள் எல்லாம் பிறகு தள்ளுபடி செய்யப்பட்டன.

‘ஜெயலலிதாவின் மரணத்தின் சந்தேகம் களைய சி.பி.ஐ விசாரணைக்கு உத்தரவிட வேண்டும்’ என சொல்லி ராஜ்ய சபா எம்.பி சசிகலா புஷ்பா உள்ளிட்டோர் உச்ச நீதிமன்றத்தில் பொதுநலன் வழக்குகள் தொடர்ந்தனர். அந்த மனுக்களும் தள்ளுபடி செய்யப்பட்டன.

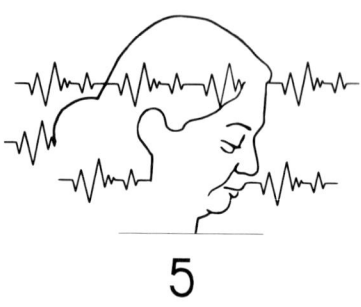

5
நீதி கேட்டு உண்ணாவிரதம்!

ஜெயலலிதா மறைவால் முதல்வரான பன்னீர்செல்வம், ஜெயலலிதா மரணத்தை பற்றி ஆரம்பத்தில் வாய் திறக்கவில்லை. ஜெயலலிதா மரணம் தொடர்பான வழக்கு நடந்த நேரத்தில்கூட, 'அது தேவையில்லை' என்றுதான் பன்னீர்செல்வத்தின் அரசு உயர் நீதிமன்றத்தில் பதில் அளித்தது. பன்னீர்செல்வம் முதல்வராக இருந்த 2016 டிசம்பர் 5 முதல் 2017 பிப்ரவரி 6 வரை தலைவியின் மரணத்தில் அவருக்கு சந்தேகம் எழவில்லை. அப்படியென்றால் பன்னீர்செல்வம் எங்கே தடம் மாறினார்?

ஜெயலலிதா மரணத்துக்குப் பிறகு அ.தி.மு.க-வை கைப்பற்றி பொதுச் செயலாளரான சசிகலா, ஆட்சியில் அமரவும் ஆசைப்பட்டார். சசிகலா, முதல்வராகத் தனது முதலமைச்சர் பதவியைப் பன்னீர்செல்வம் 2017 பிப்ரவரி 5-ம் தேதி ராஜினாமா செய்தார். சசிகலா முதல்வர் ஆவதற்கான ஏற்பாடுகள் நடைபெற்ற நேரத்தில், பன்னீர்செல்வம் திடீரென ஜெயலலிதா சமாதியில் தியானம் இருந்து தர்மயுத்தம் தொடங்கினார். "கட்டாயப்படுத்தி ராஜினாமா வாங்கினார்கள்" எனப் பொங்கினார். இந்த அதிகார போட்டியில் அ.தி.மு.க இரண்டாக உடைந்த பிறகு ஜெயலலிதா மரணம் பிரதான பேசு பொருளானது.

சசிகலாவுடன் ஏற்பட்ட மோதலால் காபந்து முதல்வரான பன்னீர்செல்வம், "ஜெயலலிதா மரணத்திற்கு உச்ச நீதிமன்ற நீதிபதி தலைமையில் விசாரணை கமிஷன் அமைக்கப்படும்" என அதிரடியாக அறிவித்தார். பிறகு சசிகலா ஆதரவால் முதல்வரான எடப்பாடி பழனிச்சாமி, அந்த விசாரணை கமிஷன் அறிவிப்பை கிடப்பில் போட்டார்.

ஜெயலலிதா மரணத்தை ஓ.பி.எஸ் அணியினர் தொடர்ந்து பேசி வர, சசிகலா தரப்பு லண்டன் டாக்டர் ரிச்சர்ட் பியெல் மற்றும் அப்போலோ டாக்டர்களை வைத்து செய்தியாளர் சந்திப்பை நடத்தினார்கள். அதோடு எடப்பாடி அரசு அவசர அவசரமாக மருத்துவ அறிக்கை ஒன்றை வெளியிட்டு பதிலடி கொடுத்தது.

"ஜெயலலிதா மரணத்தில் எனக்கு சந்தேகமில்லை. ஆனால், மக்களுக்குச் சந்தேகம் உள்ளது. அதைத் தெளிவுபடுத்துவது அரசின் கடமை" என்று முதலில் சொன்ன பன்னீர்செல்வம், பிறகு பல்டி அடித்தார். "தினமும் அப்போலோ சென்றேன். ஆனால், ஒருமுறை கூட அம்மாவைச் சந்திக்க முடியவில்லை. உரிய நீதி விசாரணை மூலம் உண்மைகளை வெளி கொண்டு வர வேண்டும்" என்றார்.

ஓ.பி.எஸ் அணியின் பி.ஹெச்.பாண்டியன், மனோஜ் பாண்டியன், பொன்னையன் உள்ளிட்டோர் பகிரங்கமாகவே சந்தேகங்கள் எழுப்பினார்கள். 'ஜெயலலிதா மரணத்தை சி.பி.ஐ விசாரணைக்கு உத்தரவிட வேண்டும்' என வலியுறுத்தி ஓ.பி.எஸ் அணியின் 12 எம்.பி-க்கள் ஜனாதிபதி பிரணாப் முகர்ஜியிடம் மனு அளித்தனர். ஜெயலலிதா மரணத்தைக் கொதி நிலையிலேயே வைத்திருக்க நினைத்து, அடுத்து உண்ணாவிரத அஸ்திரத்தை கையில் எடுத்தார்கள்.

உண்ணாவிரதத்துக்கு முன்பே பன்னீர்செல்வத்துக்குப் பதிலடி கொடுக்கும் படலம் தொடங்கியது. "ஜெயலலிதா உடல் அடக்கம் செய்யப்படுவதற்கு முன்பு பன்னீர்செல்வம் பதவியேற்றது ஏன்? ஜெயலலிதா எப்போது இறப்பார்? எப்போது பதவி ஏற்கலாம் எனக் காத்திருந்தாரா?" என்று சசிகலா ஆதரவாளர் தம்பிதுரை கேள்வி எழுப்பினார். "அம்மா மரணத்தில் சந்தேகம் இருந்திருந்தால் உங்கள் கட்டுப்பாட்டில் இருந்த உளவுத் துறையை வைத்து என்ன செய்து கொண்டிருந்தீர்கள்?" என்று அ.தி.மு.க செய்தித் தொடர்பாளர் வைகைச்செல்வன் கேட்டார்.

ஜெயலலிதா மரணம் குறித்த அதிர்ச்சிகளை வெளிப்படுத்தி வந்த ஓ.எபி.எஸ் தரப்புக்கு 'செக்' வைக்கும் விதமாக மருத்துவ அறிக்கையை உண்ணாவிரதத்துக்கு இரண்டு நாட்கள் முன்பு எடப்பாடி அரசு வெளியிட்டது. சுகாதாரத் துறை செயலாளர்

ராதாகிருஷ்ணன் டெல்லி சென்று, எய்ம்ஸ் மருத்துவமனையின் 6 பக்க அறிக்கையையும் அப்போலோவின் 12 பக்க அறிக்கையையும் ஒருங்கிணைத்து, தமிழக அரசு சார்பில் ஒரு அறிக்கையை வெளியிட்டார். அதில், 'ஜெயலலிதாவுக்கு அளிக்கப்பட்ட எக்மோ சிகிச்சை பலனளிக்காமல் உயிரிழந்தார். மருத்துவக் குழு அறிக்கை பன்னீர்செல்வத்திடம் அளிக்கப்பட்டது' என தெரிவிக்கப் பட்டிருந்தது.

2017 மார்ச் 8 மகளிர் தினத்தில் ஜெயலலிதா மரணத்திற்கு நீதி கேட்டு சென்னையில் பன்னீர்செல்வம் தலைமையில் உண்ணா விரதப் போராட்டம் நடைபெற்றது. மருத்துவ அறிக்கைக்கு உண்ணாவிரத மேடையிலேயே பதிலடி கொடுத்தார் பன்னீர் செல்வம். "அம்மாவுக்குப் பொருத்தப்பட்டிருந்த எக்மோ கருவியை எடுப்பது குறித்து என்னிடம் சொன்னதாகச் சுகாதாரத் துறை செயலாளர் ராதாகிருஷ்ணன் சொல்லியிருக்கிறார். அதனை வாபஸ் வாங்கவில்லை என்றால், அவர் மீது வழக்குத் தொடுப்பேன். அப்போலோவில் அமைச்சர் விஜயபாஸ்கர் 7 பேரை நிறுத்தி இருந்தார். அவர்கள், யார் வருகிறார்கள்; என்ன செய்கிறார்கள்; யாரிடம் பேசுகிறார்கள் என நோட்டில் குறிப்பெடுத்து விஜயபாஸ்கரிடம் அளிப்பார்கள். 'அம்மா மரணம் குறித்து நீதி விசாரணை நடந்தால் பன்னீர்செல்வம்தான் முதல் குற்றவாளி' என்று விஜயபாஸ்கர் சொல்லியிருக்கிறார். அப்படி நீதி விசாரணை நடந்தால், முதல் குற்றவாளி 'ஆல்ரவுண்டர்' விஜயபாஸ்கர்தான். சி.பி.ஐ. விசாரித்தால்தான் அம்மா மரணத்தின் மர்மம் வெளியே வரும்" என்றார். பன்னீர்செல்வம் சொன்னது போல ராதாகிருஷ்ணன் மீது கடைசி வரை வழக்குப் போடவில்லை. விசாரணை அறிக்கையில் விஜயபாஸ்கரைத்தான் நீதிபதி ஆறுமுகசாமி குற்றம் சாட்டியிருந்தார்.

உண்ணாவிரதத்தோடு நிற்கவில்லை. 'ஜெயலலிதா மரணத்தை சி.பி.ஐ விசாரணைக்கு உத்தரவிட வேண்டும்' என்று ராஜ்யசபாவில் ஓ.பி.எஸ் அணி எம்.பி-கள் ஜெயலலிதா படத்துடன் சபாநாயகர் இருக்கையை முற்றுகையிட்டனர். மக்களவையில் அமளியில் ஈடுபட்டனர்.

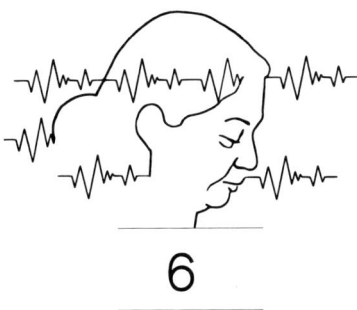

6
ஆணையம் அமைப்பு!

'**க**ட்சியின் நலன் கருதியும் முடக்கப்பட்ட இரட்டை இலை சின்னத்தை மீட்கவும்' எனக் காரணங்களைச் சொல்லி அ.தி.மு.க-வின் இரு அணிகளும் ஒன்றிணைய முடிவு செய்தன. அதற்கு இடையூறாக இருந்த சசிகலாவையும் டி.டி.வி.தினகரனையும் ஒதுக்கியது எடப்பாடி தரப்பு. 'அம்மா மரணத்தின் சந்தேகத்தைப் போக்க விசாரணை ஆணையம் அமைக்க வேண்டும்' என்று இணைப்புக்கு ஓ.பி.எஸ் தரப்பு நிபந்தனை விதித்தது. அதன்படி 2017 ஆகஸ்ட் 17-ம் தேதி, 'ஜெயலலிதா மரணம் தொடர்பாக ஓய்வு பெற்ற நீதிபதி தலைமையில் விசாரணை ஆணையம் அமைக்கப்படும்' என்று முதல்வர் எடப்பாடி பழனிச்சாமி அறிவித்தார். அடுத்த நான்காவது நாள் (2017 ஆகஸ்ட் 21) இ.பி.எஸ் - ஓ.பி.எஸ் அணிகள் இணைந்தன.

இரு அணிகளும் இணைந்து, 40 நாள்கள் கடந்தும் விசாரணை கமிஷன் அமைக்காதது குறித்து எதிர்க் கட்சியினர் கேள்வி எழுப்பினார்கள். உடனே, உயர் நீதிமன்ற ஓய்வுபெற்ற நீதிபதி ஆறுமுகசாமி விசாரணை கமிஷனை அமைத்து 2017 செப்டம்பர் 25-ம் தேதி எடப்பாடி அரசு உத்தரவு பிறப்பித்தது. 'ஜெயலலிதா என்ன நிலையில் மருத்துவமனையில் அனுமதிக்கப்பட்டார்;

அவருக்கு என்னென்ன சிகிச்சைகள் அளிக்கப்பட்டன; மருத்துவமனையில் ஜெயலலிதா சேர்க்கப்பட்டதற்குக் காரணம் என்ன? என்பது பற்றி எல்லாம் விசாரித்து அறிக்கையைத் தாக்கல் செய்ய வேண்டும்' என அரசாணை வெளியிட்டார்கள்.

அணிகள் இணைப்பில் பன்னீர்செல்வம் வைத்த பிரதான கோரிக்கையே, 'விசாரணை ஆணையம் அமைக்க வேண்டும்' என்பதுதான். அதன்படிதான் நீதிபதி ஆறுமுகசாமி ஆணையம் அமைக்கப்பட்டது. "பா.ஜ.க. சொல்லித்தான் நாங்கள் இணைந்தோம்" என்று பன்னீர்செல்வம் பிறகு ஒப்புதல் வாக்குமூலம் கொடுத்தது எல்லாம் தனிக் கதை. ஆட்சியில் அமர்த்திய சசிகலாவையே பிறகு எடப்பாடி பழனிசாமி ஒதுக்கித் தள்ளியது எல்லாம் கிளைக் கதை.

தர்மயுத்த காலத்தில் காபந்து முதல்வராக இருந்த பன்னீர்செல்வம், "ஜெயலலிதா மரணம் பற்றி உச்ச நீதிமன்ற நீதிபதி தலைமையில் விசாரணை ஆணையம் அமைக்கப்படும்" என சொல்லியிருந்தார். அதன்படி உச்ச நீதிமன்ற நீதிபதி தலைமையில் விசாரணை ஆணையம் அமைக்கவில்லை. உயர் நீதிமன்றத்தின் ஓய்வு பெற்ற நீதிபதியான ஆறுமுகசாமி ஆணையம்தான் அமைக்கப்பட்டது. ஜெயலலிதா மரணத்துக்கு நீதி கேட்டு உண்ணாவிரதம் இருந்த மேடையில் பேசிய பன்னீர்செல்வம், "சி.பி.ஐ விசாரணை வேண்டும்" என்றார். மோடி அரசுடன் செல்வாக்கில் இருந்த போதும் சி.பி.ஐ விசாரணையை அமைக்கக் கூட பன்னீர்செல்வம் முயலவில்லை.

ஆணையம் அமைக்கப்பட்டு, ஒரு மாத தாமதத்துக்குப் பிறகு 2017 அக்டோபர் 25-ம் தேதிதான் விசாரணை தொடங்கியது. சென்னை சேப்பாக்கம் எழிலகம் வளாகத்தில் உள்ள கலச மஹாலில்தான் ஆணையம் செயல்பட்டது. நீதிபதி ஆறுமுகசாமி ஆலோசனையின் பேரில், விசாரணை அறைக்குள் நடக்கும் உரையாடல்கள் வெளியில் கேட்காத அளவுக்குத் திரையரங்குகளில் உள்ள கட்டமைப்பு போல வடிவமைக்கப்பட்டது. அனைத்து பணிகளும் முடிந்த பிறகுதான் விசாரணை ஆரம்பித்தது. "ஜெயலலிதா மரணம் தொடர்பான விசாரணை வெளிப்படைத் தன்மையோடு நடைபெறும்" என்று ஆறுமுகசாமி மீடியாவிடம் சொன்னார். ஆனால், ஊடகவியலாளர்கள் விசாரணையைப் பார்வையிட அனுமதிக்கவில்லை.

'முதல்வர் ஜெயலலிதா 2016 செப்டம்பர் 22-ம் தேதி மருத்துவ மனையில் அனுமதிக்கப்பட்டதற்கான சூழ்நிலைகள், சந்தர்ப்பங்கள் அதனைத் தொடர்ந்து 2016 டிசம்பர் 5-ம் தேதி எதிர்பாராத மரணம் வரையில் ஜெயலலிதாவுக்கு அளிக்கப்பட்ட சிகிச்சை குறித்தும் விசாரிக்க வேண்டும்' என ஆறுமுகசாமி ஆணையத்திற்கு ஆய்வு வரம்புகளை விதித்தது அரசு.

செயலாளர், நேர்முக உதவியாளர், பிரிவு அலுவலர், ஆணைய கோர்ட் அதிகாரி, நேர்முக எழுத்தர், உதவியாளர், தட்டச்சர், ஓட்டுநர். அலுவலக உதவியாளர், தூய்மைப் பணியாளர், சிறப்பு அலுவலர், உதவிப் பிரிவு அலுவலர், சப் இன்ஸ்பெக்டர், போலீஸ்காரரர் என மொத்தம் 18 பேர் ஆணையத்தில் பணியாற்றினார்கள். நிரஞ்சன் ராஜகோபாலன், பார்த்தசாரதி, முஹம்மது ஜபருல்லாகான் ஆகியோர் ஆணையத்தின் சார்பில் வழக்கறிஞர்களாகச் செயல்பட்டனர். சசிகலா, சாட்சிகள், அப்போலோ உள்ளிட்டோர் தரப்பில் வழக்கறிஞர்கள் ஆஜரானார்கள்.

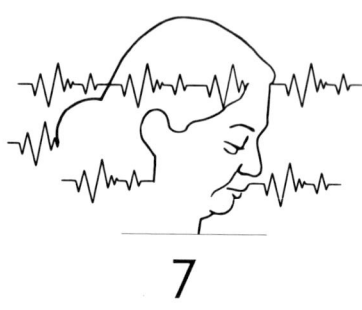

7
ஆறுமுகசாமியின் பின்னணி!

இது 2005-ம் ஆண்டின் நிகழ்வு!

'பாப்புலர் போர்ஜ்' என்ற நிறுவனத்துக்குச் சொந்தமான நிலத்தை விற்பனை செய்வதாகக் கூறி, அந்த நிறுவனத்தின் இயக்குநர்கள் 13 லட்சம் ரூபாய் மோசடி செய்து விட்டதாக ஸ்ரீதர் என்பவர் சென்னை போலீஸ் கமிஷனர் ஜார்ஜிடம் புகார் அளிக்கிறார். 'நான் கொடுத்த 13 லட்ச ரூபாய்க்கான காசோலைகள் பாப்புலர் போர்ஜின் வங்கிக் கணக்கில் வரவு வைக்கப்பட்டுள்ளது. அதற்கான ஆதாரங்கள் இருந்தும் என்னை மோசடி செய்கின்றனர்' என்று புகாரில் சொல்லியிருந்தார் ஸ்ரீதர்.

வழக்குப் பதிவு செய்து விசாரித்த மத்திய குற்றப்பிரிவு போலீஸார், 'இது சிவில் வழக்கு சம்பந்தப்பட்டது' என்று கூறி, வழக்கை முடித்து, சென்னை சைதாப்பேட்டை கோர்ட்டில் அறிக்கை தாக்கல் செய்கின்றனர். புகாரை மீண்டும் விசாரிக்க உத்தரவிடக் கோரி ஸ்ரீதர் மனுத் தாக்கல் செய்ய, முடித்து வைக்கப்பட்ட புகாரை மீண்டும் விசாரிக்கும்படி மாஜிஸ்திரேட் உத்தரவிடுகிறார். 'இது சிவில் வழக்கு' என்று சொல்லி புகாரை மீண்டும் முடித்து வைக்கிறது போலீஸ். இதனை எதிர்த்தும் ஸ்ரீதர் மீண்டும் கோர்ட்டை நாட

'தகுந்த அதிகாரியை நியமித்து விசாரணை நடத்திக் குற்றப்பத்திரிகை தாக்கல் செய்ய வேண்டும்' என்று மாஜிஸ்திரேட் 2-வது முறையாக உத்தரவிடுகிறார். ஆனாலும் எந்த பயனும் இல்லை.

'வழக்கை விசாரிக்கும் போலீஸ் அதிகாரிகள் கட்டப் பஞ்சாயத்து செய்கின்றனர்' என்று சொல்லி வேறு வழியில்லாமல் சென்னை உயர் நீதிமன்றத்தின் கதவை ஸ்ரீதர் தட்டினார். 2005-ல் ஆரம்பித்த இந்த பிரச்னை 2013-ல் உயர் நீதிமன்ற நீதிபதி ஆறுமுகசாமி முன்பு விசாரணைக்கு வருகிறது. "நிலம் குறித்த ஒப்பந்தம், வங்கி காசோலை உள்ளிட்ட ஆதாரங்களை ஸ்ரீதர் சமர்ப்பித்தும், "இது சிவில் வழக்கு' என்று கூறி வழக்கை போலீஸ் முடித்திருக்கிறது. சென்னை போலீஸ் கமிஷனர் ஜார்ஜ், உதவி கமிஷனர் முருகேசன் ஆகியோரின் செயல்பாடுகள் ஒட்டுமொத்த தமிழக அரசுக்கும் காவல் துறைக்கும் கரும்புள்ளியாக அமைந்துவிட்டது. போலீஸ் கமிஷனர் (ஜார்ஜ்) என்பவர் போலீஸ் கமிஷனர்தான். அவர் ஒன்றும் புனித ஜார்ஜ் கோட்டையின் சக்கரவர்த்தி இல்லை. அவர் பாரபட்சமில்லாமல் செயல்பட வேண்டும். ஜார்ஜ் இந்த கோர்ட்டில் நேரில் ஆஜராக வேண்டும்" என்று உத்தரவிடுகிறார் நீதிபதி.

இந்த தீப்பொறிகள், நீதித் துறை, காவல் துறை, அரசு வட்டாரங்களில் பற்றி எரிந்தது. அந்த நீதிபதி ஆறுமுகசாமிதான், ஜெயலலிதாவின் மரணத்தை விசாரிக்க நீதிபதியாக நியமிக்கப் பட்டார்.

1952-ல் கோவையில் அர்த்தநாரி சுவாமி, மாரியம்மாள் தம்பதிக்குப் பிறந்த ஆறுமுகசாமி, கோவை வடக்கு நகராட்சி பள்ளியில் பள்ளிப்படிப்பை முடித்தவர். கோவை அரசு கல்லூரியில் இளங்கலையை முடித்துவிட்டு, சட்டம் படிக்கப் போனார். மூத்த வழக்கறிஞர் மயில்சாமியிடம் ஜூனியராகப் பணியைத் தொடங்கினார். மாவட்ட முன்சீப், மாவட்ட நீதிபதி, சென்னை உயர் நீதிமன்றப் பதிவாளர் என படிப்படியாக உயர்ந்தவர், 2010-ல் உயர் நீதிமன்ற நீதிபதியானார். 2014-ம் ஆண்டு ஓய்வு பெற்றவர், கடைசியாக மத்திய நிர்வாக தீர்ப்பாயத்தின் நீதித் துறை உறுப்பினராக பணியாற்றினார்.

முன்னாள், இன்னாள் பிரதமர், முதல்வர் போன்றவர்கள் கொல்லப்பட்ட நேரங்களில் விசாரணை கமிஷன்கள் அமைக்கப் பட்டிருக்கின்றன. துப்பாக்கி, வெடிகுண்டு, போலீஸ், சதி என க்ரைம் பக்கங்கள் மட்டுமே அந்த விசாரணை கமிஷன்களை ஆக்கிரமித்திருக்கும். ஆனால், ஜெயலலிதா மரணம் அப்படிப் பட்டது அல்ல. காந்தி, இந்திரா காந்தி, ராஜீவ் காந்தி ஆகியோர் மரணத்தைப் போல ஜெயலலிதா மரணம் நிகழவில்லை.

ஜெயலலிதாவை மருத்துவமனைக்குத் தள்ளிய மையப்புள்ளியைப் பற்றி விசாரணை ஆணையம் விசாரிப்பது தமிழகத்தில் இதுதான் முதன்முறை. காக்கிச் சட்டைகளையும் அரசு அதிகாரிகளையும் மட்டுமே வைத்து ஜெயலலிதாவின் மரணத்தை விசாரணை கமிஷன் விசாரித்துவிடாது. தொற்றுநோய், இன்டென்சிவ் கேர், சர்க்கரை நோய், இதயம், டயட், பிசியோதெரப்பி, நுரையீரல், செப்டிசீமியா, லண்டன் மற்றும் எய்ம்ஸ் டாக்டர் என மருத்துவம் பற்றி விஷயங்கள்தான் ஆறுமுகசாமி கமிஷன் முன்பு முக்கியமாகப் பேசப்பட்டன.

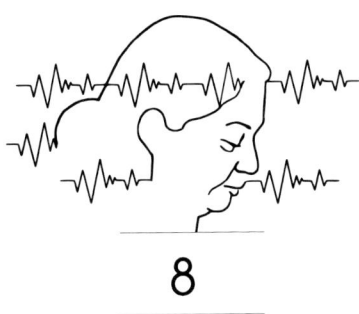

8

தொடங்கியது விசாரணை!

ஜெயலலிதா மரணம் தொடர்பாகத் தமிழகம் முழுவதும் பல்வேறு காவல் நிலையங்களில் 302 புகார்கள் அளிக்கப்பட்டிருந்தன. அவை ஆணையத்திற்கு மாற்றப்பட்டன. ‘ஜெயலலிதா அப்போலோவில் அனுமதிக்கப்பட்ட நாள் முதல் அவர் இறந்தது வரையிலான தகவல்கள் குறித்துத் தனிப்பட்ட முறையிலோ நேரடியாக அறிந்தவர்களோ பிரமாணப்பத்திரமாக வழங்கலாம்’ என்று ஆணையம் அறிவிப்பு வெளியிட்டது. அதன்படி பொது மக்களிடம் இருந்து 30 பிரமாணப்பத்திரங்கள் வந்தன. அதனைப் பரிசீலித்ததில் 8 நபர்களின் மனுக்கள் ஏற்றுக் கொள்ளப்பட்டு, விசாரணை நடத்தப்பட்டன. இவர்கள் தவிர பிரமாணப்பத்திரம் தாக்கல் செய்யாத 151 பேரை ஆணையம் விசாரித்தது.

அறிவிப்புக்கு வெளியில் இருந்து பதிலளித்தவர்களை ‘மனுதாரர் சாட்சிகள்’ (Petitioner Witnesses) என்றும் மற்ற சாட்சிகளை ஆணைய சாட்சிகள் (Commission Witnesses) என்றும் பிரித்து விசாரித்தது ஆறுமுகசாமி கமிஷன். விசாரணையின் போது சாட்சிகள் தாக்கல் செய்த செய்தி அறிக்கைகள், செய்தி வெளியீடுகள், சிகிச்சையின் சுருக்கம், ஜெயலலிதாவின் கைரேகை, எதிர் வாக்குமூலங்கள், பிரமாணப்பத்திரங்கள் உள்ளிட்ட ஆவணங்கள் தனித் தனிப் பிரிவுகளில் வகைப்படுத்தப்பட்டன.

தி.மு.க-வை சேர்ந்த சரவணன், முன்னாள் அமைச்சர் ஆனூர் ஜெகதீசன், ஜெயலலிதாவின் அண்ணன் மகள் தீபா, தீபாவின் கணவர் மாதவன், அ.தி.மு.க-வை சேர்ந்த புகழேந்தி, ஜோசப், மதுரை பாலன், பாலமுருகன் ஆகியோர் மனுதாரரர் சாட்சிகளாக விசாரிக்கப்பட்டனர். ஜெயலலிதா சிகிச்சை தொடர்பாக உயர் நீதிமன்றத்தில் பொதுநல வழக்குப் போட்டவர்களும் இதில் அடக்கம். இவர்கள் ஆணையத்தில் என்ன சொன்னார்கள்?

2016-ல் திருப்பரங்குன்றம் இடைத் தேர்தலில் தி.மு.க வேட்பாள ராகப் போட்டியிட்டுத் தோற்றவர் சரவணன். அப்போலோவில் ஜெயலலிதா வைத்த கைரேகையை எதிர்த்து நீதிமன்றத்தில் வழக்குப் போட்டவர். அப்போலோ சிகிச்சை சுருக்க நகல்கள், செய்தி அறிக்கைகள் ஆகியவற்றை ஆணையத்தில் சரவணன் அளித்தார். அதில் இருந்துதான் ஜெயலலிதாவுக்குச் சிகிச்சை அளித்த டாக்டர்களின் பெயர்களும் ஆறு அரசு மருத்துவர்கள் பணியமர்த்தப்பட்டதும் ஆணையத்திற்குத் தெரிய வந்தது. சரவணன் தாக்கல் செய்த மனுவில், 'ஜெயலலிதாவுக்கு சிகிச்சை அளித்த டாக்டர்களின் பட்டியலில் குளறுபடியும் அப்போலோ மருத்துவ அறிக்கைகளில் முரண்பாடுகளும் உள்ளன. ஆணையத்தில் வேறு மாநில மருத்துவக்குழுவை அமைக்க வேண்டும்' எனக் கோரிக்கை வைத்தார்.

அப்போலோவில் ஜெயலலிதாவை பார்க்கப் பகீரத முயற்சிகளை எடுத்து தோற்றவர் ஜெயலலிதாவின் அண்ணன் மகள் தீபா. "ரத்த உறவான என்னை ஏன் அத்தையைப் பார்க்க அனுமதிக்கவில்லை? உயிர்காக்கும் கருவியை நீக்கச் சம்மதம் தெரிவித்த குடும்பத்தார் யார்?" என பல்வேறு சந்தேகங்களை எழுப்பினார் தீபா. ஆணையத்தில் அவர் அளித்த மனுவில், 'கடுமையாகத் தாக்கப்பட்ட பின்னரே அத்தை அப்போலோவில் அனுமதிக்கப்பட்டிருக்கிறார். ஜெயலலிதாவின் சொத்துகள் தங்களை விட்டு நழுவிவிடக்கூடாது என்பதற்காகத்தான், அத்தையை அப்போலோவில் பார்க்க வந்த போது சசிகலா குடும்பத்தினரால் தடுக்கப்பட்டேன். சொத்துக்காக அத்தை கொலை செய்யப்பட்டிருக்கலாம்' எனக் குறிப்பிட்டிருந்தார்.

"ஜெயலலிதாவுக்கு ரத்த சொந்தம் நானும் தம்பி தீபக்கும்தான். என்னிடம் எந்தத் தகவலும் தெரிவிக்கவில்லை. வீட்டில் அத்தை தாக்கப்பட்டிருக்கலாம். போயஸ் இல்லத்தில் பணியாற்றிய அனைவரையும் விசாரிக்க வேண்டும்" என்று ஆணையத்தில் சொன்ன தீபாதான் பிறகு "கமிஷனின் விசாரணை தேவையற்றது. இவர்கள் எப்படியும் எந்த உண்மையையும் வெளியிடப்போவது இல்லை" என்று கடலூரில் நடந்த விழாவில் பேசினார்.

தீபாவின் கணவர் மாதவன் 18 கேள்விகள் அடங்கிய பிரமாணப்

பத்திரத்தை ஆணையத்தில் அளித்தார். 'உடல்நிலை சரியில்லாத போது அவசரமாகத்தான் மருத்துவமனைக்குச் சென்றிருக்க வேண்டும். அப்படிச் செல்லும்போது கண்காணிப்பு கேமராவை அகற்றிவிட்டுச் சென்றிருந்தால் ஏதோ சதி நடந்து இருப்பதாகத்தான் கருத வேண்டும். சசிகலா, அவரது கணவர் நடராசன், உள்ளிட்ட 22 பேரிடம் உண்மை கண்டறியும் சோதனை நடத்த வேண்டும்' என சொன்னார். அதற்கு நீதிபதி ஆறுமுகசாமி, "உண்மை கண்டறியும் சோதனை ஆணையத்தின் அதிகாரத்துக்கு உட்பட்டதில்லை" என்றார். "ஜெயலலிதா மரணம் குறித்து தீபாவின் கணவர் மாதவனிடம் ஆறுமுகசாமி கமிஷன் விசாரிக்க வேண்டிய அவசியம் என்ன?" என்று அப்போது டி.டி.வி தினகரனின் ஆதரவாளரான நாஞ்சில் சம்பத் கேள்வி எழுப்பினார்.

எம்.ஜி.ஆர் ஆட்சியில் அமைச்சராக இருந்த ஆனூர் ஜெகதீசனை விசாரித்த போது ஆய்வு வரம்பிற்குள் வரும் எதையும் அவர் சாட்சியமாக அளிக்கவில்லை. அதேப் போலத்தான் அ.தி.மு.க நிர்வாகி புகழேந்தியின் சாட்சியமும் அமைந்திருந்தது. "மனுதாரர் சாட்சிகளில் வெறும் செவி வழி செய்தி மட்டுமே இருந்ததால் ஏற்கவில்லை; ஆணையத்தின் செயல் வரம்பிற்குள் வரவில்லை; சாட்சியங்களில் இருந்து எதுவும் அறியப்படவில்லை; தன் சாட்சியத்தை நிரூபிக்கும் விதமாக ஆவணங்கள் எதுவும் முன் வைக்கப்படவில்லை" எனக் காரணங்களைச் சொல்லி மற்ற மனுதாரர் சாட்சிகளின் சாட்சியங்களை ஆணையம் ஏற்றுக் கொள்ளவில்லை.

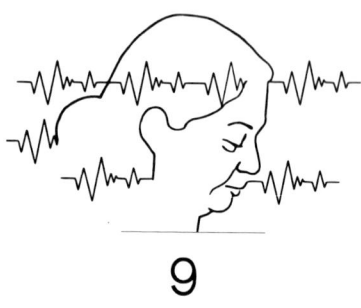

9

சம்மன் சசிகலா!

ஜெயலலிதாவை 33 ஆண்டுகள் நிழலாக வலம் வந்த சசிகலாதான், அப்போலோவிலும் சிகிச்சை காலம் முழுவதும் உடனிருந்தவர். ஜெயலலிதா மரணத்தின் சந்தேக பார்வை ஒட்டுமொத்தமாக சசிகலா மீது விழுந்ததால் 'கொலைப்பழி' சுமத்தப்பட்டார்.

ஆறுமுகசாமி ஆணையம் விசாரணையை நடத்திய போது சொத்துக் குவிப்பு வழக்கில், பெங்களூரு பரப்பன அக்ரஹாரா சிறையில் சசிகலா தண்டனை அனுபவித்து வந்தார். 2017 டிசம்பரில் சசிகலாவுக்கு சம்மன் (அழைப்பாணை) அனுப்பியது ஆணையம். அதில், 'ஜெயலலிதா மரண விசாரணையில் உங்களுக்கு எதிராக சிலர் சாட்சியம் அளித்திருப்பதால், ஆணையத்தில் நேரடியாகவோ வழக்கறிஞர் மூலமாகவோ பிரமாணப் பத்திரம் வாயிலாகவோ வாக்குமூலத்தை அளிக்கலாம்' என்று தெரிவிக்கப்பட்டிருந்தது.

சம்மன் அனுப்பப்பட்ட அதே மாதத்தில்தான், ஜெயலலிதா மறைவால் காலியான ஆர்.கே நகர் தொகுதி இடைத் தேர்தலில் சுயேச்சையாக டி.டி.வி.தினகரன் வெற்றி பெற்றார். அந்த மகிழ்ச்சியைப் பகிர்ந்து கொள்ள சசிகலாவை சந்திக்கத் தினகரன் போனார். அப்போது செய்தியாளர்களிடம் பேசிய தினகரன்,

“ஜெயலலிதாவின் நினைவு நாள் முதல் சித்தி மவுன விரதம் இருந்து வருகிறார்” எனத் தெரிவித்தார். ‘சம்மன் அனுப்பிய நிலையில், விசாரணை கமிஷனுக்கு அஞ்சி, சசிகலா சிறைக்குள் நீண்ட மவுன விரதம் மேற்கொண்டுள்ளாரா?’ எனச் சர்ச்சை எழுந்தது.

‘எனக்கும் ஜெயலலிதாவுக்கும் இடையிலான நட்பைக் கொச்சைப்படுத்தும் விதமாக என் மீது புகார் கொடுத்தவர்கள் யார்? என்ற விவரங்களைக் கூறினால் மட்டுமே ஆவணங்களை ஒப்படைக்க முடியும். கமிஷன் முன்பு ஆஜராக முடியும்’ என்று ஆணையத்திடம் சசிகலா கட் அன்ட் ரைட்டாக சொன்னார். ஆணையம் அனைவரையும் விசாரித்த பின் கடைசியில் குறுக்கு விசாரணை செய்ய சசிகலா வழக்கறிஞர் ராஜா செந்தூர்பாண்டியன் கோரிக்கை வைத்தார். அதனை நீதிபதி ஆறுமுகசாமி ஏற்கவில்லை. “அப்படி செய்தால், விசாரணை முடிய 15 ஆண்டுகள் ஆகும்” என்றார் ஆறுமுகசாமி.

அதுவரை விசாரணை முடிக்கப்பட்ட 22 பேரின் வாக்குமூலங்கள் சிறையில் உள்ள சசிகலாவுக்கு அனுப்பப்பட்டன. அதோடு, பரபர கேள்விகளையும் எழுப்பியிருந்தார் நீதிபதி ஆறுமுகசாமி. “ஆர்.கே. நகர் இடைத் தேர்தலில் ஜெயலலிதா சிகிச்சை பெற்றதாக சொல்லப்படும் ஒரு வீடியோவை தினகரன் தரப்பு வெளியிட்டது. அந்த வீடியோவை ஆணையத்திடம் கொடுக்காமல், தினகரனிடம் கொடுத்தது ஏன்? வீடியோவை விசாரணை ஆணையத்தில் தாக்கல் செய்யாதது ஏன்? சிறையில் இருந்தாலும் ஆணையம் செயல்படும் விதம் குறித்து உங்களுக்கு நன்கு தெரியும். ஆணையத்திடம் நீங்களாக முன்வந்து வீடியோவை கொடுத்திருக்க வேண்டும். ஜெயலலிதா சிகிச்சை, அவருடைய உடல்நலம் குறித்துத் தெரிந்த ஒரே நபர் நீங்கள்தான். விசாரணை ஆணையம் அமைக்கப்பட்டதுமே நீங்கள் பிரமாணப்பத்திரம் தாக்கல் செய்திருக்க வேண்டும்” என சசிகலாவிடம் ஆறுமுகசாமி கேள்விகளை முன்வைத்தார்.

பிரமாணப்பத்திரம் அளிப்பது தொடர்பாக சசிகலா வழக்கறிஞர் ஆணையத்தில் அளித்த மனுவில், ‘சசிகலா மீது புகார் அளித்த 22 சாட்சியங்கள் வழங்கிய ஆவணங்களைத் தர வேண்டும். ஜெயலலிதா சிகிச்சை வீடியோ விவகாரத்தில் அலட்சியமாக இருந்ததாக ஆணையம் குறிப்பிட்டதை நீக்க வேண்டும்’ என்று கோரிக்கை வைத்தார். முதல் கோரிக்கை மட்டும் ஆணையம் ஏற்றது. அதன்படி 2,956 பக்க ஆவணங்களை சசிகலாவிடம் ஆணையம் அளித்தது.

இத்தனைக்கும் பிறகு சசிகலா தனது வாக்குமூலத்தை அளிக்கவில்லை. விசாரணைக்கு வரும்போது ஒவ்வொரு முறையும் பிரமாணப்பத்திரம் தாக்கல் செய்ய சசிகலா கூடுதல் அவகாசம் கேட்டார். இப்படி 5 முறை சசிகலாவுக்கு அவகாசம்

அளிக்கப் பட்டது. "ஒவ்வொரு முறையும் கால அவகாசம் கேட்டு விசாரணையைத் தாமதப்படுத்த முயற்சி செய்கிறீர்கள். உடனடியாக பிரமாணப்பத்திரம் தாக்கல் செய்யாவிட்டால், சிறைக்கு நேரில் சென்று விசாரணை நடத்த வேண்டியிருக்கும். சசிகலாவுக்கு எதிரான முடிவை எடுக்க வேண்டியிருக்கும்" என்று நீதிபதி ஆறுமுகசாமி எச்சரித்தார். இதனால், ஆணையத்தில் சசிகலா தனது வாக்குமூலத்தைத் தாக்கல் செய்தார்.

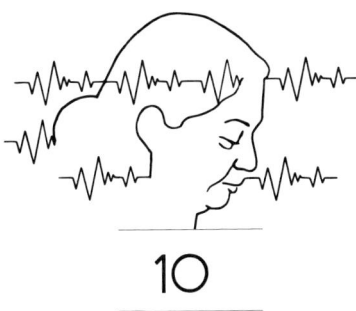

10

லீக் ஆன சசிகலா வாக்குமூலம்!

'நேரடியாக வந்து வாக்குமூலம் தரலாம்; வழக்கறிஞர் மூலம் ஆஜராகலாம்; எழுத்துப்பூர்வமாகப் பதிலை அளிக்கலாம்' என்று சசிகலாவுக்கு மூன்று வாய்ப்புகளை ஆணையம் வழங்கியது. நேரில் ஆஜராகாமல், சிறையில் இருந்து தனது வாக்குமூலத்தை 55 பக்கங்கள் கொண்ட பிரமாணப்பத்திரமாக சசிகலா தாக்கல் செய்தார்.

அப்போலோவில் ஜெயலலிதா அனுமதிக்கப்பட்டது முதல் மரணமடைந்தது வரையில் நடந்த சம்பவங்களை வாக்குமூலத்தில் சசிகலா குறிப்பிட்டிருந்தார். அதில், இடம் பெற்ற தகவல்கள் 2018 மார்சில் இந்து ஆங்கில நாளிதழில் பிரத்யோகமாக வெளியானது.

"அமைச்சர்கள் பன்னீர்செல்வம், சி.விஜயபாஸ்கர், மக்களவை துணை சபாநாயகர் தம்பிதுரை ஆகியோர் ஜெயலலிதாவை அப்போலோவில் பார்த்தனர். ஜெயலலிதாவைத் தனி அறைக்கு மாற்றும் போது நிலோபர் கபில் உள்பட ஒரு சில அமைச்சர்கள் பார்த்தனர். அப்போலோவில் செப்டம்பர் 27-ம் தேதி காவிரி விவகாரம் குறித்து அதிகாரிகளுடன் ஜெயலலிதா நேரடியாக ஆலோசனை நடத்தினார்" என லீக் ஆன சசிகலா வாக்குமூலத்தில் குறிப்பிடப்பட்டிருந்தது.

சசிகலாவின் பிரமாணப்பத்திரம் என்று வெளியான தகவல்களை உடனடியாக ஆறுமுகசாமி ஆணையம் மறுத்தது. “சசிகலாவின் வாக்குமூலத்தை நீதிபதி ஆறுமுகசாமி முழுமையாகப் படித்துவிட்டார். சசிகலாவின் வாக்குமூலம் என்று சொல்லி ஆங்கில பத்திரிகையில் வெளியான தகவல்களில் 70 சதவிகிதம் பொய்யானவை. எந்தெந்த தகவல்கள் உண்மையானது, எந்தெந்த தகவல்கள் பொய்யானது என்பதை முழுமையாகத் தெரிவிக்க இயலாது. காவிரி பற்றி ஜெயலலிதா ஆலோசனை நடத்திய விவரமும் அமைச்சர்கள் பன்னீர்செல்வம், சி.விஜயபாஸ்கர், நிலோபர் கபில் ஆகியோர் ஜெயலலிதாவைப் பார்த்ததாக வெளியான தகவலும் சசிகலா வாக்குமூலத்தில் இல்லை. 20 மருத்துவர்கள் கொண்ட குழு வெவ்வேறு காலகட்டங்களில் ஜெயலலிதாவுக்கு சிகிச்சை வழங்கியதாகத் தெரிவித்திருப்பதும் தவறானது. சசிகலா தரப்பை நியாயப்படுத்துவதற்காக அவரது தரப்பில் இருந்து பத்திரிகைக்குக் கொடுக்கப்பட்ட தகவலாகவே ஆணையம் இதைக் கருதுகிறது. தனது வக்கீல்கள் மூலம் (2018 மார்ச் 12) வாக்குமூலத்தை சசிகலா தாக்கல் செய்தார். ஒரு வாரத்துக்குப் பின்பு சசிகலா சிறையில் இருந்து பரோலில் வெளிவந்துள்ள நிலையில், இந்த செய்தி வெளியாகியிருப்பது சந்தேகத்தை ஏற்படுத்துகிறது. வாக்குமூலத்தில் இல்லாத விஷயங்களைப் பத்திரிகைக்கு அளித்தது குறித்தும் விசாரணை நடத்த ஆணையம் முடிவு செய்திருக்கிறது” என்று ஆணையம் தரப்பில் தெரிவிக்கப்பட்டது.

சசிகலா வாக்குமூலம் லீக் ஆன விவகாரத்தில் யார் சொல்வது உண்மை?

- இந்து பத்திரிகையில் வெளியான தகவல்கள் பெரும்பாலானவை உண்மையானதுதான்.
- ‘காவிரி பற்றி ஜெயலலிதா ஆலோசனை நடத்திய விவரம் வாக்குமூலத்தில் இல்லை’ என்றது ஆணையம். ஆனால், சசிகலா வாக்குமூலத்தில் அது இடம்பெற்றிருந்தது.
- ‘அமைச்சர்கள் பன்னீர்செல்வம், சி.விஜயபாஸ்கர், நிலோபர் கபில் ஆகியோர் ஜெயலலிதாவைப் பார்த்ததாக வெளியான தகவல் சசிகலா வாக்குமூலத்தில் இடம்பெற்றிருந்தன.
- ‘20 மருத்துவர்கள் கொண்ட குழு வெவ்வேறு காலகட்டங்களில் ஜெயலலிதாவுக்கு சிகிச்சை வழங்கியதாக சசிகலா சொன்னதும் தவறானது’ என ஆணையம் அளித்த மறுப்பில் குறிப்பிட்டிருந்தது. ஆனால், அதனை வாக்குமூலத்தில் குறிப்பிட்டிருக்கிறார் சசிகலா.

‘வாக்குமூலத்தில் இல்லாத விஷயங்களைப் பத்திரிகைக்கு அளித்தது குறித்து விசாரணை நடத்தப்படும்’ என ஆணையம்

சொன்னபடி சசிகலாவிடம் விசாரணை நடத்தப்படவில்லை. எதற்காக அன்றைக்கு ஆணையம் அப்படிச் சொன்னது? என்பது இன்று வரை விவாதத்திற்குரியதுதான். சசிகலா வாக்குமூலம் லீக் ஆன 2018-ல் எடப்பாடி பழனிசாமி ஆட்சி நடைபெற்று கொண்டிருந்தது. அந்த நேரத்தில் சசிகலாவுக்கும் எடப்பாடி பழனிசாமிக்கு இடையே மோதல் உச்சத்தில் இருந்தது. தன் முதுகில் குத்திய எடப்பாடி பழனிசாமிக்குப் பதிலடி கொடுக்கும் வகையில்தான் வாக்குமூலத்தை சசிகலா தரப்பு ஊடகத்துக்குக் கொடுத்திருக்கலாம். அதனை ஆணையம் தரப்பு உடனே மறுக்க வேண்டிய நிலை ஏற்பட்டது.

வாக்குமூலத்தின் இறுதியில் சசிகலா, "ஒருதலைபட்சமாக செயல்படாமல், முறையாக விசாரித்து, தீர்மானிக்கப்பட்ட முடிவுகளாக எடுக்காமல், அக்காவின் மரணத்தைக் களங்கப்படுத்தும் நபர்களின் உள்நோக்கத்தினை வெளிக்கொணர வேண்டும்" எனச் சொல்லியிருந்தார்.

சசிகலாவிடம் நேரில் விசாரணை நடத்தும் முடிவையே ஆணையம் கைவிட்டது. விசாரணை அறிக்கையை தமிழக அரசிடம் அளித்த பிறகு நீதிபதி ஆறுமுகசாமி பத்திரிகையாளர்களுக்கு அளித்த பேட்டியில், "சசிகலாவுக்கு சம்மன் கொடுத்தோம். பிறகு நேரில் ஆஜராக வாய்ப்பு கொடுத்தோம். அவர்தான் 'விசாரணைக்கு ஆஜராகவில்லை' என எழுதிக் கொடுத்தார். அதன்பிறகு ஒருவரைக் கட்டாயப்படுத்துவது நீதிமன்ற நடைமுறையில் சரியாக இருக்காது" என்றார்.

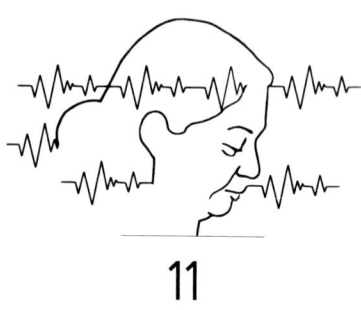

11

சிறை தந்த நோய்!

சசிகலா தனது வாக்குமூலத்தில் தன்னுடைய கைதி எண் 9234-யை குறிப்பிட்டு, நிரந்தர முகவரியாக ஜெயலலிதா வாழ்ந்த போயஸ் கார்டன் இல்லத்தை சொல்லியிருந்தார். 55 பக்கங்களில் 99 பத்திகளில் சசிகலா சொன்ன விளக்கத்தை ஒவ்வொன்றாகப் பார்ப்போம்.

“1984 முதல் ஜெயலலிதாவுக்கு உற்ற தோழியாய் இருந்தேன். எம்.ஜி.ஆர் மறைந்த அடுத்த நாளில் இருந்தே போயஸ் கார்டனில்தான் வசித்தேன். குடும்பத்தில் ஒருவராகவும் மூத்த சகோதரியாகவும் அக்காவை ஏற்றுக் கொண்டேன். ‘உடன்பிறவா சகோதரி’யாக அக்கா என்னை ஏற்றுக் கொண்டார்” என சசிகலா முன்னுரை கொடுத்திருந்தார்.

“2014-ம் ஆண்டு சொத்துக் குவிப்பு வழக்கில் கர்நாடக தனி நீதிமன்றம் வழங்கிய தண்டனையால் பெங்களூரு சிறையில் 22 நாட்கள் அடைக்கப்பட்ட போதே, அக்காவின் உடலும் மனதும் பாதிக்கப்பட்டது. பெரும் மன அழுத்தத்திற்கு ஆளானார். ஏற்கெனவே இருந்த உயர் ரத்த அழுத்தமும் சர்க்கரை அளவும் அதிகரித்தது. மன அழுத்தம் அதிகமானதால் உடல் நிலையும் சரியில்லாமல் போனது. ஜாமீனில் இருந்தபோது உடல் நிலை

சீர்கெட்டதால், சிறப்பு மருத்துவர்கள் போயஸ் கார்டனுக்கு வந்து சிகிச்சை அளித்தார்கள். பல வருடங்களாகவே அக்காவுக்கு அவ்வப்போது வயிற்றுப் போக்கு இருந்தது. மன அழுத்தம் அதிகமான பிறகு வயிற்றுப் போக்கு அடிக்கடி ஏற்பட்டது. இதனால், கட்டுப்பாடில்லாமல் அடிக்கடி மலம் வெளியேறும். அதற்காக டயபர் அணிவார். உடலில் அரிப்புகளும் வரத் தொடங்கியது.

2016 சட்டசபைத் தேர்தலுக்கு முன்பு அக்காவுக்கு நடப்பதில் சிரமங்கள் ஏற்பட்டதால் உடல்நிலை சரியில்லாமல் போனது. சிகிச்சை பிடிக்கவில்லை என்றால் தொடர மாட்டார் என்பது அக்காவின் சுபாவம். சிகிச்சையை ஒருங்கிணைக்கும் பணியை என் உறவினர் 'டாக்டர் சிவக்குமார்தான் செய்ய வேண்டும்' என அக்கா சொன்னார். அதன்படி 2000-ம் ஆண்டில் இருந்து சிவக்குமார் செய்து வந்தார். ஒவ்வொரு அடியையும் வலியுடன் சிரமப்பட்டே அக்கா எடுத்து வைப்பார். அதனால், காரில் ஏற, இறங்கப் படிக்கட்டு, கைப்பிடியுடன் நடைமேடைகள், சிறப்பு நாற்காலி என அக்காவுக்குத் தேவையான வசதிகளை செய்தேன். நடை பிரச்னைக்காக சிறப்பு மருத்துவர்கள் அக்காவை வீட்டில் பார்த்தார்கள். 'நடக்கும் போது உடலில் சிறு அதிர்வு ஏற்படுகிறது' என்று அக்கா சொல்வார். அதற்கும் சிகிச்சை அளிக்கப்பட்டது.

சர்க்கரை அளவை அறிய டாக்டர்கள் சாந்தாராமும் ஜெயஸ்ரீயும் அளித்த ஆலோசனைப்படி அக்காவின் கையில் ஆடைக்குள் வெளியே தெரியாத விதமாக Flash Glucose Accounting System எனும் கருவியைக் கட்டியிருப்பார். 35 நாட்களுக்கு ஒரு முறை அந்த கருவி சர்க்கரை அளவை பதிவு செய்யும். 2015, 2016 காலகட்டத்தில் சுமார் 8 கருவிகளைப் பயன்படுத்தினார். 2014-ம் ஆண்டு இறுதியில் இருந்தே உடல் நலமில்லாமல் போனது, அக்காவுடன் பணியாற்றிய அதிகாரிகள் அனைவருக்கும் இது தெரியும். எனக்கும் ரத்த அழுத்தமும் சர்க்கரை வியாதியும் இருந்ததால் நானும் அக்காவும் மூன்று மாதத்துக்கு ஒருமுறை அப்போலோவில் பரிசோதனைகள் எடுத்து வந்தோம். அப்போலோ சிகிச்சை தரத்தின் மீது அக்கா பெரும் நம்பிக்கை கொண்டவர். அதனால்தான் அனைத்து பரிசோதனைகளையும் அங்கேயே செய்து வந்தார். 2014 இறுதியில் இருந்து சிகிச்சை அளித்த பெரும்பான்மையான மருத்துவர்கள் அப்போலோவை சேர்ந்தவர்கள்தான்.

அன்றாட ரத்த அழுத்தம், சர்க்கரை அளவு போன்ற மருத்துவ குறிப்புகளையும் என்ன சாப்பிட்டார்? எத்தனை மணிக்கு சாப்பிட்டார்? என்ற விவரத்தையும் தன் கையாலேயே எழுதி வைக்கும் பழக்கம் அக்காவுக்கு உண்டு. அதோடு, 2014 இறுதிக்குப்

பிறகு வீட்டிற்கு வந்து சிகிச்சை அளித்த மருத்துவர்கள், மருத்துவ குறிப்புகளை தங்கள் கையால் எழுதுவதற்காகவே ஒரு நோட்டு புத்தகத்தை அக்கா நேரடியாக பராமரித்து வந்தார். 2016 சட்டமன்ற தேர்தலுக்கு முன்பு போயஸ் தோட்டத்தில் அளிக்கப்பட்ட சிகிச்சைகளை அக்காவே வீடியோ எடுக்கச் சொல்லி, நான் எடுத்த வீடியோக்களும் அக்காவின் அறையில்தான் உள்ளன" என வாக்குமூலத்தில் சசிகலா குறிப்பிட்டிருந்தார்.

2014 இறுதி முதல் 2016 ஜூன் வரை ஜெயலலிதாவுக்கு சிகிச்சை அளித்த 20 டாக்டர்களின் விவரத்தையும் வாக்குமூலத்தில் சசிகலா குறிப்பிட்டிருந்தார். அதன்படி, சாந்தாராம் (சர்க்கரை நோய் நிபுணர்), ஜெயஸ்ரீ கோபால் (சர்க்கரை, தைராய்டு நோய் நிபுணர்), சோனாலி (சர்க்கரை நோய் நிபுணர்), ராமச்சந்திரன் (சர்க்கரை நோய் நிபுணர்), முத்து செல்வம் (பிஸிசியன்), பாலசுப்ரமணியம் (பிஸிசியன்), முரளிதர் ராஜகோபால் (தோல் மருத்துவர்), ரவிசந்திரன் (தோல் மருத்துவர்), பார்வதி (தோல் மருத்துவர்), இரவீந்திரன் (கண்), குணசீலன் (பல்), அருள்செல்வன் (நரம்பியல் நிபுணர்), சாருலதா (நரம்பியல் நிபுணர்), மீனாட்சி சுந்தரம் (நரம்பியல் நிபுணர்), சரிதா (சிறுநீரக மருத்துவர்), சிவஞானசுந்தரம் (தைராய்டு), ஷாஜன் ஹெக்டே (எலும்பியல் நிபுணர்), பாபு மனோகர் (இ.என்.டி), அனிர்பன் பிஸ்வாஸ் (இ.என்.டி), பிரமாநந்தம் (இதய நோய் நிபுணர்) ஆகியோர் சிகிச்சை அளித்திருக்கிறார்கள்.

"2016 ஜூனில் அக்காவுக்கு உடம்பில் கொப்புளங்களும் அரிப்புகளும் தடிப்புகளும் உண்டானதால் மிகவும் சிரமப்பட்டார். டாக்டர்கள் ரவிசந்திரன், பார்வதி ஆகியோர் 2016 செப்டம்பர் முதல் வாரத்தில் போயஸ் தோட்டத்தில் அக்காவுக்கு சிகிச்சை அளித்தனர். தோல் பிரச்னை தீர சிறிதளவில் ஸ்டிராய்டு மாத்திரைகள் கொடுத்தார்கள். தோல் பிரச்னைக்கு நிவாரணம் கிடைத்ததும் ஸ்டிராய்டு அளவை படிப்படியாகக் குறைத்தார்கள்" எனச் சொல்லியிருந்தார் சசிகலா.

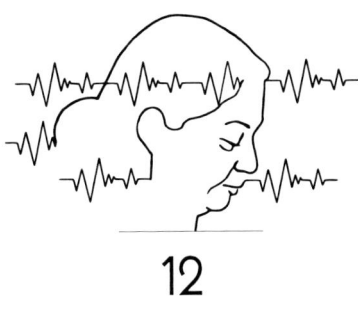

12

போயஸ் To அப்போலோ!

‘காய்ச்சல் மற்றும் நீர்ச்சத்து குறைவால் முதல்வர் ஜெயலலிதா அனுமதிக்கப்பட்டிருக்கிறார்’ - 2016 செப்டம்பர் 23-ம் தேதி அப்போலோ வெளியிட்ட செய்திக் குறிப்பில் இப்படிதான் குறிப்பிட்டிருந்தார்கள். ஆனால், அது பொய் எனத் தோலுரித்தது சசிகலாவின் வாக்குமூலம். போயஸ் கார்டனில் ஜெயலலிதா மயங்கி விழுந்தது முதல் அப்போலோவில் அனுமதிக்கப்பட்டது வரை என்ன நடந்தது? என்பதை வாக்குமூலத்தில் சொல்லியிருந்தார் சசிகலா.

“2016 செப்டம்பர் 19-ம் தேதி அக்காவுக்கு காய்ச்சல் விட்டுவிட்டு வந்தது. சபரிமலையில் இருந்த என் உறவினர் டாக்டர் சிவக்குமாருக்கு தகவல் தெரிவித்தேன். அப்போலோவில் இருந்து வந்து ரத்தம், சிறுநீர் பரிசோதனைகள் மேற்கொள்ள சிவக்குமார் ஏற்பாடு செய்தார். காய்ச்சலுடன்தான் செப்டம்பர் 21-ம் தேதி நடைபெற்ற மெட்ரோ ரயில் விழாவில் அக்கா பங்கேற்றார். ‘நிகழ்ச்சியை ரத்து செய்யுங்கள்’ என்று சொன்னேன். ‘மத்திய அமைச்சர் வெங்கய்யா நாயுடு பங்கேற்கிறார். கட்டாயம் கலந்து கொள்ள வேண்டும்’ என்று பிடிவாதத்துடன் அக்கா கிளம்பினார். விழா முடிந்ததும் உடனே வீடு திரும்பியவர், ‘படுக்கப் போகிறேன்’

என்றார். ஓய்வு எடுத்த பிறகு உடல்நிலை சரியானது. அடுத்த நாள் 22-ம் தேதி கோட்டைக்குச் செல்லாமல், அரசு செயலாளர்கள் கொண்டு வந்த ஃபைல்களைப் பார்த்தார். ஓய்வும் எடுத்தார். அன்று சிவக்குமார் இரண்டு முறை வந்து அக்காவைப் பார்த்தார்.

மாலையில் அக்கா மிகவும் சோர்வாக இருந்ததால், நான் கலக்கமடைந்தேன். 'ஆஸ்பிட்டலுக்குப் போனால் சரியாகிவிடும்' என அக்காவைக் கட்டாயப்படுத்தினேன். 'தூங்கினால் சரியாகிவிடும். ஆஸ்பிட்டலுக்குப் போனால் அட்மிட் ஆகச் சொல்வார்கள். அதெல்லாம் வேண்டியதில்லை' என அக்கா கோபமாகச் சொன்னார். எவ்வளவோ வற்புறுத்தியும் மருத்துவமனைக்கு வர ஒத்துக்கொள்ளவில்லை. சிறிது நேரத்தில் காய்ச்சலும் குறைந்தது. இரவு 9 மணிக்கு சிவக்குமார் வந்தார். 9.30 மணி அளவில் முதல் தளத்தில் உள்ள அக்கா அறையில் இருந்தேன். படுப்பதற்கு முன்பாக பல் துலக்கக் குளியலறைக்கு அக்கா மெதுவாகச் சென்றார். பல் துலக்கி மவுத் வாஷ் செய்தவர், 'சசி மயக்கமாக இருக்கிறது. இங்கே வா' என்றார். உடனே அக்காவை அழைத்து வந்து கட்டிலில் உட்கார வைத்தேன். அப்போது திடீரென மயங்கி, என் தோளில் சாய்ந்தார். பதட்டத்துடன் அவரை தாங்கி பிடித்துக் கொண்டே, அருகில் இருந்த டிராலியை காலால் இழுத்து அழைப்பு மணியைப் பலமாக அழுத்தி, 'உதவிக்கு யாராவது வாங்க' எனக் கத்தினேன். அக்காவின் கைகளையும் கால்களையும் சிவக்குமார் தேய்த்து உஷ்ணமாக்கினார். உடனே அப்போலோ துணைத் தலைவர் ப்ரீதா ரெட்டியின் கணவர் விஜயகுமார் ரெட்டியை சிவக்குமார் தொடர்பு கொண்டு 'முதல்வர் மயக்கமடைந்திருக்கிறார். அவசர மருத்துவ உதவி தேவை' எனத் தெரிவித்தார்.

நான் பதட்டமாகி, 'அக்கா... அக்கா' என அழைத்தும் அவர் கண் திறக்கவில்லை. என்னுடைய சத்தத்தைக் கேட்டு கீழ்த்தளத்தில் இருந்த அக்காவின் தனி பாதுகாப்பு அதிகாரிகள் (PSO) வீரப்பெருமாள், பெருமாள்சாமி, அக்காவின் கார் ஓட்டுநர் கண்ணன் மற்றும் சில பாதுகாப்பு அதிகாரிகளும் பணியாளர்களும் அறைக்கு வந்தனர். அக்காவை நாற்காலியில் உட்கார வைத்து, படிக்கட்டுகள் வழியே கீழ்த்தளத்திற்குக் கொண்டு வர முயன்றோம். சிவக்குமார் தேவையான முதலுதவிகளை அளித்துக் கொண்டிருந்தார்.

15 நிமிடங்களில் இரண்டு அப்போலோ ஆம்புலன்ஸ்கள் அடுத்தடுத்து வந்தன. உடனே ஸ்டிரெச்சரில் அக்காவைப் படுக்க வைத்து வீரப்பெருமாள்,.கண்ணன், ஆம்புலன்ஸில் வந்தவர்கள் உதவியுடன் முதல் தளத்தில் இருந்து அக்காவைத் தூக்கிக் கொண்டு ஆம்புலன்ஸில் ஏற்றினோம். ஆம்புலன்ஸில் வந்த அவசர சிகிச்சை பிரிவினர் அக்காவுக்கு ஆக்ஸிஜன் கொடுத்தார்கள். நானும்

சிவக்குமாரும் ஆம்புலன்ஸில் பயணித்தோம். மருத்துவமனைக்கு முதல்வர் கொண்டு செல்லப்படும் தகவல் தெரிவிக்கப்பட்டதால், சாலை போக்குவரத்து கட்டுப்படுத்தப்பட்டு 15 நிமிடங்களில் இரவு 10:20 மணியளவில் அப்போலோ சென்றடைந்தோம். ஆம்புலன்ஸ் கிரீம்ஸ் ரோட்டில் திரும்பிய போது, அக்கா சட்டெனக் கண் விழித்து என்னைப் பார்த்து, 'எங்கிருக்கிறேன்' என்றார். அப்போதுதான் எனக்கு உயிரே வந்தது. 'அப்போலோ ஆஸ்பிட்டலுக்கு போயிட்டு இருக்கோம். கவலைப்படாதீங்க' என்றேன். என் கையை தன் விரல்களால் அக்கா இறுக்கமாகப் பிடித்துக் கொண்டார்.

அப்போலோ வந்ததும் ஸ்டிரெச்சரில் இருந்து அக்காவை இறக்கி, தரை தளத்தில் உள்ள அவசர சிகிச்சைப் பிரிவுக்குக் கொண்டு சென்று சிகிச்சை அளிக்கப்பட்டது. கொஞ்ச நேரத்திலேயே அக்கா மயக்கம் தெளிந்து, சகஜ நிலைக்குத் திரும்பினார். அன்று நள்ளிரவில் அவசர சிகிச்சை பிரிவில் இருந்து இரண்டாம் தளத்திலுள்ள MDCCU பிரிவிற்கு டாக்டர்கள் மாற்றினார்கள். அவசர சிகிச்சைப் பிரிவில் இருந்து அக்காவை ஸ்டிரெச்சரில் சாய்வாக உட்கார வைத்துத் தள்ளி கொண்டு வெளியே வந்தபோது, தலைமைச் செயலாளர் ராம மோகன ராவ், அரசின் ஆலோசகர் ஷீலா பாலகிருஷ்ணன், முதலமைச்சரின் செயலாளர்கள் வெங்கட்ராமன், ராமலிங்கம், ஜெயஸ்ரீ முரளிதரன், தனி பாதுகாப்பு அதிகாரிகள் வீரப்பெருமாள், பெருமாள்சாமி, கனகராஜ், கருப்பசாமி, காவல் துறை உயர் அதிகாரிகள், அப்போலோ துணைத் தலைவர் ப்ரீதா ரெட்டி உட்படப் பலரும் அவசர சிகிச்சைப் பிரிவின் வாசலிலேயே நின்றிருந்தனர். அக்காவைப் பார்த்துக் கைகூப்பி அவர்கள் வணக்கம் சொன்னார்கள். அக்கா அனைவரையும் பார்த்துத் தலையசைத்து விட்டு சென்றார்" என வாக்குமூலத்தில் சொல்லியிருந்தார் சசிகலா.

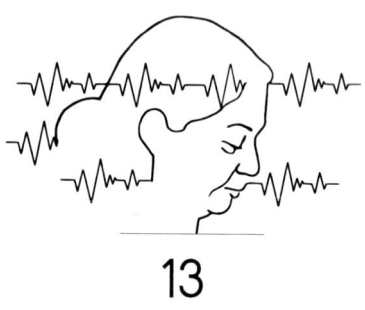

13
காவிரி முதல் கவர்னர் வரை!

காவிரி, கவர்னர் விசிட், லண்டன் டாக்டர், எய்ம்ஸ், டிரை காஸ்டமி பற்றி எல்லாம் வாக்குமூலத்தில் சசிகலா பதிவு செய்திருந்தார்.

"அப்போலோவில் அனுமதித்த அடுத்த நாள் முதல், அக்கா நன்றாகப் பேசினார். 'ஆஸ்பிட்டலுக்கு போகலாம்னு சசி கட்டாயப்படுத்திட்டு இருந்தா... நேத்து மயக்கமா இல்லேன்னா என்னை இங்க கூட்டிட்டு வந்திருக்க முடியுமா?' என டாக்டர்களிடம் அக்கா சிரித்தபடி சொன்னார். வீட்டுக்குப் போவதில் அக்கா பிடிவாதமாக இருந்தார். 'மூன்று நாட்கள் மருத்துவமனையில் அப்சர்வேஷனில் இருக்க வேண்டும்' என டாக்டர்கள் சொன்னார்கள்.

இரண்டாம் தளத்திலுள்ள MDCCU வார்டில் இருந்து தரை தளத்திற்கு ஸ்கேன் எடுக்க அக்காவை அழைத்துச் சென்ற போது, அங்கிருந்த தனி பாதுகாப்பு அதிகாரிகள் வீரப்பெருமாள், பெருமாள்சாமி ஆகியோரைப் பார்த்து, 'நான் சரியாயிட்டேன்' என்றார். அதனை தூரத்தில் இருந்த அன்றைய அமைச்சர்கள் பன்னீர்செல்வம், சி.விஜயபாஸ்கர், நாடாளுமன்ற மக்களவை துணை சபாநாயகர் தம்பிதுரை ஆகியோர் பார்த்தனர்.

காவிரி விவகாரம் குறித்து அக்காவின் அறையிலேயே செப்டம்பர் 27-ம் தேதி ஆலோசனை நடைபெற்றது. அதில், அன்றைய தலைமைச் செயலாளர் ராம மோகன ராவ், அட்வகேட் ஜெனரல் முத்துக்குமாரசாமி, அரசின் ஆலோசகர் ஷீலா பாலகிருஷ்ணன், முதல்வரின் செயலாளர்கள் வெங்கடராமன், ராமலிங்கம் ஆகியோர் பங்கேற்றனர். காவிரி தொடர்பாக அறிவுரைகளை அக்கா வழங்கினார். சிவக்குமாரும் நானும் டாக்டர்களும் சற்று தள்ளி இருந்தோம். அக்கா சொல்லச்சொல்ல அதிகாரிகளால் குறிப்புகள் எடுக்கப்பட்டன. அதில், அக்கா கைப்படவே திருத்தங்களையும் செய்தார். 'முதல்வருடன் அதிகாரிகள் இருக்கும் போட்டோ எடுக்க வேண்டும்' என அதிகாரிகள் சொல்ல, முதலில் ஏற்றுக் கொண்ட அக்கா பிறகு யோசித்துவிட்டு, 'விரைவில் வீடு திரும்புவேன். ஆஸ்பிட்டல் போட்டோ வேண்டாம்' என்றார். அன்று நள்ளிரவில் அக்காவுக்கு மூச்சு விடுவதில் சிரமம் ஏற்படவே, வென்டிலேட்டர் (செயற்கை சுவாச கருவி) பொருத்தப்பட்டது.

அக்காவுக்குத் தொற்று பரவி விடக்கூடாது என்பதால், வெளிநபர்களை அனுமதிக்கவில்லை. கவர்னர் வித்யாசாகர் ராவ் அக்டோபர் 1-ம் தேதி கண்ணாடி வழியாக அக்காவைப் பார்த்தார். மீண்டும் அக்டோபர் 22-ம் தேதி கண்ணாடிக்கு வெளியே இருந்து பார்த்தார். கவர்னரைப் பார்த்ததும் அக்கா கைகளை உயர்த்தினார்.

ஒவ்வொரு நாளும் வரும் அமைச்சர்கள், முதல்வர் அலுவலக அதிகாரிகள், சுகாதாரத் துறை செயலாளர், கட்சியின் முக்கிய நிர்வாகிகள் ஆகியோர் அப்போலோ தலைவர் அறையில் நடக்கும் அன்றாட விளக்கக் கூட்டத்தில் பங்கேற்பார்கள். இதில், எடப்பாடி பழனிச்சாமி, பன்னீர்செல்வம், தம்பிதுரை உள்ளிட்டோர் பங்கேற்றனர். சிகிச்சை விவரங்களைச் சுகாதாரத் துறை அமைச்சர் விஜயபாஸ்கர், சுகாதாரத் துறை செயலாளர் ராதாகிருஷ்ணன், தம்பிதுரை ஆகியோர் நேரடியாகத் தெரிந்துகொண்டு, அப்போலோவுக்கு வரும் வி.ஐ.பி-களிடம் விளக்கமளித்தனர்., என்னைப் பார்க்க விரும்பிய முக்கியஸ்தர்களை MDCCU வார்டுக்கு அருகில் சந்தித்தேன்.

நீண்ட காலமாக அக்கா டயபர் அணிந்ததால், சிறுநீர் பாதையில் இருந்த தொற்று ரத்தத்தில் கலந்திருக்கலாம் என்று சிகிச்சை மேற்கொள்ளப்பட்டது. 'நீண்ட நாள் வென்டிலேட்டரில் இருந்தால், சுவாசக் குழாய் மூலமாக நோய்த் தொற்று முதல்வருக்கு ஏற்படும்' என எய்ம்ஸ் டாக்டர்கள் அறிவுறுத்தியதால், டிரைகாஸ்டமி கருவி 2016 அக்டோபர் 7-ம் தேதி அக்காவுக்குப் பொருத்தப்பட்டது.

லண்டன் டாக்டர் ரிச்சர்ட் பியெல் வரவழைக்கப்பட்டு, அவருடைய ஆலோசனைப்படி சிகிச்சைகள் அளிக்கப்பட்டன.

'முதல்வர் பயணம் செய்யும் அளவிற்கு உடல் நலன் தயாரான பிறகு நானே வந்து, லண்டன் அழைத்துச் சென்று சிகிச்சை அளிக்கிறேன்' என்று ரிச்சர்ட் பியெல் சொன்னார். எய்ம்ஸ் டாக்டர்கள் மற்றும் ரிச்சர்ட் பியெல் ஆலோசனைகளால் அக்காவின் உடல் நிலை தேறியது. மீண்டும் சென்னை வந்த ரிச்சர்ட் பியெல், 'முதல்வரின் உடல் நிலையில் பெரும் முன்னேற்றம் ஏற்பட்டுள்ளது. அப்போலோவின் உயர்தர சிகிச்சையால் விரைவாக முன்னேறி வருகிறார். அதனால், வெளிநாட்டுச் சிகிச்சை தற்போது தேவை இல்லை. இங்குள்ள அதிநவீன மருத்துவ உபகரணங்கள் எங்கள் மருத்துவமனைகளில் கூட இல்லை' என்றார். சிங்கப்பூர் மவுண்ட் எலிசபத் மருத்துவமனையின் பிசியோதெரபி குழுவினர் சீமா, ஜீடிபா, மேரி ஆகியோர் சென்னையில் தங்கி, அக்காவுக்குத் தொடர் சிகிச்சை கொடுத்தனர்.

டியூப் வழியாகத் திரவ உணவு அக்காவுக்குக் கொடுக்கப்பட்டு வந்தது. டிரைகாஸ்டமி பொருத்தப்பட்ட 10 நாட்களில், 'அசௌரியமாக இருக்கிறது' என்று சொல்லி உணவு குழாயை அக்காவே எடுத்துவிட்டார். அதன்பிறகு வாய்வழியாகவே உணவை உட்கொண்டார். அப்போலோ சமையலறையில் இருந்து இட்லி, பொங்கல், வடை ஆகியவை அக்கா விருப்பத்தின் பேரில் கொடுக்கப்பட்டது.

MDCCU வார்டில் இருந்த போது அக்காவுக்கு விருப்பமான பக்தி பாடல்கள் பென்டிரைவில் பதிவு செய்து கொடுக்கப்பட்டது. அதனை அவ்வப்போது கேட்டார். டிரைகாஸ்டமி பொருத்தப் பட்டிருந்த போது பேசுவதற்குப் பயிற்சியும் அளிக்கப்பட்டது. அதன் பிறகு அக்கா பேசிய போது அவர் வழிபடும் இஷ்ட தெய்வங்களின் பெயர்களைச் சொன்னார். MDCCU வார்டில் அந்த இஷ்ட தெய்வங்களின் கலர் புகைப்படங்கள் ஒட்டப்பட்டன.

2016 நவம்பர் 19-ம் தேதிக்குப் பிறகு இரண்டாவது தளத்தில் அக்காவுக்கு தனி அறை கொடுக்கப்பட்டது. அதன் அருகிலேயே சிறிய அறையில் நான் தங்கினேன். அக்கா விரும்பியபடி பசுமையாக இருக்க பிளாஸ்டிக் செடி மரங்களை அக்காவின் அறைக்கு அருகில் வைத்தேன். அதோடு, இஷ்ட தெய்வ படங்களும் ஒட்டப்பட்டன. டி.வி. மற்றும் டாட்டா ஸ்கை செட் அப் பாக்ஸ் வசதியும் செய்து தரப்பட்டது. அறையிலேயே இரண்டு செவிலியர்கள் ஷிப்ட் முறையில் இருப்பார்கள். வாயிலை ஒட்டியே ஒரு டாக்டரும் ஒரு செவிலியரும் இருந்தனர். அடிக்கடி சிறப்பு மருத்துவர்களும் வந்து அக்காவைப் பார்த்தனர். நல்ல சிகிச்சையால் அக்காவின் உடல் நிலை தேறி வந்தது" என வாக்குமூலத்தில் விவரித்திருந்தார் சசிகலா.

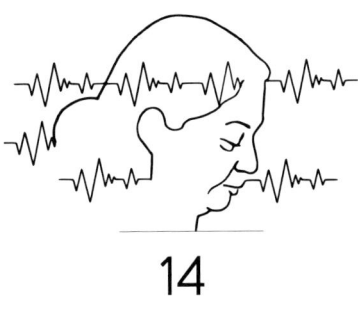

14

கடைசி நிமிடங்கள்!

உடல்நலம் தேறிவந்த ஜெயலலிதா, எப்படி இறந்தார்? என்பதை வாக்குமூலத்தில் பதிவு செய்திருந்தார் சசிகலா.

"அக்கா படிப்படியாக நடக்க ஆரம்பித்தார். மூச்சுப் பயிற்சியையும் செய்தார். நுரையீரல் தொற்றுக்காக சிகிச்சை அளிக்கப்பட்டது. நுரையீரலில் இருந்து திரவத்தை அவ்வப்போது வெளியேற்றுவார்கள். ஊட்டச்சத்துக்காக புரோட்டின் சப்ளிமெண்ட்டை கொடுத்தனர். அக்கா விருப்பப்படி அப்போலோ சமையலறையில் இருந்தே உணவுகள் வழங்கப்பட்டன.

தஞ்சாவூர், அரவக்குறிச்சி, திருப்பரங்குன்றம் தொகுதிகளுக்குத் தேர்தல் தேதி அறிவிக்கப்பட்டது. நீண்ட நாட்களாக அக்காவின் நரம்புகளில் செலுத்தப்பட்ட சலைன் டியூப்களினால் கைகளில் வீக்கம் ஏற்பட்டு, கையெழுத்துப் போடமுடியாமல் போனது. இதனால், அரசு மருத்துவர் பாலாஜியின் முன்னிலையில் அ.தி.மு.க. வேட்பாளர்களுக்கு சின்னம் ஒதுக்கும் ஃபார்ம் A, B படிவங்களில் அக்கா கைரேகைகளைப் பதிந்தார்.

தனி அறைக்கு மாற்றப்பட்ட பிறகு வெளிநாட்டில் மேல் சிகிச்சை பெற, நான் எவ்வளவோ வற்புறுத்தியும், 'எனக்கு சரியாகிவிட்டது. உடற்பயிற்சி செய்ய ஆரம்பித்துவிட்டேன். வெளிநாடு தேவையில்லை' என்று அக்கா பிடிவாதமாக மறுத்துவிட்டார். டிஸ்சார்ஜ்

ஆகி போயஸ் கார்டனுக்கு போக 29.12.2016-ம் தேதியை நல்ல நாள் என அக்கா முடிவெடுத்தார். நானும் வீட்டுக்குப் போய் பூஜையறையில் பூஜை செய்து வந்தேன். வீட்டில் அக்கா படியேறாமல் இருக்கப் பெரிய லிப்ட் வசதியும் சிகிச்சைக்குப் பிறகு ஓய்வு எடுக்க உரிய ஏற்பாட்டையும் செய்தேன். அப்போலோவில் அக்காவுக்கு விஷேமான உடைகளும் பிசியோதெரபி செய்ய, பெரிய மேஜை, இருக்கைகளும் கொண்டு வரப்பட்டன.

தலைமைச் செயலாளர் ராம மோகன ராவ் அவ்வப்போது வணக்கம் சொல்வார். அதனை அக்காவும் ஏற்றுக்கொள்வார். டாக்டர்கள், செவிலியர்களுடன் பலமுறை பேசியிருக்கிறார். வீட்டுப் பணியாளர்கள், பாதுகாப்பு அதிகாரிகள் ஆகியோர் தனி அறையில் கண்ணாடி வழியாக அக்காவைப் பார்த்தனர். நிலோபர் கபில் உட்பட சில அமைச்சர்களும் பார்த்தனர். முதல்வரைப் பார்க்க விரும்பியவர்களின் விவரத்தை அக்காவிடம் சொன்னதும், ‘பெங்களூர் சிறையிலிருந்து ஜாமீனில் வந்த பின்பு, யாரையும் பார்க்காமல் கர்நாடக உயர்நீதிமன்ற விடுதலைக்குப் பிறகு எப்படி அனைவரையும் பார்த்தேனோ, அப்படி பூரண நலம் பெற்று போயஸ் கார்டன் திரும்பியதும் எல்லாரையும் பார்க்கிறேன். அதுவரையில் யாரும் பார்க்க வேண்டாம்’ என்றார். அவர் விரும்பினால் மட்டுமே அக்காவை யாரும் சந்திக்க முடியும்.

ஜெயா டிவி-யில் ஒளிபரப்பப்பட்ட ஜெய வீர ஹனுமான் சீரியல்களையும் பிடித்த பழைய பாடல்களையும் கொண்டு வரச்சொல்லி டி.வி-யில் பார்த்தார். அமெரிக்காவின் இதய நோய் நிபுணர் டாக்டர் சமின் சர்மாவும் எய்ம்ஸ் மருத்துவக் குழுவினரும் ‘முதல்வரின் மனதிடமே அவருடைய முன்னேற்றத்திற்குக் காரணம். வீட்டிற்குப் போனதும் நீங்கள் ஒரு டாக்டர் போல செயல்பட வேண்டும். இனி அவருக்கு எந்த பிரச்னையும் இல்லை’ என்று என்னிடம் சொன்னார்கள்.

இப்படி அக்காவின் உடல்நிலை சீராகவே இருந்தது. நலமாகவே ஓய்வெடுத்து வந்தார். கடைசியாக 2016 டிசம்பர் 4-ம் தேதியன்று மாலை 4.20 மணியளவில் அக்கா கேட்ட பன் மற்றும் காபியை நர்ஸ் கொண்டு வந்தார். கட்டிலில் கால் நீட்டி உட்கார்ந்தபடி டி.வி-யில் ‘ஜெய வீர ஹனுமான்’ சீரியல் அக்கா பார்த்துக் கொண்டிருந்தார். ‘சீரியல் முடிஞ்சதும் காபியை எடுத்துக்கறேன்’ என்றவரிடம், ‘சூடு ஆறிவிடும்’ என்றேன். ‘சற்று பொறு சசி’ என்றார். சீரியல் முடிந்து, காபியைக் கையில் வாங்கியதும் அக்காவின் உடலில் பெரிய நடுக்கம் ஏற்பட்டது. நாக்கு ஒரு பக்கமாகத் துறுத்த, பல்லைக் கடித்துக்கொண்டே சத்தமிட்டார். ‘அக்கா... அக்கா” எனக் கத்தினேன். இருகரங்களையும் உயர தூக்கி என்னை நோக்கிக் கொண்டுவந்தார். கதறியபடி அக்காவைத் தாவிப் பிடித்தேன்.

படுக்கையில் சாய்ந்தார். சிறப்பு மருத்துவர்கள் விரைந்து வந்தனர். டாக்டர் ஒருவர், முதல்வரின் காதுக்கு அருகில் என்னைச் சத்தமாகக் கூப்பிடச் சொன்னார். ‘அக்கா... அக்கா’ என்று பலமாகக் கத்தினேன். இருமுறை என்னை அக்கா பார்த்தார். பிறகு கண்களை மூடிவிட்டார்.

‘திடீர் மாரடைப்பு ஏற்பட்டுள்ளது. உடனடியாக அறுவை சிகிச்சை செய்ய வேண்டும்’ என டாக்டர்கள் என்னை வெளியே போகச் சொல்லிவிட்டனர். கத்தி கூச்சலிட்டு, மயங்கிவிட்டேன். மயக்கம் தெளிந்த போது அக்காவுக்கு எக்மோ கருவி பொருத்தப்பட்டு, தீவிர சிகிச்சைகள் நடந்து வந்தது. அதன் பிறகு அறுவை சிகிச்சை அறைக்கு அக்காவைக் கொண்டு சென்று சிகிச்சை அளித்தனர். ‘எக்மோ இணைத்துள்ளோம். செயல் இழந்த இதயம் செயல்படக்கூடும்’ என மருத்துவர்கள் கூறினார்கள். ‘அக்கா எப்படியும் பிழைத்து விடுவார். அதிசயம் நடக்கும். நம்பிக்கையோடு சிகிச்சை அளியுங்கள்’ என சொன்னேன். டிசம்பர் 5-ம் தேதி இரவு வரையில் எந்த முன்னேற்றம் ஏற்படவில்லை. ‘இதற்கு மேலும் முன்னேற்றம் ஏற்படாது’ என மருத்துவர்கள் என்னிடம் சொன்னார்கள். அக்கா இறந்த தகவலைக் கேட்ட உடனேயே நான் கதறி மீண்டும் மயக்கமானேன்.

அதன்பிறகு இறுதிச் சடங்கு ஏற்பாடுகள் நடந்தன. நடப்பது எல்லாம் எனக்குக் கனவில் நடப்பது போலவே இருந்தது. அக்காவின் விருப்ப உடைமைகள் அவருக்கு அணிவிக்கப்பட்டன.போயஸ் கார்டனுக்கு உடல் கொண்டு செல்லப்பட்டு, குடும்ப சம்பிரதாயங்கள் படி சடங்குகளை நானும் அக்காவின் அண்ணன் மகன் தீபக்கும் செய்தோம். ராஜாஜி ஹாலில் அஞ்சலிக்காக உடல் கொண்டு செல்லப்பட்டது. ஆட்சிக்கு குந்தகம் ஏற்படாமல் இருக்க, முக்கிய நிர்வாகிகளை அழைத்து பன்னீர்செல்வத்தை முதல்வராக ஏற்றுக் கொண்டு ஒத்துழைப்பு கொடுக்க கட்சியினருக்கு வேண்டு கோள் வைத்தேன். அதன்படி பன்னீர்செல்வம் அமைச்சரவை பதவியேற்றது.

நல்லடக்கம் முடிந்ததும் நடைப்பிணமாகத்தான் போயஸ் கார்டனுக்கு திரும்பினேன். அக்காவுக்கு அர்ப்பணித்த எனது வாழ்க்கை அன்று வெறுமையாகிவிட்டது. அக்காவின் மரணத்தை என்னால் இன்றளவும் ஜீரணிக்க முடியவில்லை. அக்காவை ஒரு குழந்தையைப் போலவே தாய் ஸ்தானத்தில் இருந்து, பார்த்து வந்தேன். தேவைகள் தெரிந்து, அவர் மனவிருப்பப்படி செயல்பட்டு வந்தேன். பூரண குணமடைந்த நிலையில், மாரடைப்பால் ஏற்பட்ட அக்காவின் மரணம் எனக்கு எந்த வகையிலும் ஈடு செய்யமுடியாத பேரிழப்பாகும். அப்போலோவில் அக்காவுக்கு சிறப்பான சிகிச்சை அளித்தனர் என்பதில் மாற்றுக் கருத்தில்லை” என வாக்குமூலத்தில் சொல்லியிருந்தார் சசிகலா.

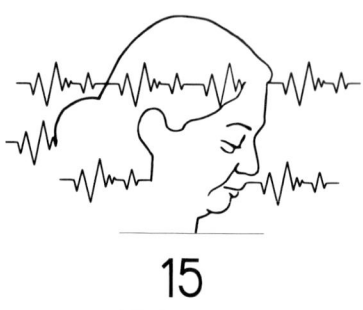

15
சதி... விதி... சசிகலா!

'ஜெயலலிதாவுடன் எந்த உரசலும் இல்லை' என்பதைப் பதிவு செய்ய 2011-ம் ஆண்டு தன்னுடைய குடும்பம் வெளியேற்றப் பட்டதற்கான பின்னணியை வாக்குமூலத்தில் சசிகலா விவரித்திருந்தார்.

"எனக்கும் அக்காவிற்கும் எந்த பிரச்னையும் இருந்ததில்லை. 2011 இறுதியில் துக்ளக் ஆசிரியர் சோ அளித்த தவறான தகவல்களாலும் அவரது தூண்டுதலால் செயல்பட்ட சிலரின் நடவடிக்கையாலும் சோவின் முன்னிலையில் அக்கா என்னை அழைத்து, 'சோ சில தகவல்களை சொல்கிறார். அதுபற்றி முழுமையாக பிறகு சொல்கிறேன். அதுவரை தியாகராயர் நகரில் இரு' என்றார். மறுபேச்சு இல்லாமல் 'சரி' என்றேன். வாசல் வரை வந்து அக்கா என்னை அனுப்பினார்.

அவதூறான தகவல்களை சோவும் அவருடன் இருந்தவர்களும் அக்காவிடம் சொன்னதால், என் குடும்பத்தினர் மீது வழக்குகள் தொடரப்பட்டன. சில நாட்களுக்குப் பிறகு அக்கா, தொலைபேசியில் பேசினார். 2011-ல் கட்சி நலனுக்கு எதிராகச் செயல்பட்டவர்களை அக்கா ஒதுக்கி வைத்தார். அவர்கள், எனக்கு எதிராக பொய்

செய்திகளைப் பரப்பினார்கள். அதனை அக்கா பொய் எனக் கண்டறிந்தார். 'எனக்கு வந்தவை தவறான தகவல்கள். உடனே நீ போயஸ் தோட்டத்துக்கு வா' என்று அக்கா சொன்னார்.

'சசி குடும்பத்தார் பற்றிய செய்திகளும் நீங்கள் தந்த தகவல்களும் பொய். எனவே சசியை அழைக்க முடிவெடுத்துள்ளேன்' என சோவிடம் அக்கா சொன்னதும், '30 வருடங்களாக உங்களுடன் இருந்த சசிகலாவை அவசரப்பட்டு நீக்கியது தவறு என்று வெளியில் பேசுவார்கள். ஆகவே, மன்னிப்பு கடிதங்கள் கொடுத்தது போல எழுதி வாங்கி சேர்த்துக் கொள்ளுங்கள்' என்று சோ சொன்னதாக அக்கா என்னிடம் சொன்னார். அதற்கு அக்காவிடம், 'உங்கள் மரியாதையே எனக்கு முக்கியம். மன்னிப்பு கடிதம் கொடுக்கிறேன். எந்த தவறும் செய்யாத எனது குடும்பத்தார் வழக்குகளை சந்தித்து கஷ்டப்பட்டுவிட்டனர். அவர்கள் விலகியே இருக்கட்டும்' என்றேன்.

சோ தயாரித்து கொடுத்த கடிதத்தில் கையெழுத்திட்டு, 28.3.2012 அன்று கொடுத்தேன். என் மீதான நடவடிக்கையை அக்கா ரத்து செய்ததால், போயஸ் கார்டனுக்கு திரும்பினேன். பொய் வழக்குகளில் இருந்து என் குடும்பத்தினர் வழக்காடி வெளியே வந்தனர். அக்கா வற்புறுத்திக் கூப்பிட்ட போது, என் குடும்பத்தினர் போயஸ் கார்டனில் அக்காவைப் பார்த்துச் சென்றனர். அப்போலோவிலும் கண்ணாடி வழியாக பார்த்தனர். என் தம்பி திவாகரனின் மகள் ராஜமாதங்கியும் மருமகன் விக்ரமும் அப்போலோவில் மருத்துவர்களாக பணியாற்றுகிறார்கள். சிகிச்சையின் போது அவர்களுடன் அக்கா நன்றாகப் பேசினார்" என வாக்கு மூலத்தில் சசிகலா குறிப்பிட்டிருந்தார்.

'ஜெயலலிதா மரணத்துக்கும் எனக்கும் எந்த சம்பந்தமும் இல்லை' என்பதை சொல்லத்தான் இந்த உரசல் விஷயத்தை சசிகலா குறிப்பிட்டிருந்தார். இது எந்த அளவுக்கு உண்மை? எனப் பார்ப்போம்.

2011 டிசம்பர் 19-ம் தேதி அன்றுதான், அ.தி.மு.க-வில் இருந்து சசிகலா உள்ளிட்ட மன்னார்குடி குடும்பத்தினரை மொத்தமாக ஜெயலலிதா நீக்கினார். 'சசிகலா, நடராசன், சுதாகரன், திவாகரன், தினகரன், பாஸ்கரன், டாக்டர் வெங்கடேஷ் உட்பட 20 பேரைக் கட்டம் கட்டினார். இதற்குப் பின்னணி இருந்தது. 2011 சட்டசபைத் தேர்தலில் வென்று, ஜெயலலிதா ஆட்சியை பிடித்தார். இரண்டாவது அதிகார மையமாக சசிகலா ஆதிக்கம் செலுத்தினார். அது ஜெயலலிதாவின் ஆட்சிக்கே உலைவைக்க முயன்றது. அரசைக் கவிழ்த்துவிட்டு, ஆட்சியை பிடிக்க நடத்திய சதிதான், சசிகலா குடும்பம் கூண்டோடு நீக்கப்பட்டதற்குக் காரணமாக அமைந்தது. சொத்துக் குவிப்பு வழக்கு அப்போது

பெங்களூரு சிறப்பு நீதிமன்றத்தில் நடைபெற்று வந்தது. அதில், ஒரு வேளை ஜெயலலிதாவுக்குப் பாதகமாகத் தீர்ப்பு வந்தால், முதல்வர் பதவியை இழக்க நேரிடலாம். அதைப் பயன்படுத்தி ஆட்சியைப் பிடிக்க சசிகலா குடும்பத்தினர் திட்டமிட்ட தகவல் உளவுத் துறை மூலம் ஜெயலலிதாவுக்கு வந்து சேர்ந்தது.

1996 சட்டமன்றத் தேர்தல் தோல்விக்கு வளர்ப்பு மகன் சுதாகரன் திருமணம்தான் முக்கிய காரணம் என்பதால், சுதாகரன் மீது கடும் கோபத்தில் இருந்தார் ஜெயலலிதா. 2001-ல் ஆட்சிக்கு வந்ததும் சுதாகரனை கஞ்சா வழக்கில் உள்ளே தூக்கிப் போட்டார். 'சுதாகரனுடன் எந்த தொடர்பும் வைத்துக் கொள்ளக் கூடாது' என்ற ஜெயலலிதாவின் கட்டளையை மீறி, அவருடன் சசிகலா தொடர்பில் இருந்தார். 2011 இறுதியில் சொத்துக் குவிப்பு வழக்கு விசாரணையின் போது கோர்ட் ஹாலில் சசிகலா, இளவரசிக்கு நடுவில் சுதாகரன் அமர்ந்து கொண்டிருந்தது முதல்வர் ஜெயலலிதாவின் கவனத்துக்குப் போனது. சித்தி சசிகலாவின் பக்கத்தில் உட்கார்ந்து உற்சாகமாக சுதாகரன் பேசிய காட்சியைத் தமிழ்நாட்டில் இருந்து வந்திருந்த உளவு போலீஸார் கவனித்தனர். மன்னார்குடி குடும்பத்தின் முக்கிய தலைகள் பெங்களூருவில் ரகசியமாக ஆலோசனை நடத்தியது அனைத்தும் உளவு பார்க்கப்பட்டு, ஜெயலலிதாவின் காதுகளுக்குப் போனது.

அப்போது குஜராத் முதல்வராக இருந்த நரேந்திர மோடிக்கும் ஜெயலலிதாவுக்கும் இடையே நல்ல நட்பு இருந்தது. ஒருமுறை ஜெயலலிதா உடல்நிலை பற்றி அக்கறையோடு விசாரித்த மோடி, சில யோசனைகளையும் ஜெயலலிதாவுக்கு சொன்னார். அதோடு, சகல பயிற்சிகளையும் முடித்த சீனியர் நர்ஸ் ஒருவரைக் குஜராத்தில் இருந்து சென்னைக்கு அனுப்பினார். ஜெயலலிதாவின் உணவு முறை தொடங்கி உடல் பயிற்சி வரை அந்த நர்ஸ் பார்த்துக் கொண்டார். குஜராத் நர்ஸின் வருகையை சசிகலா விரும்பவில்லை. ஜெயலலிதாவின் மருந்துகள், டயட் இரண்டையும் குஜராத் நர்ஸ் தன் கன்ட்ரோலில் எடுத்துக் கொண்டார். இந்த சூழலில் மோடி ஒரு நாள் ஜெயலலிதாவுக்கு போன் செய்து, 'நான் அனுப்பி வைத்த நர்ஸை யாரோ மிரட்டுவதாகக் கேள்விப்பட்டேன்' எனச் சொல்லியிருக்கிறார். அதன்பிறகு போயஸ் கார்டனில் பிரளயமே வெடித்தது.

அந்த நர்ஸை அழைத்து, "உன் வேலை மருந்து கொடுப்பதுதான். டயட் பற்றி எல்லாம் நீ ஏன் பேசுகிறாய்? அதெல்லாம் எங்களுக்குத் தெரியும். அவருக்கு வாய்க்கு ருசியாக உணவு கொடுக்கிறோம். அதில், தலையிடக் கூடாது. இனி, அக்காவின் அறைக்குப் போகக் கூடாது' என்று சசிகலா கண்டிஷன் போட்ட விஷயம் ஜெயலலிதாவின்

கவனத்துக்கு வந்தது. இப்படி தனக்கு எதிராக சசிகலாவின் உறவினர்கள் சதி வலை பின்னுகிறார்கள் என்ற சந்தேகம் ஜெயலலிதாவுக்கு வந்த பிறகுதான் பெங்களூரு விஷயங்களைக் கேட்டறிய ஆரம்பித்தார். கிடைத்த தகவல்கள் அதிர்ச்சியை ஏற்படுத்த, தனக்குத் தெரிந்த மன்னார்குடி பெயர்களை எல்லாம் மொத்தமாக எழுதி கட்சியை விட்டு நீக்கினார்.

அதற்கு அடுத்த நாள், கிறிஸ்துமஸ் விழாவில் பேசிய ஜெயலலிதா, "நாம் ஒவ்வொருவரும் பகை, சுயநலம் இல்லாமல், வாழ வேண்டும். சுயநலமின்றி பிறருக்காக வாழும் வாழ்க்கை, ஆரம்பத்தில் கசக்கும். ஆனால், முடிவில் இனிக்கும்" எனச் சொன்ன வார்த்தைகளில் அர்த்தங்கள் ஆயிரம் இருந்தன. சசிகலா நீக்கப்பட்டு 12 நாட்கள் கழித்து, கூடிய அ.தி.மு.க பொதுக்குழுவில் பேசிய ஜெயலலிதா, "கட்சிக்குத் துரோகம் செய்துவிட்டு இந்த கட்சியில் இடமில்லை என்று நீக்கிய பிறகும் அந்தக் கட்சியைச் சார்ந்தவர்களை விடாப்பிடியாகத் தொடர்பு கொண்டு, 'நாங்கள் மீண்டும் உள்ளே வருவோம். மீண்டும் செல்வாக்குடன் இருப்போம். இப்போது எங்களை பகைத்துக் கொண்டால் நாளை நாங்கள் மீண்டும் உள்ளே வந்து பழிவாங்குவோம். அதனால், எங்களை பகைத்துக் கொள்ளாதீர்கள்' என்று சொல்பவர்களுக்கும் கட்சித் தலைமையின் மீதே சந்தேகம் வருகிற அளவுக்குப் பேசுபவர்களுக்கும் மன்னிப்பே கிடையாது" என கர்ஜித்தார்.

சசிகலா குடும்பத்தினரின் பழைய புகார்களை ஜெயலலிதா தோண்டி எடுத்து, வழக்குப் பதிவு செய்து கைது செய்தார். இந்த நாடகம் எல்லாம் சில காலம்தான். அடுத்த மூன்று மாதங்களில் சசிகலாவிடம் மட்டும் மன்னிப்பு கடிதம் எழுதி வாங்கி, ஜெயலலிதா சேர்த்துக் கொண்டார். அதற்காக 2012 மார்ச் 28-ம் தேதி சசிகலா வெளியிட்ட அறிக்கை, அரசியல் முக்கியத்துவம் வாய்ந்தது. "அரசியல் ஆசை இல்லை; கட்சிப் பதவிக்கு வர விரும்பவில்லை; எம்.பி. எம்.எல்.ஏ-வாக வேண்டும் என்ற எண்ணம் இல்லை; அமைச்சர் பதவி வேண்டாம்" என்றெல்லாம் அந்த அறிக்கையில் உருகிய சசிகலா, சொன்னது அத்தனையும் அக்மார்க் பச்சை பொய்கள். அந்த அறிக்கையில் சசிகலா என்ன சொல்லியிருந்தார்?

"என்னுடைய உறவினர்கள் நான் அக்காவுடன் வாழ்ந்ததை வைத்து, எனது பெயரைத் தவறாகப் பயன்படுத்தி விரும்பத்தகாத செயல்களில் ஈடுபட்டனர். அக்காவுக்கே எதிரான சில சதித் திட்டங்கள் தீட்டப்பட்டன என அறிந்தபோது பெரிதும் அதிர்ச்சியுற்றேன். மிகுந்த வேதனை அடைந்தேன். இவை எல்லாம் எனக்கே தெரியாமல் நடந்தவை. கனவிலும் அக்காவுக்கு நான் துரோகம் நினைத்ததில்லை. என் உறவினர்கள் என்று சொல்லி

அக்காவுக்கு எதிரான நடவடிக்கைகளில் ஈடுபட்டவர்கள் செய்தது மன்னிக்க முடியாத துரோகம். அக்காவுக்குத் துரோகம் புரிந்தவர்கள் எனக்கும் வேண்டாதவர்கள்தான். அவர்களுடனான தொடர்புகளைத் துண்டித்து விட்டேன். அவர்களுடன் எனக்கு எந்தவித ஒட்டுமில்லை; உறவுமில்லை. அரசியலில் ஈடுபட வேண்டும்; கட்சியில் பெரிய பொறுப்பு வகிக்க வேண்டும்; சட்டமன்ற, நாடாளுமன்ற உறுப்பினர் ஆகவேண்டும்; அமைச்சர் பதவியை அடைய வேண்டும்; ஆட்சியில் பங்கேற்க வேண்டும் என எனக்குத் துளியும் ஆசையில்லை. பொது வாழ்வில் பங்கு பெற விருப்பமும் இல்லை. அக்காவுக்கு உண்மையான தங்கையாக இருக்கவே விரும்புகிறேன்" என நீண்ட விளக்கம் அளித்தார் சசிகலா.

இதை ஏற்றுத்தான், 2012 மார்ச் 31-ம் தேதி சசிகலாவை மட்டும் ஜெயலலிதா சேர்த்துக் கொண்டார். "கட்சியில், ஆட்சியில் பங்கேற்க வேண்டும் என்ற ஆசையில்லை" என 2012-ல் சொன்ன சசிகலாதான், 2016-ல் ஜெயலலிதா சமாதியின் ஈரம் காய்வதற்குள் அ.தி.மு.க பொதுச் செயலாளர் ஆனார். முதல்வர் நாற்காலியில் அமரவும் துடித்தார். "அவர்களுடன் எனக்கு எந்தவித உறவுமில்லை" என்று சொன்னவர்தான் தினகரனைக் கட்சியின் துணை பொதுச் செயலாளர் ஆக்கினார். ஜெயலலிதாவுக்கு சசிகலா கொடுத்த வாக்குறுதி ஒன்றைக்கூட சசிகலா நிறைவேற்றவில்லை. முதல்வராக முடியவில்லை; கட்சியும் கையைவிட்டு போனது; சிறைக்குள்ளும் தள்ளியது. சதி, விதியால் மாறியது.

இதுபற்றி ஆறுமுகசாமி ஆணையம் என்ன விசாரித்தது? சசிகலாவின் தம்பி திவாகரன் என்ன சொன்னார்? அடுத்தடுத்த அத்தியாயங்களில் பார்ப்போம்.

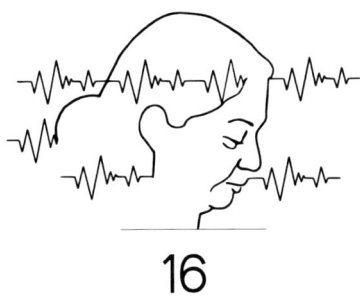

16

அப்போலோவில் வட்டமடித்த கழுகு!

ஜூவி-யின் மிஸ்டர் கழுகையே தூக்கிச் சாப்பிடும் சூப்பர் கழுகு மேட்டர் இது!

ஜெயலலிதா மறைந்து, 2 ஆண்டுகள் முடிந்திருந்தன. 2018 ஜனவரி 17-ம் தேதி மன்னார்குடியில் எம்.ஜி.ஆர் பிறந்தநாள் விழாவில் பேசிய சசிகலாவின் சகோதரர் திவாகரன் அதிர்ச்சி தகவல் ஒன்றை சொன்னார். “ஜெயலலிதா இறந்த அன்று, மத்திய அரசின் கழுகு ஒன்று அப்போலோ மருத்துவமனையில் இருந்தது. அவருக்கு வேண்டப்பட்டவருக்கு முதல்வர் பதவி வழங்க வேண்டும் என சிபாரிசு செய்தது. உயர்ந்த பதவிக்குச் சென்றுவிட்டதால், அவரது பெயரைக் கூற முடியாது” எனத் திவாகரன் பேசினார். அந்தக் கழுகு யார்? என்பதை க்ளைமேக்ஸில் பார்ப்போம்.

திவாகரனின் பேச்சுக்கு அர்த்தம் என்ன? ஜெயலலிதா மறைந்த உடனேயே சசிகலா முதல்வராக முயன்றிருக்கிறார். அதனை மத்திய அரசின் கழுகுதான் தடுத்துவிட்டது என்பது அப்பட்டமாகத் தெரிகிறது. அதனால்தான், வேறு வழியில்லாமல் பன்னீர்செல்வத்தை அன்றைக்கு முதல்வர் ஆக்கினார்கள் போல. அடுத்த இரண்டே மாதத்தில் பன்னீர்செல்வத்தை ராஜினாமா

செய்ய சொல்லிவிட்டு, சசிகலா முதல்வராக முயன்றார். ‘கட்டாயப்படுத்தி ராஜினாமா கடிதம் வாங்கினார்கள்’ என பன்னீர்செல்வம் தர்மயுத்தம் தொடங்கினார். சொத்துக் குவிப்பு வழக்கில் தண்டனை விதிக்கப்பட்டதால், கூவத்தூரில் கூடி எடப்பாடி பழனிசாமியை முதல்வர் ஆக்கிவிட்டு சிறைக்குப் போனார் சசிகலா. ஆட்சி அதிகாரம் தங்களுக்குக் கிடைப்பதை மோடி அரசு தடுத்துவிட்டதே என்கிற சசிகலா குடும்பத்தின் விரக்திதான், திவாகரனின் பேச்சுக்கு காரணம்.

சரி. ஆறுமுகசாமி ஆணையத்திற்கு வருவோம். “ஜெயலலிதாவுடன் உங்கள் குடும்பத்தினருக்கு எப்படி நெருக்கம் ஏற்பட்டது?, ஜெயலலிதாவை உங்களுக்கு எத்தனை ஆண்டுகளாகத் தெரியும்?, ஜெயலலிதா அப்போலோவில் அனுமதிக்கப்படுவதற்கு முன்பு போயஸ் கார்டனில் என்ன நடந்தது? என்பது போன்ற கேள்விகளைத் திவாகரனிடம் நீதிபதி ஆறுமுகசாமி கேட்டார். அதன் அடிப்படையில் திவாகரன் அளித்த வாக்குமூலத்தில், “2016 டிசம்பர் 5-ம் தேதி இரவு ஜெயலலிதாவின் உடல்நிலை மோசமடைந்ததாக தகவல் தெரிந்து, அப்போலோ வந்தேன். இனியும் காலம் தாழ்த்தக் கூடாது. அடுத்த முதல்வரைத் தேர்வு செய்வது தொடர்பாக உடனடியாக முடிவு எடுக்கும்படி அப்போதைய தலைமைச் செயலாளர் ராம மோகன ராவை ஆளுநர் வித்யாசாகர் ராவ் கேட்டுக் கொண்டார். உடனே ராம மோகன ராவ், சசிகலா உள்ளிட்டோருடன் ஆலோசனை நடத்தினார். அன்றைய தினம் இரவே புதிய அமைச்சரவை பொறுப்பேற்றது. சோ, ஆடிட்டர் குருமூர்த்தி, உளவுத் துறை முன்னாள் டி.ஜி.பி ராமானுஜம் ஆகியோர் அளித்த ஆலோசனையால்தான், 2011-ல் சசிகலாவை போயஸ் கார்டனில் இருந்து வெளியேற்றும் முடிவை ஜெயலலிதா எடுத்தார்” என சொன்னார். வாக்குமூலம் அளித்துவிட்டு வெளியே செய்தியாளர்களிடம் பேசிய திவாகரன், “ஜெயலலிதா இறப்பதற்கு சில மணி நேரத்துக்கு முன்பாக பன்னீர்செல்வம் முதல்வராகத் தேர்ந்தெடுக்கப்பட்டார். முதல்வர் பதவிக்குச் சிலர் போட்டிப் போட்டனர். அதை இப்போது சொல்வது சரியாக இருக்காது” என்றார்.

‘அப்போலோவை வட்டமடித்த மத்திய அரசின் கழுகு’ எனத் திவாகரன் சொன்னது அன்றைய மத்திய அமைச்சர் வெங்கையா நாயுடுவைத்தான் என சசிகலா வட்டாரம் விளக்கம் கொடுத்தது. மன்னார்குடியில் திவாகரன் பேசியபோது வெங்கையா நாயுடு துணை ஜனாதிபதியாக இருந்தார். அதனால்தான், “உயர்ந்த பதவிக்குச் சென்றுவிட்டதால், அவரது பெயரைக் கூற முடியாது” என்றார். “அம்மா இறந்ததும் சின்னம்மா முதல்வர் ஆக

ஆசைப்பட்டார். அந்த நேரத்தில் அப்போலோ வந்த வெங்கையா நாயுடுதான் தடுத்துவிட்டார். பன்னீர்செல்வம் முதல்வர் ஆனார். பிறகு அவரை ராஜினாமா செய்யச் சொல்லி சின்னம்மா வற்புறுத்த, பன்னீர்செல்வத்தின் தர்மயுத்தம் நடந்தது" என்றார்கள் சசிகலா ஆதரவாளர்கள்.

2011-ம் ஆண்டு சசிகலா குடும்பம் நீக்கத்திற்குப் பின்னால் இருந்த சதியின் தொடர்ச்சிதான், 2016-ம் ஆண்டு ஜெயலலிதா மறைவுக்குப் பிறகு சசிகலா ஆட்சியைக் கைப்பற்ற நடத்திய மூவ். இப்படியான பின்னணியில் ஜெயலலிதா மரணத்தின் மர்மத்தை அவிழ்க்க முயன்றது ஆறுமுகசாமி ஆணையம்.

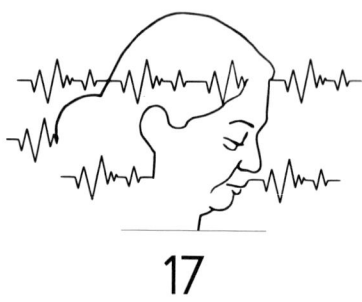

17

சசிகலா நீக்கம்... சேர்ப்பு... விசாரிப்பு!

‘சசிகலாவும் அவரது குடும்பத்தினராலும் தீட்டப்பட்ட சதித் திட்டம், ஜெயலலிதா மரணத்திற்குக் காரணமாக இருக்கலாம்’ என்று 2016 டிசம்பரில் வெளியான துக்ளக் பத்திரிகையின் இரண்டு கட்டுரைகளை ஆறுமுகசாமி ஆணையத்தில் சாட்சி ஒருவர் குறிப்பிட்டார். இதனால், துக்ளக் ஆசிரியர் ஆடிட்டர் குருமூர்த்திக்கு சம்மன் போனது. குருமூர்த்தி அனுப்பிய பிரமாணப் பத்திரத்தில், “ஜெயலலிதா உடல்நிலை பற்றி எனக்கு எதுவும் தெரியாது. அவரை அப்போலோவில் சந்திக்கவில்லை. எனவே, ஆணையத்தின் நேரத்தை வீணடிக்க விரும்பவில்லை” எனத் தெரிவித்தார்.

துக்ளக்கில் என்ன எழுதப்பட்டிருந்தது? ‘ஜெயலலிதாவின் உடல் ராஜாஜி ஹாலில் அஞ்சலிக்காக வைக்கப்பட்ட போது, முன்னணியில் இருந்த 12 பேர், முன்பு ஜெயலலிதாவால் வெளியேற்றப் பட்டவர்கள். அவர்களில் சிலர் முன்பு கைதானவர்கள். இன்னும் சிலர், அமைச்சர்களுக்கு ஆணையிட்டுக் கொண்டிருந்தனர்’ என ஒரு இதழில் குறிப்பிடப்பட்டிருந்தது. இன்னொரு இதழில், ‘சசிகலாவை போயஸ் கார்டனில் இருந்து வெளியேற்றியதற்கான காரணத்தை

ஜெயலலிதாவே சோவிடம் தெரிவித்தார். அதனை அவர், தனது நண்பர்களுடன் பகிர்ந்து கொண்டார். ஜெயலலிதாவுக்கு எதிராக, சசிகலா குடும்பத்தினர் சதி செய்ததால், விசாரணை நடத்தப்பட வேண்டும்' என்று குருமூர்த்தி எழுதிய தலையங்க கட்டுரையில் தெரிவிக்கப்பட்டிருந்தது.

குருமூர்த்திக்குப் பதிலாக துக்ளக் வெளியீட்டாளர் சுவாமிநாதனை ஆணையம் விசாரித்தது. 'துக்ளக்கில் வெளியான சசிகலாவின் சதி குறித்து சசிகலாவின் வழக்கறிஞர் சுவாமிநாதனைக் குறுக்கு விசாரணை செய்யவில்லை. இதன் மூலம் சசிகலா தன் மீதான குற்றச்சாட்டுகளை மறுக்கவில்லை என்பது தெளிவாகிறது' என ஆணையம் குறிப்பிட்டது.

2011-ல் சொத்துக் குவிப்பு வழக்கு பெங்களூருவில் நடைபெற்ற போது தமிழகத்தின் உளவுத் துறை டி.ஜி.பி-யாக பணியாற்றிய ராமானுஜத்தை விசாரித்தது ஆணையம். தெஹல்கா பத்திரிகையின் பெங்களூரு பதிப்பில், 'சொத்துக் குவிப்பு வழக்கில் முதல்வர் ஜெயலலிதா தண்டிக்கப்பட்டால், அடுத்த முதல்வர் யார்? என்பது குறித்து சசிகலாவும் அவரது குடும்பத்தினரும் ஜெயலலிதாவுக்கு எதிராக ஹோட்டலில் சூழ்ச்சி செய்தார்கள். திட்டம் தீட்டினார்கள். ராமானுஜத்தின் பேட்ஜ்மேட்டான கர்நாடக டி.ஜி.பி சங்கர் பிதாரி, ராமானுஜத்துக்கு தகவல் அளித்து, வாய்ஸ் மெசேஜுடன் அதை முதல்வர் ஜெயலலிதாவுக்கும் அனுப்பியிருக்கிறார்' என எழுதப்பட்டிருந்தது. இதனை சுட்டிக்காட்டி ராமானுஜத்திடம் ஆணையம் விசாரித்த போது, "அந்த செய்தியைப் படித்தேன். ஆனால், சங்கர் பிதாரியிடம் இருந்து எந்த தகவலும் பெறவில்லை. முதல்வர் ஜெயலலிதாவுக்கும் அத்தகைய தகவல் வரவில்லை" என்றார்.

2011-ல் வெளியேற்றப்பட்டதும் நாத்தனார் இளவரசியின் தியாகராயர் நகர் வீட்டில்தான் சசிகலா வசித்தார். அதே வீட்டில்தான் இளவரசின் மகள் கிருஷ்ணப்பிரியாவும் இருந்தார். கிருஷ்ணப்பிரியாவை ஆணையம் விசாரித்த போது என்ன சொன்னார்?

"யாரோ அளித்த தவறான தகவலால்தான் சசிகலா வெளியேற்றப் பட்டார். தாயாரும் (இளவரசி) சசிகலாவும் எனது வீட்டிற்கு வந்தார்கள். அவர்களிடம் பேசியபோது, 'திவாகரனும் (சசிகலாவின் தம்பி) சிலரும் ஜெயலலிதாவை ஏமாற்றிவிட்டார்கள். தன்னைச் சுற்றித் தவறு நடப்பதாக ஜெயலலிதா தெரிவித்தார். ராமானுஜம் அளித்த உளவுத் துறை அறிக்கையால் இது நடந்தது' என்றார்கள். அதனால்தான், சசிகலா வெளியேறியதாக எனக்குத் தெரிய வந்தது. எனது உறவினர்கள் திவாகரன், ராவணன் ஆகியோர்

கட்சியின் செயல்பாடுகள், கட்சி நிர்வாகிகளின் குறைபாடுகள் பற்றி சசிகலாவிடம் சொல்வார்கள். அதனை சசிகலா ஜெயலலிதாவிடம் தெரிவிப்பார். எந்த ஒரு அலுவலரோ அமைச்சரோ சசிகலாவுக்குத் தெரியாமல் பதவியில் இருக்க முடியாது. 2012-ம் ஆண்டுக்கு முன்பு வரை, எந்த விஷயம் என்றாலும் சம்பந்தப்பட்ட நபர்களுடன் சசிகலா கலந்தாலோசிக்கப்பட்டு, முதல்வர் ஜெயலலிதாவுக்குத் தெரிவிக்கப்பட்ட பிறகே செயல்படுத்தப்படும். சசிகலா மீண்டும் போயஸ் கார்டனுக்கு வர அனுமதிக்கப்பட்ட பிறகு சசிகலாவுடன் அரசியல் மற்றும் அலுவல் சார்ந்த கருத்துக்களில் ஜெயலலிதா சற்று விலகியே இருந்தார். சசிகலா வெளியேற்றப்பட்ட போது சோவும் ஜெயலலிதாவுடன் இருந்தார். சோவின் மகன் ஸ்ரீராம் மூன்று மாதங்கள் ஜெயலலிதாவின் ஆலோசகராகப் பணியாற்றினார். சசிகலாவும் அவரது உறவினர்களும் மீண்டும் கார்டனுக்குள் வருவதை சோ விரும்பவில்லை" என கிருஷ்ணப்பிரியா சாட்சியம் அளித்தார். ஆனால், ஸ்ரீராம் விசாரிக்கப்பட்டபோது, "போயஸ் கார்டனுக்கு செல்லவில்லை" என்று மறுத்தார்.

ஜெயலலிதா – சசிகலா உரசல் தொடர்பாகத் தகவல் ஏதேனும் கிடைக்குமா? என அறிய, ஐ.பி.எஸ் அதிகாரிகள் அம்ரேஷ் புஜாரி, தாமரைக்கண்ணன், ஜார்ஜ் ஆகியோரை விசாரித்தது ஆணையம். "முதல்வர் ஜெயலலிதா சசிகலாவை வெளியேற்றியது பற்றி எங்களுக்குத் தெரியாது" என அவர்கள் தெரிவித்தனர்.

ஜெயலலிதாவின் அண்ணன் மகன் தீபக்கை விசாரித்த போது, "சசிகலா வெளியேற்றப்பட்டுத் திரும்பிய பிறகு இளவரசி, இளவரசியின் பிள்ளைகள் யாருக்குமே கார்டனில் அனுமதியில்லை. சம்பந்தமில்லாத சசிகலாவின் கையாட்கள் ஆறு பேர் கார்டனில் தங்கியிருந்ததாகக் கூறுவது தவறு. அத்தையின் (ஜெயலலிதா) தேவைகளை அறிந்து செய்யும் திறனும் அத்தையின் மனநிலையை உணர்ந்து பேசக்கூடிய பக்குவமும் இருந்ததால்தான், அத்தைக்கு சசிகலாவின் உதவி தேவைப்பட்டது. அத்தை கூறும் வழிமுறைகளை சசிகலா மேற்கொள்வார். ஆனால், பயனாளிகளுக்கு எதிரான தேவையற்ற புகார்களைப் பெறும் போதுதான், காரணத்துடன் அவர் அதிரடி நடவடிக்கை எடுத்து சசிகலா மீது ஃபைல்களை தூக்கியெறிவார்" என்றார் தீபக்.

அ.தி.மு.க நிர்வாகி வழக்கறிஞர் மனோஜ் பாண்டியன் அளித்த வாக்குமூலத்தில், "சசிகலாவை வெளியேற்றியதால் கார்டன் பொறுப்புகளை ஏற்குமாறு என்னை ஜெயலலிதா கேட்டுக் கொண்டார். சோவுக்கு சில பொறுப்புகள் வழங்கப்பட்டன. 'வழக்கு முடிந்ததும் சசிகலாவை வெளியே அனுப்பலாம்' என்று ஜெயலலிதாவிடம் யோசனை சொன்னேன். 'முதல்வர் பதவியை

குறி வைத்துள்ள சசிகலாவும் அவரது குடும்பத்தினரும் ஒரு நிமிடம் கூட கார்டனில் இருக்கக் கூடாது. அதனால்தான் வெளியேற்றப் பட்டனர்' என்று ஜெயலலிதா சொன்னார்" என்றார்.

ஆணையத்தில் விசாரிக்கப்பட்ட மற்றவர்கள் என்ன சொன்னார்கள்?

ஜெயலலிதாவின் ஓட்டுநர் கே.டி.கார்த்திகேயன்: "ஜெயலலிதாவுக்கு ஒருவரைப் பிடிக்கவில்லை என்றால், அவரைத் துச்சமெனத் தூக்கியெறிந்து விடுவார். அவரை எளிதில் யாரும் ஏமாற்ற முடியாது. அவர் தனக்கே உரியப் பாணியில் விசாரித்து உண்மைகளைக் கண்டறிந்து, உறுதிப்படுத்திய பின்னர் விட்டு விடுவார்."

ஜெயலலிதாவின் தனிப் பாதுகாப்பு அதிகாரி வீரப்பெருமாள்: "சசிகலா வெளியேற்றப்பட்ட போது சோ இருந்தார். கனத்த மனதுடன்தான் சசிகலாவை முதல்வர் வெளியில் அனுப்பினார்"

ஜெயலலிதாவின் செயலாளர் ராமலிங்கம்: "உளவுத் துறையின் ரகசிய அறிக்கைதான் சசிகலா வெளியேற்றப்பட்டதற்கு அடிப்படைக் காரணமா? என்று தெரியவில்லை. சசிகலா, கார்டன் திரும்பி வந்த பிறகு ஜெயலலிதாவுடன் மிகவும் சகஜமாக இருந்தார்"

ரயில்வே ஐ.ஜி பொன் மாணிக்கவேல்: "நான் பணியாற்றிய காலத்தில் சசிகலா குடும்பத்தினர் ஜெயலலிதாவுக்கு எதிரான சூழ்ச்சியில் ஈடுபடுவது போல எனக்குத் தகவல் ஏதும் வரவில்லை"

சோவின் மகன் ஸ்ரீராம்: "சசிகலா வெளியேற்றப்பட்டதோ அப்பா சோ அங்குச் சென்றதோ எதுவுமே எனக்குத் தெரியாது. ஜெயலலிதாவிடம் எதைப் பற்றியும் பேசியதில்லை"

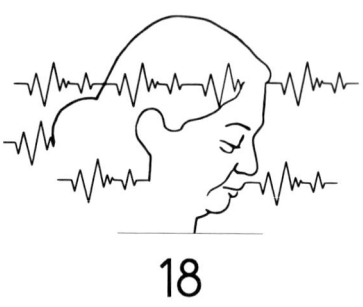

18

அப்போலோவின் வாக்குமூலம்!

ஜெயலலிதாவுக்கு சிகிச்சை அளித்த அப்போலோ மருத்துவ மனையின் தலைவர் டாக்டர் பிரதாப் சி.ரெட்டியும் துணைத் தலைவர் டாக்டர் ப்ரீத்தா ரெட்டியும் முக்கியமான சாட்சிகள். அவர்கள் ஆணையத்தில் நேரடியாக வந்து சாட்சியம் அளிக்காமல் பிரமாணப்பத்திரமாக வாக்குமூலம் அளித்தனர். அதில், என்ன சொன்னார்கள்?

"அப்போலோ ஆம்புலன்ஸ் போயஸ் கார்டன் சென்ற போது குறைந்த ஆக்ஸிஜன் செறிவூட்டலுடன் மூச்சுத்திணறலுடன் ஜெயலலிதா இருந்தார். அப்போலோவில் சிறப்பு மருத்துவர்களைக் கொண்ட குழுவால், நோய்த் தொற்று, நீரிழப்பு மற்றும் சுவாச கோளாறு ஆகியவற்றின் நோயறிதல் கண்டறியப்பட்டது. ஜெயலலிதாவுக்கு அவசர சிகிச்சை பிரிவினர், இதய நோய், சுவாச நோய், தொற்று நோய், நாளமில்லாச் சுரப்பி, நீரிழிவு ஆகிய துறைகளின் டாக்டர்களால் மிக உயர்ந்த சிகிச்சை வழங்கப்பட்டது. சிங்கப்பூர் மவுண்ட் எலிசபத் மருத்துவமனையின் பிசியோதெரபி அளிக்கப்பட்டது.

அப்போலோவில் இருக்கும் வகையில் நியமிக்கப்பட்ட அரசு

சிறப்பு மருத்துவர்கள் குழுவுக்குத் தேவையான அனைத்து ஒத்துழைப்பையும் எல்லா நேரங்களிலும் வழங்கினோம். ஜெயலலிதாவைப் பரிசோதிக்கவும் அவர்களின் மருத்துவ கருத்தைத் தெரிவிக்கவும் சுதந்திரமானவர்களாக அவர்கள் இருந்தனர்.

லண்டன் கிங்ஸ் கல்லூரியின் பேராசிரியரும் தீவிர சிகிச்சை சர்வதேச மருத்துவருமான ரிச்சர்ட் பியெல் ஜெயலலிதாவின் உடல்நிலையை மதிப்பாய்வு செய்ய அப்போலோ வரவழைக்கப் பட்டார். ஜெயலலிதாவுக்கு அப்போலோவில் அளிக்கப்பட்ட சிறந்த சிகிச்சை முறையுடனும் அவர் உடன்பட்டார். டெல்லி எய்ம்ஸ் மருத்துவக் குழுவும் ஜெயலலிதாவைப் பரிசோதித்து, அப்போலோ சிகிச்சையை ஏற்றுக் கொண்டது.

அப்போலோ சிறப்பு மருத்துவர்கள் குழு, ஜெயலலிதாவின் உடல்நிலை குறித்து தமிழக அரசின் பிரதிநிதிகளுக்கு விளக்கம் அளிக்க தினமும் காலை, மாலை நேரங்களில் அப்போலோவில் சந்திப்பு நடத்தப்பட்டது. இதில், அரசின் பிரதிநிதிகளாக சுகாதாரத் துறை அமைச்சர் விஜயபாஸ்கர், தலைமைச் செயலாளர் ராம மோகன ராவ், அரசின் ஆலோசகர் ஷீலா பாலகிருஷ்ணன். சாந்தா ஷீலா நாயர், முதல்வரின் செயலாளர்கள் ஜெயஸ்ரீ, வெங்கடராமன், ராமலிங்கம், சுகாதாரத் துறைச் செயலாளர் ராதாகிருஷ்ணன், மக்களவை துணை சபாநாயகர் தம்பிதுரை ஆகியோர் கலந்து கொண்டனர். அன்றைய பொறுப்பு முதல்வர் பன்னீர்செல்வமும் சில கூட்டங்களில் பங்கேற்றார்.

அப்போலோ மருத்துவர்கள் மட்டுமின்றி, மத்திய அரசு மற்றும் பன்னாட்டு நிபுணர்களால் பரிந்துரைக்கப்பட்ட மருத்துவர்களின் சிறந்த மருத்துவ சேவையை வழங்க கூட்டு முயற்சி மேற்கொள்ளப்பட்டது. முதலமைச்சரின் உயிரைக் காப்பதற்காக சிகிச்சை அளிப்பதில் எந்த முயற்சியும் கைவிட்டுவிடவில்லை. பல நோய்களின் காரணமாக ஜெயலலிதாவுக்கு சிகிச்சை அளிப்பது சவாலானதாக இருந்தது. பல்வேறு நிபுணர்களின் ஒருங்கிணைந்த மருத்துவ கவனிப்பும் தேவைப்பட்டது. இதில், உள்ள ஆபத்துக்கள் தமிழக அரசின் பிரதிநிதிகளுக்கும் தெரிவிக்கப்பட்டது.

2016 டிசம்பர் 4-ம் தேதி மாலை 4:20 மணிக்கு ஜெயலலிதாவுக்கு மூச்சு திணறல் ஏற்பட்டதால், அவர் மீண்டும் வென்டிலேட்டருடன் இணைக்கப்பட்டார். மூச்சுக் குழாய் அழற்சியின் உடனடி நெபுலைசேஷன் தொடங்கியது. ஒரு டோஸ் டையூரிடிக் செலுத்தப்பட்டது. இருப்பினும், ஜெயலலிதாவின் சுவாசக் கோளாறு தொடர்ந்தது. இது வென்ட்ரிகுலர் ஃபைப்ரிலேஷன் மற்றும் கார்டியாக் அரெஸ்ட் என விரைவாக மோசமடைந்தது. கார்டியாக் அரெஸ்ட்டால் உடனடியாக சி.பி.ஆர் (Cardiopulmonary Resuscitation

-CPR) தொடங்கப்பட்டன. தொடர் முயற்சிகள் இருந்தபோதிலும் தன்னிச்சையான சுழற்சியை அடைய முடியவில்லை. எக்மோ வைக்க ஒருமித்த முடிவு எடுக்கப்பட்டது. மாலை 5:30 மணிக்கு அவசரமாக எக்மோ (Extra Corporeal Membrane Oxygenation - ECMO) வைக்கப்பட்டது. இந்தியாவில் மிகச் சில மருத்துவமனைகளில்தான் எக்மோ போன்ற உயிர் காக்கும் வசதி உள்ளது.

2016 டிசம்பர் 5-ம் தேதி வரை ஜெயலலிதாவுக்குக் கண் அசைவு, இதயத் துடிப்பு, வாந்தி எடுக்கும் உணர்வு அறிகுறிகள் தொடர்ந்து தென்பட்டன. ஆனாலும் மருத்துவக் குழுவின் மதிப்பீட்டின்படி முன்னேற்றம் இல்லை. இரவு 7 மணி மற்றும் 9 மணிக்கு கார்டியோ தொராசிக் எக்மோ குழுவால் பரிசோதித்த போது ஜெயலலிதாவுக்கு பியூபில்லரி ரிஃப்ளெக்ஸில் மூளைத் தண்டு செயல்பாடு மிகக் குறைவாக இருந்தது. லேசான வாந்தி எடுக்கும் உணர்வு, கண், comeal reflex இல்லாதது கவனிக்கப்பட்டது. இதயத்தின் செயல்பாடு மோசமடைந்தது. 24 மணிநேர எக்மோ ஆதரவு இருந்த போதிலும் அவரது உள்ளார்ந்த இதயத் துடிப்பு (intrinsic heart beat) திரும்பவில்லை. Extra corporeal support தொடர்வதன் பலன் விவாதத்திற்குரியது. ஆனாலும் எய்ம்ஸ் மருத்துவர்களுடன் விவாதிக்கப்பட்டது. இரவு 10 மணியளவில் டாக்டர் கில்னானி தலைமையிலான எய்ம்ஸ் குழுவினர், ஜெயலலிதாவை எங்கள் குழுவினருடன் இணைந்து பரிசோதித்தனர். எய்ம்ஸ் குழுவுடன் விரிவான கலந்துரையாடல் நடத்தப்பட்டது. எய்ம்ஸ் குழுவும் நாங்களும் 'எக்மோவைத் தொடரலாம். ஏனைய ventilator and renal replacement therapy Gun organ spportive care பயனற்றதாக இருக்கலாம்' என்ற கருத்தில் உடன்பட்டோம்.

மருத்துவ ரீதியாக 24 மணிநேரத்திற்கு மேல் எக்மோவை தொடர முடியாது. இதனைத் தலைமைச் செயலாளர் ராம மோகன ராவ் தலைமையிலான அரசு செயலாளர்களுக்கும் பொறுப்பு முதல்வர் பன்னீர்செல்வம் அமைச்சரவைக்கும் மக்களவை துணை சபாநாயகர் தம்பிதுரைக்கும் தெரிவிக்கப்பட்டது. உயிர் காப்பு கருவிகளைத் திரும்ப எடுக்கவும் அதனால், ஏற்படும் விளைவுகளும் சசிகலாவுக்கு தெரிவிக்கப்பட்டது. அவர்கள் அதற்கு ஒப்புக்கொண்டனர். 2016 டிசம்பர் 5-ம் தேதி இரவு 11:30 மணியளவில் ஜெயலலிதா இறந்துவிட்டதாக அறிவிக்கப்பட்டது" என வாக்குமூலத்தில் சொல்லியிருந்தார்கள்.

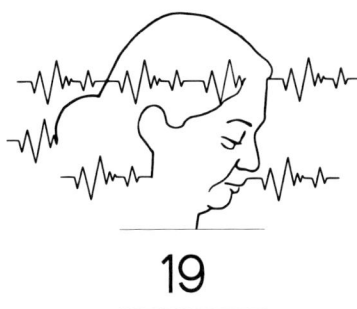

19
அரசு டாக்டர்கள் குழுவும் அப்போலோ பொய்யும்!

முதல்வர் ஜெயலலிதா அப்போலோவில் சிகிச்சை பெற்று போது, அரசு டாக்டர்கள் குழு ஒன்றை அமைத்தது தமிழக அரசு. அப்போலோ மருத்துவர்களுக்கு உதவும் வகையில் உருவாக்கப்பட்ட அந்த குழுவில், மருத்துவக் கல்வி இயக்குநர் ஆர்.விமலா, சென்னை மருத்துவக் கல்லூரி முதல்வர் ஆர்.நாராயண பாபு, ஸ்டான்லி அரசு மருத்துவமனை பொது மருத்துவர் ஆர்.முத்துசெல்வன் (போயஸ் கார்டனில் ஜெயலலிதாவுக்குச் சிகிச்சை அளித்தவர்), சென்னை மருத்துவக் கல்லூரி மயக்க மருந்து நிபுணர் பி.கலா, சென்னை மருத்துவக் கல்லூரி பொது மருத்துவர் எஸ்.டிட்டோ, சென்னை மருத்துவ கல்லூரி மருத்துவர் பி.தர்மராஜன் ஆகிய 6 அரசு டாக்டர்கள் இடம்பெற்றிருந்தனர். இவர்கள் அப்போலோவில் தினமும் ஆஜர் ஆனார்கள்.

இந்த அரசு டாக்டர்கள் குழுவை ஆணையம் விசாரித்த போது அதிர்ச்சி தகவல் ஒன்று கிடைத்தது. "முதலமைச்சருக்கு சிகிச்சை அளிக்கும் அப்போலோ மருத்துவர்களுக்கு உதவ, அரசாணைப்படி நியமிக்கப்பட்ட போதிலும் அப்போலோ மருத்துவர்கள் எங்களிடம் ஆலோசனை எதையும் கேட்கவில்லை. அப்போலோ

மருத்துவர்களுக்கு நாங்கள் உதவி எதுவும் செய்யவில்லை. சுழற்சி முறையில் Duty Resting Room-ல் இருந்தோம். மற்றவர்களைப் போலவே ஜெயலலிதாவின் உடல் நிலையை அறையில் உள்ள டி.வி-யில் பார்த்துதான் தெரிந்து கொண்டோம். ஜெயலலிதாவின் இறப்பு அறிவிக்கப்பட்ட 2016 டிசம்பர் 5-ம் தேதி வரை அப்போலோவில் சுழற்சி முறையில் பணியாற்றினோம். ஜெயலலிதாவைப் பார்க்கவோ, பரிசோதிக்கவோ, அப்போலோ மருத்துவர்களுக்கு உதவவோ எங்களுக்கு வாய்ப்பு கிடைக்கவில்லை. அப்போலோவில் அமைச்சர்கள், அரசு உயரதிகாரிகளைப் பார்க்க முடிந்தது" என வாக்குமூலம் அளித்தனர்.

அப்போலோ தலைவர் டாக்டர் பிரதாப் சி.ரெட்டி அளித்த வாக்குமூலத்தில், "ஜெயலலிதா சிகிச்சைக்காக அப்போலோவில் இருக்கும் வகையில் நியமிக்கப்பட்ட அரசு சிறப்பு மருத்துவர்கள் குழுவுக்குத் தேவையான அனைத்து ஒத்துழைப்பையும் அப்போலோ நிர்வாகம் எல்லா நேரங்களிலும் வழங்கியது. ஜெயலலிதாவைப் பரிசோதிக்கவும் அவர்களின் மருத்துவ கருத்தைத் தெரிவிக்கவும் சுதந்திரமானவர்களாக இருந்தனர்" என சொல்லியிருந்ததைக் கடந்த அத்தியாயத்தில் பார்த்தோம். பிரதாப் சி.ரெட்டியின் இந்த வாக்குமூலத்தை பொய்யாக்கியது அரசு டாக்டர்கள் குழு அளித்த சாட்சியம். அரசு டாக்டர்கள் குழுவினர் வெறுமனே அப்போலோவுக்கு வந்து போயிருக்கிறார்கள். அவர்களால் ஜெயலலிதாவுக்கு எந்த சிகிச்சையும் அளிக்கப்படவில்லை.

ஜெயலலிதா சிகிச்சை பெற்ற அப்போலோ மருத்துவமனையையும் ஆய்வு செய்தது ஆணையம். அப்போலோவின் தீவிர சிகிச்சைப் பிரிவு, சிறப்பு அறை உள்ளிட்ட பகுதிகளை ஆய்வு செய்து, அறிக்கை தாக்கல் செய்யும்படி ஆணைய வழக்கறிஞர்களுக்கு நீதிபதி ஆறுமுகசாமி உத்தரவிட்டிருந்தார். அதன்படி 2018 ஜூலை 29-ம் தேதி ஆணையத்தின் வழக்கறிஞர்கள் பார்த்தசாரதி, நிரஞ்சன் ஆகியோர் ஜெயலலிதாவுக்கு சிகிச்சை அளிக்கப்பட்ட அறை உள்ளிட்ட பகுதிகளை பார்வையிட்டனர்.

அவசர சிகிச்சைப் பிரிவு, ஐ.சி.சி.யூ (ICCU) வார்டு, எம்.டி.சி.சி.யூ (MDCCU) வார்டு, மருத்துவமனையின் 2-வது தளம், அரசு மருத்துவ குழுவினர் தங்கியிருந்த அறை, அமைச்சர்கள் தங்கியிருந்த அறைகள், சசிகலா மற்றும் அவருக்கு நெருக்கமானவர்கள் தங்கியிருந்த அறைகள், ஜெயலலிதா சிகிச்சை பெற்ற இடத்திற்கும் ஸ்கேன் மையத்திற்கும் நடுவே இருந்த தூரம், ஜெயலலிதா மறைந்த பிறகு அவரது உடலுக்கு எம்பாமிங் செய்ய வைக்கப்பட்டிருந்த இடம், ஜெயலலிதாவுக்கு உணவு வழங்கிய சமையலறை ஆகியவை ஆய்வு செய்யப்பட்டன. அப்போலோவில் ஆய்வு செய்ய செல்லும்

போது தனது வழக்கறிஞரை அழைத்துச் செல்ல வேண்டும் என ஜெயலலிதாவின் அண்ணன் மகள் தீபா வைத்த கோரிக்கையை ஆணையம் ஏற்றது.

அப்போலோ விசிட் பற்றி தீபா என்ன சொல்கிறார்? "ஜெயலலிதா சிகிச்சையில் இருந்த வீடியோ ஒன்றை சசிகலா தரப்பினர் வெளியிட்டார்கள். அது அப்போலோவே கிடையாது. அத்தை சிகிச்சை பெற்ற அறை ரொம்ப பெரிய அறையாக இருந்தது. அது வீடியோவில் இருப்பது போல சிறிய அறை அல்ல. ஜன்னல் வழியாக ஒரு மரம் இருப்பது போல் காட்டுகிறார்கள். அதுவும் பொய்" என்றார்.

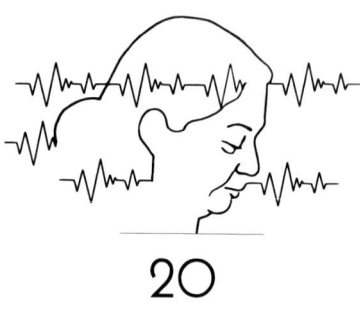

20

சசிகலா – விஜயலட்சுமி முன் பகை!

ஆறுமுகசாமி ஆணையத்தில் சசிகலா அளித்த வாக்குமூலத்தில், ஜெயலலிதாவின் அண்ணன் ஜெயக்குமாரின் பிள்ளைகள் தீபா, தீபக் ஆகியோரைப் பற்றியும் குறிப்பிட்டிருந்தார்.

"தீபா காழ்ப்புணர்வோடு என் மீது இந்த ஆணையத்தில் சொன்ன குற்றச்சாட்டுகள் அனைத்தும் பொய். அக்கா உயிரோடு இருந்த வரை தீபா மீது நல்ல மதிப்பு கொண்டிருக்கவில்லை. அதற்குக் காரணம், 'தாயாரை போலவே தீபா நடந்து கொள்கிறார்' என்று அக்காவே பலமுறை என்னிடம் சொல்லியிருக்கிறார். தீபாவின் தாய் விஜயலட்சுமி பிரதமர் நரசிம்ம ராவிடம் அக்காவின் நன்மதிப்பு கெடும் வகையில், 'எனது உயிருக்கு ஆபத்து. பாதுகாப்பு தேவை' எனப் பொய் புகார் கொடுத்தார். தி.மு.க தலைவர் கருணாநிதி, காங்கிரஸ் தலைவர் வாழப்பாடி ராமமூர்த்தி ஆகியோரை சந்தித்து, அக்காவுக்கு எதிராக விஜயலட்சுமி செயல்பட்டார். விஜயலட்சுமி போன்றே குணநலன்களை தீபாவும் கொண்டிருக்கிறார் என்பதே அக்காவின் எண்ணம். அதனால்தான், தீபாவிடம் இருந்து அக்கா விலகியே இருந்தார். இதற்குக் காரணம் நான்தான் என நினைத்து, தீபா காழ்ப்புணர்வில் இருந்திருக்கிறார். 'தீபக் அவரது அப்பா

ஜெயக்குமாரைப் போன்றவர்' என்று அக்கா கூறுவார். அக்காவுடன் தீபக் எப்போதும் அனுசரணையாக நடந்து கொள்வார்" என வாக்குமூலத்தில் சொல்லியிருந்தார் சசிகலா.

சசிகலாவுக்கும் ஜெயலலிதாவின் அண்ணி விஜயலட்சுமிக்கும் முன் பகை இருந்தது. அதன் பின்னணியை அறிய ஃப்ளாஷ்பேகில் பயணிப்போம். ஜெயராமன் – சந்தியா தம்பதியின் பிள்ளைகள்தான் ஜெயலலிதாவும் ஜெயக்குமாரும். சந்தியா மறைவுக்குப் பிறகு அண்ணன் ஜெயக்குமாரின் திருமணத்தை ஜெயலலிதாதான் நடத்தி வைத்தார். போயஸ் கார்டனில்தான் ஜெயக்குமார் - விஜயலட்சுமி தம்பதியினர் வாழ்ந்தனர். அங்கேதான் தீபா பிறந்தார். ஜெயக்குமாருக்கும் ஜெயலலிதாவுக்கும் இடையே மனஸ்தாபங்கள் ஏற்பட, தியாகராயர் நகர் சிவஞானம் சாலைக்கு குடிபெயர்ந்தது ஜெயக்குமார் குடும்பம்.

ஜெயலலிதாவின் முதலாவது ஆட்சிக் காலத்தில் முக்கிய நிகழ்வுகளில் ஜெயக்குமார் குடும்பத்தினரும் பங்கேற்றனர். தஞ்சாவூரில் நடந்த உலகத் தமிழ் மாநாட்டில் முதல்வர் ஜெயலலிதாவின் இருக்கைக்குப் பின்னால் சசிகலாவுக்கு நிகராக சிறுமி தீபாவும் அமர்ந்திருந்தார். 1992 ஜூனில் மதுரையில் நடந்த அ.தி.மு.க வீர வரலாற்றின் வெற்றி மாநாட்டில் விஜயலட்சுமி, தீபா, தீபக் ஆகியோர் சசிகலா குடும்பத்தினரோடு சரிநிகர் சமமாக வலம் வந்தனர். இவையெல்லாம் மன்னார்குடியினர் வயிற்றில் புளியைக் கரைத்தது. ஜெயக்குமாரின் குடும்பத்துக்கும் சசிகலா குடும்பத்துக்கும் சிறுசிறு உரசல்கள் ஏற்படத் தொடங்கின. அதிகாரம் செலுத்திக் கொண்டிருந்த சசிகலா குடும்பத்துக்கு, ஜெயக்குமார் குடும்பத்தை சுத்தமாகப் பிடிக்கவில்லை. குறிப்பாக தீபாவை. ஒரு கட்டத்தில், தீபாவால் போயஸ் கார்டனுக்கு நுழைய முடியவில்லை.

தீபா திருமணத்தில் அவருடைய தாய் விஜயலட்சுமி உடல்நலக் குறைவோடு சக்கர நாற்காலியில் வந்தார். ஜெயலலிதாவுக்கும் அழைப்பிதழ் வைத்தார்கள். 'கடைசி நேரத்தில் ஜெயலலிதாவைத் தடுத்து நிறுத்திவிட்டார்கள்' என்று தீபா தரப்பினர் குற்றம் சாட்டினார்கள். தீபாவின் திருமணத்துக்கு மட்டுமல்ல.. அண்ணி விஜயலட்சுமியின் இறப்புக்குக்கூட ஜெயலலிதா செல்லவில்லை. ஜெயலலிதாவுக்கும் ஜெயக்குமார் குடும்பத்துக்கு இடையே சந்திப்பு நடக்காமல் பார்த்து கொண்டது மன்னார்குடி தரப்பு. அது, தீபாவின் கல்யாணம் தொடங்கி ஜெயலலிதா சிகிச்சை பெற்ற அப்போலோ வரை தொடர்ந்தது.

சசிகலாவுக்குப் பக்கத்தில் நின்றபடியே ஜெயலலிதாவுக்கு இறுதிச் சடங்குகளை செய்த தீபக், சரியாக 23 ஆண்டுகளுக்கு முன்பு அதே கடற்கரையில் ஜெயலலிதாவைப் பார்க்கத் துடித்தபோது

தடுக்கப்பட்ட வரலாறு பலருக்கும் தெரியாது. முதல்வராக இருந்த ஜெயலலிதா, காவிரிப் பிரச்னைக்காக 1993 ஜூலை 18-ம் தேதி எம்.ஜி.ஆர் சமாதியில் சாகும்வரை உண்ணாவிரதம் தொடங்கினார். அப்போது சிறுவனாக இருந்த தீபக், அத்தையைப் பார்க்க ஓடோடி வந்தபோது விரட்டியடிக்கப்பட்டார். ஜெயலலிதாவின் இறுதி சடங்கை நடத்த சசிகலாவால் கைப்பிடித்து அழைத்து வரப்பட்ட தீபக்கை, அன்றைக்கு அப்பா ஜெயக்குமார்தான் கரம் பற்றி அழைத்து வந்தார். அவர்கள் தடுக்கப்பட்டதற்குப் பின்னால் இருந்தது, ஒரு சதி. பின்னணியில் இருந்தது, கஞ்சா வழக்கு ஒன்று!

ஜெயக்குமாரின் உதவியாளர் மேகநாதன். உடல்நலமின்றி இருந்த ஜெயக்குமாருக்குச் சகல பணிவிடைகளையும் மேகநாதன்தான் செய்து வந்தார். கார்டனுக்குப் போக முடியாத சூழலில், மேகநாதன் மூலமாகத்தான் ஜெயலலிதாவை ஜெயக்குமார் தொடர்பு கொள்வார். 1993 மார்ச் 5-ம் தேதி மேகநாதனைக் கஞ்சா வழக்கில் அள்ளிக்கொண்டு போனது போலீஸ். ஜெயலலிதாவுடன் ஜெயக்குமாரின் குடும்பத்தினர் நெருக்கமாவதை சசிகலா குடும்பத்தினர் விரும்பவில்லை. 'இரு குடும்பத்தை இணைக்க முயன்றதால்தான் மேகநாதன் பழிவாங்கப்பட்டார்' என நீதிமன்றத்திலேயே சொல்லப்பட்டது.

மேகநாதன் மனைவி ரேணுகாதேவி, சென்னை உயர் நீதிமன்றத்தில் 'ஹேபியஸ் கார்பஸ்' மனு போட்டார். அதில் இருந்த வாசகங்கள் அரசியல் முக்கியத்துவம் வாய்ந்தவை. 'ஜெயக்குமார் குடும்பத்துக்கும் முதல்வர் ஜெயலலிதாவுக்கும் நெருக்கம் உண்டாக்க என் கணவர் முயன்றார். அது முதல்வரின் தோழி சசிகலாவுக்குப் பிடிக்கவில்லை. அவர் உத்தரவின் பேரில்தான் போலீஸ் என் கணவர் மீது கஞ்சா வைத்திருந்தாகப் பொய் வழக்குப் போட்டிருக்கிறது' என்றார். இதனால், சசிகலாவின் சதி அம்பலமானது. வழக்கை நீதிபதிகள் வெங்கடசாமி, சாமித்துரை அடங்கிய டிவிஷன் பெஞ்ச் விசாரித்தது. எதிர்பாராத இன்னொரு திருப்பமாக ஜெயலலிதாவின் அண்ணி விஜயலட்சுமி சார்பு மனு ஒன்றை அளித்தார். 'முதல்வருடன் என் குடும்பத்துக்கு நெருக்கத்தை ஏற்படுத்த மேகநாதன் போராடினார். இது பிடிக்காத சசிகலா, எங்கள் குடும்பத்தில் இருந்து மேகநாதனை வெளியேற்ற முயன்றார். அதன் ஒரு பகுதியாகத்தான், அப்பாவியான மேகநாதன் மீது பொய் வழக்குப் போடப்பட்டுள்ளது' எனச் சொல்லியிருந்தார் விஜயலட்சுமி. தனக்கு எதிராக ஜெயக்குமார் குடும்பத்தினர் போட்ட வழக்கை சசிகலா நன்றாகவே பயன்படுத்திக் கொண்டார். அதன்பிறகு ஜெயலலிதாவுக்கும் ஜெயக்குமாருக்குமான உறவு முற்றிலும் துண்டிக்கப்பட்டுவிட்டது.

மேகநாதனை சிறையில் இருந்து வெளியில் எடுக்க ஜெயலலிதாவை சந்திக்க ஜெயக்குமார் போராடியும் எந்த பயனும் இல்லை. அப்போதுதான் காவிரிக்காக சாகும்வரை உண்ணாவிரதப் போராட்டத்தைக் கடற்கரையில் ஜெயலலிதா தொடங்கினார். அங்கே எப்படியும் தங்கையைப் பார்த்துவிட மகன் தீபக்கை அழைத்துக்கொண்டு போனார். அவரை தடுத்து நிறுத்தியது போலீஸ். முதல்வரின் பாதுகாப்பு அதிகாரியிடம் ஓடிய சிறுவன் தீபக், "சீஃப் மினிஸ்டர் என் ஆன்ட்டி. அவங்கள பார்க்கணும்... ஹெல்ப் பண்ணுங்க சார்" எனக் கெஞ்சினான். நோ ரெஸ்பான்ஸ். ஒரு கட்டத்தில் தூரத்தில் இருந்த ஜெயலலிதாவைப் பார்த்து "ஆன்ட்டி... ஆன்ட்டி..." எனத் தீபக் கத்தியபோது பயன் இல்லை. வேறுவழியில்லாமல் ஜெயக்குமார் பரிதாபமாகத் திரும்பிச் சென்றார். அங்கே கதறிய தீபக்தான், பிற்காலத்தில் சசிகலாவின் ஆதரவாளராக மாறிப் போனார். ஜெயலலிதாவின் இறுதிச்சடங்கை சசிகலாவோடு சேர்ந்து நடத்தினார். "சசி அத்தை" என உருகினார். ஆறுமுகசாமி ஆணையத்தில் சசிகலாவுக்கு ஆதரவாக வாக்குமூலம் அளித்தார்.

சசிகலாவுக்கும் தீபாவுக்கும் இடையிலான மோதல் ஆறுமுகசாமி ஆணைய அறிக்கை வெளியான பிறகு உச்சத்தைத் தொட்டது. அம்மா விஜயலட்சுமியைப் பற்றி வாக்குமூலத்தில் சசிகலா குறிப்பிட்டதற்குத் தீபா கடுமையாகச் சீறினார். "என் தாயை பற்றிப் பேசுவதற்கு சசிகலா என்ற மூன்றாம் நபருக்கு, எந்த அருகதையும் இல்லை. பிரதமர் நரசிம்ம ராவுக்கு தாய் தந்தி கொடுத்தது உண்மைதான். ஆனால், அது என் அத்தை மீது இல்லை. என் அத்தைக்கு, சசிகலா மற்றும் அவரை சுற்றி இருப்பவர்களால் ஆபத்து இருப்பதாகப் புகார் கொடுத்தார். என் அம்மாவின் செயலால் அத்தை உடனான உறவு முறியவில்லை. வளர்ப்பு மகன் சுதாகரன் திருமணத்தால்தான் மனக்கசப்பு ஏற்பட்டது. இதை மாற்றி, தன் மீதான தவற்றை மறைத்து, முழுப் பூசணிக்காயை சசிகலா சோற்றில் மறைக்கிறார். சசிகலாவைப் போன்று பொய்யர் நாங்கள் கிடையாது. தாயார் அவருடைய வாழ்க்கையில், கருணாநிதி, வாழப்பாடி ராமமூர்த்தி உள்பட யாரையும் சந்திக்கவில்லை. அம்மாவின் சாவுக்குக் கூட அத்தையை வரவிடாமல் ஏமாற்றியவர்தான் சசிகலா. என் தம்பி தீபக் எப்படி உண்மையை சொல்வான்? அவனைத்தான் சசிகலா, தன் கைக்குள் வைத்திருக்கிறாரே. அத்தைக்கு ஏற்பட்ட அனைத்து களங்கங்களுக்கும் சசிகலாவே காரணம். எனது தம்பியைக் கெடுத்து, எனது அப்பாவைக் கொன்று, எனது அத்தையைக் கொன்று, எனது வாழ்க்கையை அழித்து, எனது வயிற்றில் வளர்ந்த குழந்தையையும் சசிகலா அழித்தார்" எனத் தீபா குமுறினார்.

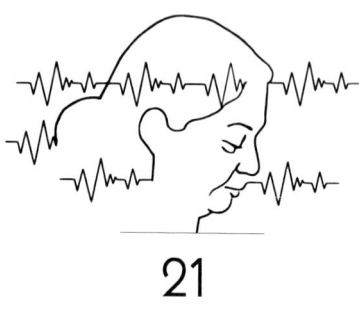

21

போயஸ் கார்டனில் அளிக்கப்பட்ட சிகிச்சை!

அப்போலோவில் அனுமதிக்கப்படுவதற்கு முன்பு, ஜெயலலிதாவின் உடல்நிலை எப்படி இருந்தது? போயஸ் கார்டனில் ஜெயலலிதாவுக்கு சிகிச்சை அளித்த டாக்டர்களை விசாரித்தது ஆணையம். அவர்கள் என்ன சொன்னார்கள்?

காது, மூக்கு, தொண்டை மருத்துவர் பாபு மனோகர்: "2016-ல் முதல்வராகப் பதவியேற்பதற்கு முந்தைய தினம் (21.05.2016) போயஸ் கார்டனில் ஜெயலலிதாவைப் பார்த்தேன். 'நடக்கும்போது சில சமயம் தலை சுற்றுவது போன்று உணர்கிறேன். மற்றவருடைய உதவி எனக்குத் தேவைப்படுகிறது' என ஜெயலலிதா தெரிவித்தார். வெர்டிகோவினால் பாதிக்கப்பட்டிருந்ததால் மருந்துகள் பரிந்துரைத்தேன். கடந்த கால மருத்துவ வரலாற்றை அறிய மருத்துவ பதிவுகள் அவரிடம் இல்லை"

உட்சுரப்பியல் (Endocrinologist) மற்றும் நீரிழிவு நோய் மருத்துவர் ஜெயஸ்ரீ கோபால்: "நீரிழிவு நோய்க்காக 2015 முதல் 15 மாதங்கள் ஜெயலலிதாவுக்கு சிகிச்சை அளித்தேன். தொடக்கத்தில் அவருக்கு சர்க்கரையின் அளவு 250 முதல் 280 மீ.கி./டி.லி. வரை இருந்தது. 2016 மே மாதம் சிகிச்சையளித்து மருந்துகள் வழங்கினேன். வாரம்

ஒருமுறை ஊசி போட்டேன். சர்க்கரை அளவு கட்டுப்பாட்டுக்குள் இருந்தது. தைராய்டு சுரப்பு குறைந்தது. உணவுக் கட்டுப்பாடின்மை மற்றும் உடற்பயிற்சியின்மையே ஜெயலலிதாவின் உடல் பருமனுக்குக் காரணம். டாக்டர் சிவக்குமார் 2016 ஆகஸ்ட்டில், ‘ஜெயலலிதாவுக்குத் தோலில் தடிப்புகள் இருக்கிறது’ என சொன்னதால் ஸ்டீராய்டு மாத்திரைகள் அளித்தேன். அடிக்கடி ஸ்டீராய்டு மாத்திரைகள் எடுத்துக் கொண்டால் சர்க்கரையின் அளவு மிகவும் அதிகரிக்கும் என்பதால் தொடர்ச்சியாக சர்க்கரை அளவை சரிபார்த்துக் கொள்ளும்படி சிவக்குமாரிடம் கூறினேன்”

நீரிழிவு நோய் மருத்துவர் ஏ.ராமச்சந்திரன்: “அப்போலோவில் அனுமதிக்கப்படுவதற்கு ஏழெட்டு மாதங்களுக்கு முன்பு, கார்டனில் இரண்டு முறை சிகிச்சை அளித்தேன். அப்போது சர்க்கரையின் அளவு சுமார் 300 மீ.கி./டி.லி. இருந்ததுடன், அவ்வப்போது ஏற்ற இறக்கமாக இருந்துள்ளது. குறைந்த அளவு ‘Ryzodeg’ இன்சுலின் மருந்துகள் பரிந்துரைத்தேன். எத்தனை நாட்களாக ஜெயலலிதா இன்சுலின் எடுத்துக் கொண்டார்? என்று எனக்குத் தெரியாது. தொடர்ந்து இன்சுலின் எடுத்துக் கொள்ளவும் உணவுக் கட்டுப்பாடு குறித்தும் அறிவுறுத்தினேன். ஆனால், அவர் அதைப் பின்பற்றவில்லை. உடற்பயிற்சியும் மேற்கொள்ளவில்லை”

பொது மருத்துவர் டி.சாந்தாராம்: “2001 முதல் 2014 வரை நீரிழிவு நோய்க்காக ஜெயலலிதா என்னிடம் முழுமையாகச் சிகிச்சை பெற்றார். 2014, 2015 ஆண்டுகளில் ஆறேழு முறை சிகிச்சை அளித்தேன். 2014 வரை அவரின் சர்க்கரை அளவு மாத்திரைகளால் கட்டுக்குள் வைக்கப்பட்டிருந்தது. HbA1c, அதாவது, மூன்று மாதத்தின் சராசரி சர்க்கரை அளவு 7-க்குள் இருக்க வேண்டும். ஆனால், இரண்டு முறை 7-க்கும் அதிகமாக இருந்தது. உணவுக் கட்டுப்பாட்டின் அவசியம், கட்டாய நடைப்பயிற்சி, சாதாரண உடற்பயிற்சி குறித்துத் தெரிவித்தேன்”

தோல் நோய் மருத்துவர் ரவிச்சந்திரன்: “அப்போலோவில் ஜெயலலிதா அனுமதிக்கப்படுவதற்கு முன்பு இருமுறை சிகிச்சைக்காக கார்டன் சென்றேன். 2016 ஜூனில் முதல் முறையாக தோல் சிகிச்சை அளித்தேன். இரண்டாவது முறையாக 30.06.2016 அன்று மறு ஆய்விற்குச் சென்றேன். அதன்பிறகு அனைத்தும் சரியாகிவிட்டது என எனக்குத் தெரிவிக்கப்பட்டது. டாக்டர் சிவக்குமாரின் வேண்டுகோளுக்கு இணங்க 2016 செப்டம்பரில் பெண் தோல் நோய் மருத்துவர் பார்வதி பத்மநாபன் ஜெயலலிதாவுக்கு வீட்டில் சிகிச்சை அளித்தார்”

டாக்டர் சிவக்குமார் (சசிகலாவின் மூத்த சகோதரர் சுந்தரவதனத்தின் மருமகன்): “1998-க்குப் பிறகு ஜெயலலிதாவுக்கு

சிகிச்சை அளித்து வருகிறேன். மருத்துவர்களைக் கலந்தாலோசித்து, ஜெயலலிதாவுக்கு எந்த மருத்துவர் சிகிச்சை அளிக்க வேண்டுமோ, அந்த மருத்துவரை ஏற்பாடு செய்தேன். நீரிழிவு, ரத்தக் கொதிப்பு, தைராய்டு போன்ற நோய்கள் இருந்ததால்தான் ஜெயலலிதாவுக்கு உடல் பருமன் மற்றும் வயிற்றுக் கோளாறு ஏற்பட்டு, எரிச்சல் மிகு குடல் நோய்க்குறி (*Irritable Bowel Syndrome*) உருவானது. 2015-ம் ஆண்டுக்கு முன்பே ஜெயலலிதா மெதுவாகத்தான் நடந்தார். வெர்டிகோ, தலைச்சுற்றல் இருந்தது. சில சமயம் நடுக்கம் ஏற்படும். 2015-ல் ஸ்கேன் செய்த போது, சர்க்கரை நோயால் காலில் சர்க்கரை கட்டி இருப்பது தெரியவந்தது. பொதுவாக, அவர் உணவுக் கட்டுப்பாட்டை கடைப்பிடிக்கமாட்டார். தொலைபேசியில் தனக்குள்ள நோய் குறித்துத் தெரிவிப்பார். அதற்குரிய சிறப்பு நிபுணர்களின் கருத்துக்களையும் மருந்துகளையும் வாட்ஸ்ஆப் மூலமாகப் பெற்று வழங்குவேன். கை மற்றும் உடலின் சில பாகங்களில் ஏற்பட்ட தோல் வியாதிக்காக, தோல் நோய் மருத்துவர்கள் பரிந்துரைத்த மருந்துகளை எடுத்துக் கொண்டார். அப்போலோவில் அனுமதிக்கப்படுவதற்கு ஒரு வருடத்திற்கு முன்பு, அப்போலோ மருத்துவர்கள் போயஸ் கார்டனுக்கு வந்து, ECG மற்றும் ECHO எடுத்ததில், அவை சரியாகவே இருந்தது. அப்போலோவை ஜெயலலிதா தனது சொந்த விருப்பத்தில்தான் தேர்ந்தெடுத்தார். 2014-ல் சொத்துக் குவிப்பு வழக்கில் ஜாமீனில் வந்த பிறகு மிகுந்த மன உளைச்சலுடன் இருந்தார். ரத்தக் கொதிப்பும் ஏறக்குறைய சரியாகவே இருந்தது" என்றார்.

நரம்பியல் டாக்டர் யு.மீனாட்சிசுந்தரம், "2016-ல் ஜெயலலிதாவுக்கு இராமச்சந்திரா மருத்துவமனையில் *Nerve Conduction Studies* (நரம்பு கடத்தல் ஆய்வுகள்) நடத்தினேன்" என சொன்னார். ஆனால், ஆணையத்தில் அதுபற்றி ஆவணம் எதையும் அவர் காட்டவில்லை. இந்த சாட்சியங்கள் மூலம் என்ன தெரிகிறது?

ஜெயலலிதாவுக்கு நீரிழிவு நோய் கட்டுப்பாட்டில் இல்லாததால், பல மருத்துவர்களிடம் சிகிச்சை பெற்றிருக்கிறார். உடல் உபாதைகள் எப்பொழுது ஏற்பட்டாலும் அவர், அதை டாக்டர் சிவக்குமாரிடம் தெரிவித்திருக்கிறார். சிவக்குமார் சிறப்பு மருத்துவர்களை தொடர்பு கொண்டு, அவர்கள் பரிந்துரைத்த மருந்துகளை ஜெயலலிதா எடுத்திருக்கிறார். அப்போலோவில் அனுமதிப்பதற்கு முன்பே நீரிழிவு, உயர் ரத்த அழுத்தம், வெர்டிகோ, தோல் வியாதி, தைராய்டு மற்றும் உடல் பருமன் போன்ற பல நோய்களால் ஜெயலலிதா பாதிக்கப்பட்டிருந்தார். அதற்குரிய சிகிச்சைகளும் எடுத்து வந்தார் என்பது சாட்சியங்களில் இருந்து தெரிகிறது. அவருடைய உடல் நிலை திருப்திகரமாக இருந்தது. ஜெயலலிதா

சாதாரண வேலைகளை செய்து கொண்டிருந்தார். 2016 செப்டம்பர் 22-ம் நாளில் இருந்து ஜெயலலிதாவுக்கு சில உபாதைகள் வரத் தொடங்கின.

ஜெயலலிதாவுக்கு டாக்டர் சாந்தாராம் உள்ளிட்ட மூத்த மருத்தவர்களால் சிகிச்சை அளிக்கப்பட்டது. படிப்படியாக அவர்கள் சசிகலாவால் மாற்றப்பட்டனர். அதற்குப் பிறகு டாக்டர் வினோதன், டாக்டர் ஹரிஹரன் ஆகியோர் ஜெயலலிதாவின் குடும்ப மருத்துவர்கள் ஆனார்கள். பிறகு அறுவை சிகிச்சை நிபுணரான சிவக்குமார், ஜெயலலிதாவின் குடும்ப மருத்துவராக மாறினார். ஆனால், அவர் ஜெயலலிதாவுக்கு ஏற்பட்ட நோய்களுக்கு சிகிச்சை அளிப்பதற்கான மருத்துவர் அல்ல.

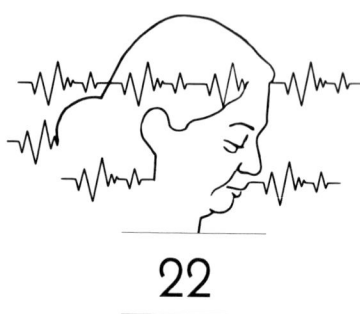

22

டயபரால் வந்த வினை!

அப்போலோவில் ஜெயலலிதா அனுமதிக்கப்பட்டதற்கு முந்தைய மூன்று நாட்கள் அவருக்கு என்ன நடந்தது? என்பதை ஆணையம் விசாரித்தது.

2016 செப்டம்பர் 20.

வேறு மருத்துவர்கள் இருந்த போதிலும் சபரிமலை சென்றிருந்த உறவினர் டாக்டர் சிவக்குமாரை தொடர்பு கொண்டு, ஜெயலலிதாவுக்குக் காய்ச்சல் இருப்பதை சசிகலா தெரிவித்தார். சிவக்குமார் பரிந்துரையின்படி பாராசிட்டாமல் மருந்து மட்டுமே ஜெயலலிதாவுக்கு வழங்கப்பட்டது.

2016 செப்டம்பர் 21

உடல்நிலை சரியில்லாத போதிலும் புதிய பேருந்துகளைத் துவக்குதல், மெட்ரோ ரயில் சேவை நிகழ்ச்சிகளில் பங்குபெற 21-ம் தேதி காலை தலைமைச் செயலகத்திற்கு முதல்வர் ஜெயலலிதா சென்றார். அதுவே அவரின் இறுதி நிகழ்ச்சியாக மாறும் என யாரும் அறிந்திருக்கவில்லை. பேருந்துகளைத் துவக்கிவிட்டு, மெட்ரோ ரயிலை வீடியோ கான்பரன்ஸிங் வாயிலாகத் தொடங்கி வைத்தார்.

வீட்டிற்குத் திரும்பும் போது மக்களுக்குக் கையசைப்பதற்காக கார் டிரைவர் கே.டி.கார்த்திகேயனிடம் மெதுவாகச் செல்லும்படி ஜெயலலிதா சொன்னார். சிறிது தூரம் சென்றதும், "உடல்நிலை சரியில்லை. வேகமாக வீட்டிற்குச் செல்லவும்" என அறிவுறுத்தினார். போயஸ் கார்டனில் ஜெயலலிதா காரைவிட்டு இறங்கும் போது, கால்களில் புடவை பிணைந்ததால் நடப்பதற்கு தடுமாற்றம் ஏற்பட்டு, விழும் நிலைக்குப் போனவர், ஒருவழியாகச் சமாளித்து வீட்டிற்குள் நுழைந்தார்.

2016 செப்டம்பர் 22

டாக்டர் சிவக்குமார் காலை 11 மணிக்கு கார்டன் போனார். "காய்ச்சல் இல்லை" என அவரிடம் ஜெயலலிதா தெரிவித்திருக்கிறார். சோர்வாக இருந்ததால், ஜெயலலிதா ஓய்வெடுத்தார். மாலை 4 மணிக்கு சிவக்குமார் கார்டன் போய்விட்டு, அப்போலோவிற்கு பணிக்குச் சென்றுவிட்டார். மாலை 7 மணிக்கு சசிகலா சிவக்குமாருக்கு போன் செய்து, "ஜெயலலிதாவுக்கு இருமல், காய்ச்சல் இருக்கிறது" என சொல்லியிருக்கிறார். சிவக்குமார் இரவு 8:45 மணிக்கு கார்டனுக்கு வந்தார். படுக்கையில் இருந்த ஜெயலலிதாவுக்கு இருமலும் மிதமான உடல் வெப்பநிலையும் இருந்தது. சிவக்குமார், ஜெயலலிதாவின் கால்களைப் பிடித்துக் கொண்டு உடல்நலம் குறித்து விசாரித்தார். மூச்சு விடுவதில் சிரமப்படுவதை சிவக்குமார் கவனித்து, அப்போலோவில் இருந்து நெபுலைசரைக் கொண்டு வருமாறு சொன்னார்.

ஜெயலலிதா பாத்ரூம் சென்ற போது சசிகலாவையும் உடன் செல்லுமாறு சிவக்குமார் கேட்டுக் கொண்டார். பிறகு ஜெயலலிதா படுக்கைக்குத் திரும்பிய போது கடுமையான இருமல் இருந்தது. சசிகலா, சிவக்குமார் ஆகியோர் மீது ஜெயலலிதா மயக்கமடைந்து விழ, அவர்கள் உதவினர். உடனே, சிவக்குமார் அப்போலோவுக்கு பேசி, ஆம்புலன்ஸ் அனுப்பக் கோரினார்.

பத்து நிமிடத்தில் ஆம்புலன்ஸ் வந்தது. அதில், டாக்டர் சினேகாஸ்ரீ வேணுகோபால், செவிலியர் அனீஷ், ஓட்டுநர் சுரேஷ்குமார் ஆகியோர் வந்தனர். அவர்கள் பார்த்த போது ஜெயலலிதா மயக்கமடைந்திருந்தார். "ஆக்ஸிஜன் தேவை" என சினேகாஸ்ரீ வேணுகோபால் சொல்ல, ஆம்புலன்ஸில் இருந்து ஆக்ஸிஜனை அனீஷ் எடுத்து வந்தார். ஜெயலலிதாவை நாற்காலியில் அமரவைக்கும் முயற்சி தோல்வி அடைந்தது. ஜெயலலிதாவை ஸ்ட்ரெச்சரில் படுக்க வைத்து, படிக்கட்டுகளில் இறக்கி ஆம்புலன்ஸில் ஏற்றினர். சசிகலாவும் சிவக்குமாரும் ஆம்புலன்ஸில் பயணித்தனர். ஆம்புலன்ஸ் அப்போலோவை அடைந்தது. சிவக்குமார் மருத்துவ உதவி கேட்டு, அப்போலோவிடம் அப்போலோ தகவல் தெரிவித்த

போது, எந்தவொரு சிறப்பு மருத்துவரையும் அனுப்பவில்லை என்பது கவனிக்கப்பட வேண்டிய விஷயம்.

டாக்டர் சினேகாஸ்ரீ வேணுகோபால் ஆணையத்தில் அளித்த சாட்சியத்தில், "ஜெயலலிதா சுயநினைவின்றி இருந்தார். மூச்சு விடுவதற்கு மிகவும் சிரமப்பட்டார். நாடித்துடிப்பு 70 ஆகவும் ரத்தத்தில் ஆக்ஸிஜன் குறைவாகவும் இருந்ததால் ஐ.வி பொருத்தப்பட்டது. ஆக்ஸிஜன் அளிக்கப்பட்டது. ஸ்ட்ரெச்சரில் வைத்து ஆம்புலன்ஸில் ஏற்றுவதற்கு அரைமணி நேரமானது" என்றார்.

சிவக்குமார் சாட்சியத்தில், "ஆம்புலன்ஸில் ஜெயலலிதாவை அழைத்த போது, அவர் பதில் அளிக்கவில்லை. கைகளை மட்டும் இறுகப் பிடித்துக் கொண்டார்" என்றார். ஆம்புலன்ஸில் வரும் போது ஜெயலலிதா எதுவும் பேசவில்லை என்பதற்கு இதுவே உறுதியான சான்றாகும். ஆனால், சசிகலா வாக்குமூலத்தில், "ஆம்புலன்ஸில் போய்க் கொண்டிருந்த போது அக்கா சட்டெனக் கண் விழித்து என்னைப் பார்த்து, 'எங்கிருக்கிறேன்' என்றார். அப்போதுதான் எனக்கு உயிரே வந்தது" எனச் சொன்னது பொய்யானது.

எட்டு நிமிடங்களில் ஆம்புலன்ஸ் அப்போலோவை அடைந்து, அவசர சிகிச்சை பிரிவுக்கு ஜெயலலிதா கொண்டு செல்லப்பட்டார். அப்போது அவருக்கு சர்க்கரை அளவு மிக அதிகமாகவும் ஆக்ஸிஜன் குறைவாகவும் இருந்தது. உடனே அவசரக் கால சிகிச்சை தொடங்கியது. ஐ.வி பொருத்தப்பட்டது. ECG மற்றும் ECHO எடுத்தனர். அவசர சிகிச்சைப் பிரிவில் இருந்து ICCU-விற்கு ஜெயலலிதா மாற்றப்பட்ட போது, மகப்பேறு மருத்துவர் சுமணா மனோகர் ஜெயலலிதாவுக்கு கதீட்டர் (வடிகுழாய்) செலுத்தினார். கதீட்டரை பொருத்தும் போது ஜெயலலிதா வலியால் கையை அசைத்தார். ஆனால், எதுவும் பேசவில்லை.

ஆம்புலன்ஸில் ஜெயலலிதாவை அழைத்து வந்த டாக்டர் சினேகாஸ்ரீ வேணுகோபால் நோயாளியின் ஆரம்ப நிலை தகவல்களை பதிவு செய்யும் பதிவேட்டில், 'மூன்று நாட்களாக இடை விடாது அதிக காய்ச்சல். உடலில் தடிப்புகள். ஸ்டீராய்டுகளுடன் கூடிய மரபுவழி தோல் அழற்சி. 30 நிமிடங்களுக்கு முன்பு பாராசிட்டமால் எடுத்துக் கொண்டார். திடீரென மூச்சு விடுவதில் சிரமம். இதயவியல் ஆலோசனை தேவை' எனப் பதிவு செய்திருக்கிறார்.

அவசர சிகிச்சைப் பிரிவில் இருந்து ஸ்ட்ரெச்சரில் ஜெயலலிதா வெளியே வந்த போது சிவக்குமாரிடம், "எங்கிருக்கிறேன்" என ஜெயலலிதா கேட்க, "அப்போலோவில் இருக்கிறீர்கள்" என்று

சிவக்குமார் சொன்னார். “சுயநினைவோடு இருந்திருந்தால் என்னை அவர்களால் மருத்துவமனைக்கு அழைத்து வந்திருக்க முடிந்திருக்குமா?” என ஜெயலலிதா சிரித்தபடியே கேட்டிருக்கிறார். ICCU அறைக்குச் சென்ற பிறகுதான் ஜெயலலிதாவுக்கு சுயநினைவே வந்திருக்கிறது. கார்டனில் ஜெயலலிதா உடல்நிலை சரியில்லாமல் இருந்தபோதிலும், பாராசிட்டமால் மட்டுமே அளிக்கப்பட்டிருக்கிறது. ஜெயலலிதாவுக்குக் காய்ச்சல் ஏன் தொடர்கிறது? என்பதை சிவக்குமாரால் கண்டறிய முடியவில்லை. தகுந்த மருத்துவரைப் பார்க்கவோ காய்ச்சலுக்கான காரணத்தைக் கண்டறியவோ எந்த முயற்சியும் சிவக்குமார் எடுக்கவில்லை. அதிர்ஷ்டவசமாக அப்போலோவில் அனுமதிக்கப்பட்ட பிறகே ஜெயலலிதாவுக்கு செப்சிஸ் (செப்டிசீமியா) இருப்பதைக் கண்டறிந்தனர். அந்த செப்சிஸ் பற்றி ஆணையத்தில் டாக்டர்கள் என்ன சொன்னார்கள்?

இதய நோய் மருத்துவர் சத்தியமூர்த்தி: “ஜெயலலிதாவின் வலது முட்டிக்கு கீழ் வீக்கம் இருந்தது. இதயத்தின் இடது பக்கம் ரத்தக் கசிவு, வெஜிடேசன், தொற்று கண்டறியப்பட்டது”

தீவிர சிகிச்சை மருத்துவர் ரேமண்ட் டோமினிக் சேவியோ: “இதயத்தில் பேஸ்மேக்கர் ஸ்டேண்ட்பையாக வைக்கப்பட்டது. ஜெயலலிதாவுக்கு கைகளிலும் இடுப்புக் கீழே பிட்டத்தில் தடிப்புகள் அதிகமாக இருந்ததாக செவிலியர்கள் மூலம் தெரிந்தது. டயஸ்ட்டாலிக் ஹார்ட் பெயிலியர், ஆஸ்துமா, மூச்சு குழாய் அழற்சி, எரிச்சலுற்ற குடல் நோய்க்குறி ஆகியவை கண்டறியப்பட்டன. ரத்தப் பரிசோதனையில் Endococcus என்ற பாக்டீரியா தொற்று இருந்தது தெரிய வந்தது. நுரையீரலில் திரவ சேகரிப்பு கதீட்டர் மூலமாக வெளியேற்றப்பட்டன. முதுகுத்தண்டு எலும்பு சற்று பலவீனமாகவும் கால்களில் உணர்வு சற்று குறைவாக இருந்ததால் நடப்பதற்குச் சிரமப்பட்டார்”

மகப்பேறு மருத்துவர் சுமணா மனோகர்: “ஜெயலலிதாவின் பிறப்புறுப்பில் நோய்த் தொற்றைக் கண்டறிந்து சிகிச்சை அளித்தேன். 23.9.2016 முதல் 5.10.2016 வரை தினமும் காலையில் வெளிப்புற இன்பெக்‌ஷனுக்கான டிரஸ்ஸிங் செய்தேன். பிட்டத்திலும் பிறப்புறுப்பிலும் தடிப்புகள் இருந்தது. நீண்ட நாட்கள் டயப்பர் அணிந்ததால் தொற்றும் ஏற்பட்டிருந்தது. ‘Endococcus கிருமி எதனால் ஏற்பட்டது? எவ்வளவு நாட்களாக உள்ளது? எனத் தெரியாது’ என்று ஜெயலலிதா சொன்னார்”

டாக்டர் வி.ராமசுப்பிரமணியன்: “Enterococcus Faecalis பாக்டீரியாதான் இதயத்தில் நோய்த் தொற்று ஏற்படக் காரணமாக இருந்திருக்கும்”

டாக்டர் ரமேஷ் வெங்கடராமன்: *"Enterococcus Faecalis* பாக்டீரியா மலத்திலும் ரத்தத்திலும் இருந்தது. இது டயபரால் உண்டாகியிருக்கலாம்"

டாக்டர் பாலபிரகாஷ்: "ஜெயலலிதாவுக்கு முன்பு சொன்ன தொற்றைத் தவிர, பிறப்புறுப்பில் *Vaginal Candidiasis* தொற்றும் (புஞ்சைத் தொற்று) இருந்தது.

டாக்டர் ஒய்.விஜயசந்திர ரெட்டி: "இதயத்தின் வால்வில் இரண்டு இடங்களிலும் நுரையீரலிலும் ரத்தத்திலும் தொற்று இருந்தது. உணவுக் குழாய் (குடல்) வழியாக அந்த தொற்று ரத்தத்தில் கலந்திருக்கலாம்"

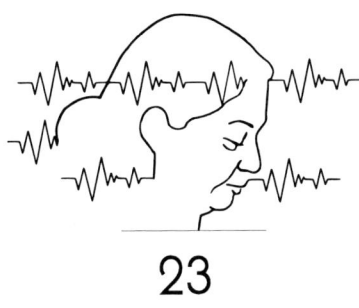

23

குணமடைந்த ஜெயலலிதா!

ஜெயலலிதா ICCU அறைக்கு மாற்றப்பட்ட பிறகு உடல்நிலையில் முன்னேற்றம் ஏற்பட்டது. டாக்டர் ஆர்.நரசிம்மன் 23.9.2016 அன்று பார்த்தபோது, அவரை அமர சொல்லி, 30 நிமிடம் ஜெயலலிதா பேசியிருக்கிறார். "எந்தெந்த உணவுகளைத் தவிர்க்க வேண்டும்" என நரசிம்மன் அறிவுரை சொன்னதும் ஜெயலலிதா குறுக்கிட்டு, "Private Life of Chairman Mao புத்தகத்தைப் படித்திருக்கிறீர்களா? அதில், தலைமைப் பண்புகளைக் கற்கலாம். அந்த புத்தகத்தை நீங்களும் படியுங்கள்" என்றார். அதாவது, 'பொது வாழ்க்கையில் இருப்பதால் அறிவுரைகளை எல்லாம் என்னால் பின்பற்ற இயலாது' என்பத்தைதான் இப்படி நரசிம்மனுக்கு ஜெயலலிதா உணர்ந்தியிருப்பார்.

நரம்பியல் டாக்டர் வி.எல்.அருள்செல்வன் அளித்த சாட்சியத்தில், "23.9.2016 அன்று மதியம் 1 மணிக்கு ஜெயலலிதாவின் வலது கையில் நடுக்கம் ஏற்பட்டது. இது மூளையில் ஏற்பட்ட அதிர்வினால் இருக்கும். பொதுவாக நீரிழிவு நோயாலும் ரத்தக் கொதிப்பாலும் ஏற்படும். இதனால், பக்கவாதம் உண்டாகும். ஆனால், அப்படி எதுவும் ஏற்படவில்லை. இருப்பினும் மூன்று முறை அவருக்கு

வலிப்பு வந்தது. ஒவ்வொரு முறையும் இரண்டு கைகளிலும் மாறிமாறி வந்தது. ஒருமுறை முகத்தில் சிறிதளவே ஏற்பட்டது" என்றார்.

2016 செப்டம்பர் 23-ம் தேதி தன்னுடைய செயலாளர்களையும் தலைமைச் செயலாளரையும் அழைத்து, "உடல்நிலை சரியில்லாததால், மெடிக்கல் ஆப்சர்வேஷனில் நான்கைந்து நாட்கள் இருக்க வேண்டும்" என்று ஜெயலலிதா சொல்லியிருக்கிறார். அதே தினம் தனிப் பிரிவு சிறப்பு அதிகாரி சாந்தா ஷீலா நாயரும் ஜெயலலிதாவைப் பார்த்திருக்கிறார்.

சுகாதாரத் துறைச் செயலாளர் ராதாகிருஷ்ணனின் சாட்சியத்தில், "23.9.2016 அன்று ICCU வார்டு அறை எண் 2008-ல் முதல்வர் சிகிச்சை பெற்ற போது சசிகலா, இளவரசி மற்றும் குடும்பத்தினர், முதல்வரின் செயலாளர்கள், தலைமைச் செயலாளர், சில அமைச்சர்களும் அங்கே இருந்தார்கள்" எனச் சொன்னார். ஆனால், மக்களவை துணைச் சபாநாயகர் தம்பிதுரை சாட்சியத்தில், "23.9.2016 அன்று 5.00 மணிக்கு முதல்வரைப் பார்க்க முற்பட்டபோது பார்க்க இயலவில்லை" என பதிவு செய்திருக்கிறார்.

மயக்க மருந்து நிபுணர் ரமா தேவி பெரும்பாலும் ஜெயலலிதாவின் அறையில் பணியமர்த்தப்பட்டிருந்தார். முதலில் ஜெயலலிதாவை அவர் பார்த்தபோது அவர் அதிக ஆபத்துள்ள நோயாளி (Highly Risk Patient) ஆக இருந்தார். பிறகு stable ஆனார். 23.9.2016 அன்று ஜெயலலிதாவுக்கு LV failure, lung injury ஏற்பட்டு, தற்காலிக பேஸ்மேக்கர் பொருத்தப்பட்டிருந்தது.

இதய அறுவை சிகிச்சை நிபுணர் எல்.எஃப் ஸ்ரீதர், ஜெயலலிதாவின் ECHO, Xray -வைப் பார்த்ததில் இரண்டு புறமும் வெள்ளையாக நீர் கோர்த்து இருந்ததைக் கண்டார். "நுரையீரலில் நீர் கோர்த்திருந்தது. வெஜிடேசன், செப்சிஸ் காரணமாக ஏற்பட்டிருக்கலாம். ஆபத்தான நிலையில் இருந்தாலும் அவர் ஸ்டேபிள் ஆகவே இருந்தார்" என வாக்குமூலத்தில் ஸ்ரீதர் சொன்னார்.

சுவாச நோய்த் தொற்றால் சில சமயங்களில் மூச்சு விடும்போது விசிலடிக்கும் சத்தத்தை உணர்வதாக மருத்துவரிடம் ஜெயலலிதா தெரிவித்திருக்கிறார். டாக்டர் ஆர்.நரசிம்மன், "சத்தத்தை பதிவுசெய்யலாம்" என்றார். டாக்டர் சிவக்குமார் சத்தத்தைப் பதிவு செய்ய முயன்ற போது அதனை சரியாகச் செய்ய முடியாமல் போனது. அப்போது ஜெயலலிதா, "தியேட்டரில் முதல் வரிசையில் அமர்ந்திருப்பவர்களின் விசில் சத்தம் கேட்பது போல உள்ளது" என சிவக்குமாரிடம் தெரிவித்தார்.

இந்த உரையாடல் ஆணைய விசாரணை நடந்து கொண்டிருந்த போதே 2018-ல் ஊடகங்களில் வெளியானது. 2016 செப்டம்பர் 27

அன்றுதான் ஜெயலலிதா மூச்சுத் திணறலுடன் டாக்டர்களுடன் பேசினார். அந்த ஆடியோவில் என்ன இருந்தது?

ஜெயலலிதா: *"OH SAD... எதுல ரெக்கார்ட் பண்ணுறீங்க?"*

சிவக்குமார்: *"VLC ரெக்கார்ட்ல மேடம். அப்ளிகேஷன் டவுன்லோடு பண்றேன்"*

ஜெயலலிதா: *"கேக்குதா"*

சிவக்குமார்: *"பெருசா இல்லை"*

ஜெயலலிதா: *"அப்போ இருந்த போது கூப்பிட்டேன். எடுக்க முடியலனு சொன்னீங்க. ஒண்னு கிடக்க ஒண்ணு பண்றீங்க... எடுக்க முடியலைன்னா விடுங்க. மூச்சு விட முடியல. தியேட்டர்ல முன்னாடி சீட்டுல விசில் அடிக்கிற மாதிரி இருக்கு. எனக்கு எவ்வளவு ரத்த அழுத்தம் இருக்கு?*

மருத்துவர்: *"140/ 80"*

ஜெயலலிதா: *"it's ok for me. இது நார்மல்தான்"*

தொற்று நோய் மருத்துவர் ராம் கோபாலகிருஷ்ணன் ஜெயலலிதாவுக்கு எண்டோகார்டிடிஸ் நோய்க்கு *(Enterococcus)* சிகிச்சை அளித்து, இதயத்தில் 14 மி.மீ அளவு வெஜிடேசனால் பாதிக்கப்பட்டிருந்ததை கண்டறிந்தார். அறுவை சிகிச்சைக்கு உண்டான அறிகுறியான வால்வு துளைத்தல், நுரையீரல் வீக்கம் பற்றியும் சொல்லி, 28.9.2016 அன்று வால்வு அறுவை சிகிச்சையை விரைந்து உரிய நேரத்தில் மேற்கொள்ளப் பரிந்துரைத்தார்.

இப்படிப் பல மருத்துவர்களின் சான்றுகள் மற்றும் மருத்துவப் பதிவுகளில் இருந்து கிடைத்த செய்தி இதுதான். அப்போலோவில் ஜெயலலிதா அவசர சிகிச்சைப் பிரிவில் இருந்து வெளிவந்து, சுயநினைவடைந்தார். அவரது நோய்த் தொற்றுகளுக்கு சிகிச்சை அளித்து அதற்கான காரணங்களை மருத்துவர்கள் கண்டறிந்தனர். ஒரு வாரத்திலேயே ஜெயலலிதாவை குணமடைய செய்தனர்.

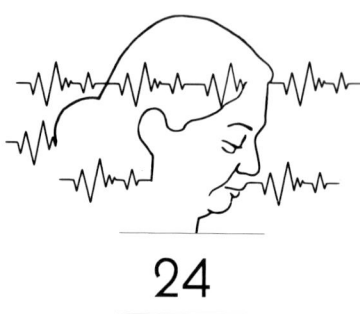

24
சிகிச்சையில் சசிகலாவின் பங்கு!

ஜெயலலிதாவுக்கு அளிக்கப்பட்ட சிகிச்சையில் சசிகலாவின் பங்கு என்ன? அதுபற்றி ஆணையத்தில் சாட்சியம் அளித்தவர்கள் என்ன சொன்னார்கள்?

டாக்டர் பாலாஜி: "ஜெயலலிதாவுக்கு வேறு யாரும் உதவவில்லை. சசிகலாவும் அவரது உறவினர்கள் மட்டுமே குடும்ப உறுப்பினராக அப்போலோவில் இருந்தார்கள். அங்கே ஜெயலலிதாவின் அண்ணன் பிள்ளைகள் தீபக், தீபாவை ஒருமுறை கூட பார்க்கவில்லை."

ஜெயலலிதாவின் அண்ணன் மகன் தீபக்: "அத்தையின் சிகிச்சையை சசிகலாவும் அவரது குடும்பத்தினரும்தான் முடிவு செய்தனர்."

சசிகலா உறவினர் கிருஷ்ணப்பிரியா: "சசிகலாவின் ஆலோசனையின் பேரில் மட்டுமே மருத்துவர்கள் ஜெயலலிதாவுக்கு சிகிச்சை அளித்தனர். சிகிச்சை குறித்து சசிகலா மட்டுமே மருத்துவர்களுடன் கலந்துரையாடினார்."

சசிகலாவின் தம்பி திவாகரனின் மகன் ஜெய் ஆனந்த்: "அடிப்படை

சிகிச்சை செய்தாலும் படிவங்களில் சசிகலாவின் கையெழுத்தை டாக்டர்கள் பெறுவார்கள். தலைமைசெயலாளரிடமும் அப்போலோ நிர்வாகம் கையெழுத்துப் பெற்றது. சசிகலாவின் உறவினர்கள் 10 முதல் 15 பேர் அப்போலோவுக்கு வந்தனர்"

சசிகலாவின் உறவினர் டாக்டர் சிவக்குமார்: "சசிகலாவிடம் மருத்துவர்கள் என்னென்ன சிகிச்சைகள் அளிக்கப்படும் என்று தெரிவித்த பின்னரே சிகிச்சைகள் அளித்தனர். எந்த ஒரு செயல் முறையைச் செய்தாலும் சசிகலாவிடம் விளக்கம் அளிக்கப்பட்டு, ஒப்புதல் பெற்ற பிறகே மருத்துவர்கள் முடிவு செய்தனர். உதாரணமாக டிரக்கியோஸ்டமி அறுவை சிகிச்சைக்கு முன் சசிகலாவிடம் டாக்டர்கள் ஒப்புதல் பெற்றனர்."

செவிலியர் ரேணுகா: "ஜெயலலிதாவைப் பார்க்க அவரின் அறைக்கு இரண்டு முறை சசிகலா வருவதை வழக்கமாகக் கொண்டிருந்தார்."

செவிலியர் ஷீலா: "ஜெயலலிதா அழைத்தால், சசிகலா உள்ளே சென்று, 15 நிமிடங்களுக்குப் பிறகு திரும்புவார். சசிகலா இரண்டாவது மாடியிலோ ICCU அறையிலோ தங்கவில்லை."

செவிலியர் நளினி: "ஜெயலலிதா அழைத்தால், செவிலியர்கள் சசிகலாவுக்குத் தகவல் தெரிவிப்பார்கள். ஜெயலலிதா உணவருந்தும் போது, சசிகலா இருப்பார். ஒரு நாளைக்கு இரண்டு அல்லது மூன்று முறை வந்து ஜெயலலிதாவை சந்தித்துவிட்டு, சசிகலா தனது அறைக்கு செல்வார். ஜெயலலிதாவுடன் சசிகலா பேசும் போது, பணியாளர்கள் அறையில் இருக்க மாட்டார்கள்."

டாக்டர் ரமேஷ் வெங்கடராமன்: "ஜெயலலிதாவுக்கு மாரடைப்பு ஏற்பட்டதைச் சொன்னதும் சசிகலா பெரும் அதிர்ச்சி அடைந்தார்"

சசிகலாவின் தம்பி திவாகரனின் மகள் ராஜமாதங்கி அப்போலோவில் டாக்டராக பணியாற்றுகிறார். அவருடைய கணவர் விக்ரமும் அப்போலோவில் ENT மருத்துவராக இருக்கிறார். இருவரும் சிகிச்சை விவரங்களை சசிகலாவுக்கு அவ்வப்போது தெரிவிப்பார்கள். ஜெயலலிதா சிகிச்சை குறித்து நாள்தோறும் ராஜமாதங்கி குறித்துக் கொண்டார். ஜெயலலிதாவுக்கு டிரக்கியோஸ்டமி அறுவை சிகிச்சையின் போது டாக்டர் விக்ரம் உடனிருந்தார்.

ராஜமாதங்கி அளித்த சாட்சியத்தில், "சிகிச்சைக்காக மருத்துவர்கள் கையெழுத்து கேட்டபோது, 'உறவினர்' என்ற இடத்தில் சசிகலா மட்டுமே கையெழுத்திட்டார். நானும் அப்போலோ மருத்துவர்களும் சசிகலாவிடம் விளக்கிய பின்னரே சிகிச்சைக்கு சம்மதம் பெற்றோம். ஜெயலலிதாவுக்கு உணவு,

மருந்து, சிகிச்சை தொடர்பான விஷயங்களில் சசிகலாவின் பங்கு அதிகம். சசிகலா மற்றும் உறவினர்களுடன் மருத்துவர்கள் கலந்துரையாடிய பிறகுதான் 2016 டிசம்பர் 5-ம் தேதி எக்மோ (ECMO) துண்டிக்கப்பட்டது" என்றார்.

இந்த சாட்சியங்களில் இருந்தும் சான்றுகளில் இருந்தும் அப்போலோவில் ஜெயலலிதா சிகிச்சை பெற்ற அறைக்கு சசிகலா மட்டுமே அனுமதிக்கப்பட்டார் என்பது தெளிவாகிறது. அனைத்து மருத்துவர்களும் சசிகலாவிடம் மட்டுமே நம்பிக்கை வைத்து, தகவல்களைத் தெரிவித்திருக்கிறார்கள். சசிகலாவின் ஒப்புதலுடன்தான் அப்போலோ நிர்வாகம் சிகிச்சையைத் தொடர்ந்தது. நோயாளியின் உறவினராக ஒப்புதல் படிவங்களில் சசிகலாவே கையெழுத்திட்டிருக்கிறார். டிரக்கியோஸ்டமி செய்வதற்கு முன் தலைமைச் செயலாளரின் சம்மதம் பெறப்பட்டிருக்கிறது.

'அப்போலோ ஏன் அமைச்சர்கள் மற்றும் அதிகாரிகளை நம்பிக்கைக்குஎடுத்துக்கொள்ளவில்லை?என்பதுவிளக்கப்படவில்லை. சிகிச்சையை அப்போலோவிலேயே தொடரலாம் என்பதுதான் அவர்களின் ஒரே முடிவு. ஜெயலலிதாவுக்கு மாரடைப்பு வரும் வரை சிகிச்சை நீண்ட காலம் நீடித்ததா? என்ற சந்தேகம் உண்மையாகிவிட்டது' என விசாரணை அறிக்கையில் குறிப்பிடப்பட்டிருக்கிறது.

தலைமைச் செயலாளர் ராம மோகன ராவ் அளித்த சாட்சியத்தில், "முதலமைச்சரின் செயலாளர்கள், சுகாதாரத் துறை அமைச்சர், சுகாதாரத் துறை செயலாளர் ஆகியோர் அப்போலோவிலேயே தங்கினர். முதல்வரின் சிகிச்சைக்கு அப்போலோவுக்கு முழு சுதந்திரம் அளிக்கப்பட்டது. சிகிச்சையில் சந்தேகம் எழுந்தால், மூத்த அமைச்சர்கள் மற்றும் சுகாதாரத் துறை அமைச்சருடன் ஆலோசனை நடத்தி, அப்போலோ தலைவர் தெளிவுபடுத்திய பிறகு, அவருடைய முடிவுக்கே விட்டுவிடுவோம். சிகிச்சையின் போது பல்வேறு நாட்களில் 15 இடங்களில் 'சாட்சி' எனக் குறிப்பிட்ட இடத்தில் நானும், 'உறவினர்' என்ற இடத்தில் சசிகலாவும் கையெழுத்திட்டோம்" என்றார். ஆனால், டாக்டர் பாபு குருவில்லா ஆபிரகாம் அளித்த சாட்சியத்தில், "சசிகலாவும் தலைமைச் செயலாளர் ராம மோகன ராவும் 'உறவினர்' என்ற இடத்தில் கையெழுத்திட்டனர்" எனத் தெரிவித்திருக்கிறார்.

சுகாதாரத் துறை செயலாளர் ராதாகிருஷ்ணன் அளித்த சாட்சியத்தில், "சிகிச்சை குறித்து சசிகலாவும் ராம மோகன ராவும் அப்போலோ பதிவேடுகளில் கையெழுத்திட்டனர். எக்மோவை வெளியே எடுத்தபோது சசிகலாவுடன் நானும் ராம மோகன ராவும் கையெழுத்திட்டோம்" என்றார்.

அன்றைக்கு சுகாதாரத் துறை அமைச்சராக இருந்த விஜயபாஸ்கரிடம், "சிகிச்சைகள் குறித்து உங்களுக்கும் சசிகலா, சிவக்குமார், ராம மோகன ராவ் ஆகியோருக்குத் தெரிவிக்கப் பட்டதா?" என்று ஆணையம் கேள்வி எழுப்பிய போது, "அவர்களுக்குத் தெரிவிக்கப்படவில்லை. அப்போலோ மருத்துவர்கள் தாங்களாகவே முடிவு செய்தனர்" என்றார் விஜயபாஸ்கர். "நாள் தோறும் நடைபெற்ற விளக்கமறிதல் கூட்டங்களில் கலந்து கொள்ளாத சசிகலாவுக்கு சிகிச்சை குறித்து எப்படித் தெரியும்" என்று விஜயபாஸ்கரிடம் ஆணையம் கேட்ட போது, "என்னால் ஊகிக்க முடியாது" என்று பதில் அளித்த விஜயபாஸ்கர், "அப்போலோவில் 20 படிவங்களில் சசிகலாவும் ராம மோகன ராவும் கையெழுத்திட்டது எனக்குத் தெரியாது" எனவும் சொன்னார்.

'அப்போலோ பதிவேடுகளில் கையெழுத்திடுவது தொடர்பாக அரசுக்கு அறிக்கை அளித்திருக்கிறேன்' என்று ராம மோகன ராவ் குறுக்கு விசாரணையில் சொன்னார். இதனைச் சரிபார்க்க அப்போதைய தலைமைச் செயலாளர் கிரிஜா வைத்தியநாதனுக்கு ஆணையம் கடிதம் எழுதிக் கேட்டது. அதற்கு, 'அதுபோன்ற எந்த அறிவிப்பும் அரசுக்கு வரவில்லை' என்று கிரிஜா வைத்தியநாதன் பதிலளித்தார். இதன் மூலம் தலைமைச் செயலாளர் ராம மோகன ராவ், சுகாதாரத் துறை செயலாளர் ராதாகிருஷ்ணன் ஆகியோர் அப்போலோவில் இட்ட கையெழுத்துகள் குறித்து, அரசிடமோ அன்றைய அமைச்சர்கள் யாரிடமோ தெரிவிக்கவில்லை என்பது நிரூபணமாகிறது. 'அரசுக்கு எழுத்துப்பூர்வமாகத் தெரிவிக்கப்பட்டுள்ளது' என ராம மோகன ராவ் சாட்சி அளித்து ஆறுமுகசாமி ஆணையத்தைத் தவறாக வழிநடத்தினார்.

"இந்த சான்றுகளில் இருந்து அப்போலோவும் சசிகலாவும் முடிவு செய்து, இருவரும் சிகிச்சைகளை இஷ்டம் போல் செய்து வந்தனர். அதனால்தான், அமைச்சர்கள், ஜெயலலிதாவின் ரத்த உறவினரான தீபக் உள்ளிட்ட எவருக்கும் அவர்கள் தெரிவிக்கவில்லை. அதுவே 'நோயாளியின் நோய்களின் ரகசியம்' என்ற சாக்குப்போக்கின் கீழ், அவர்கள் தங்கள் இலக்கை எளிதில் அடைய முடிந்ததற்கான காரணமாகும்" என சொல்லியிருக்கிறது ஆணையம்.

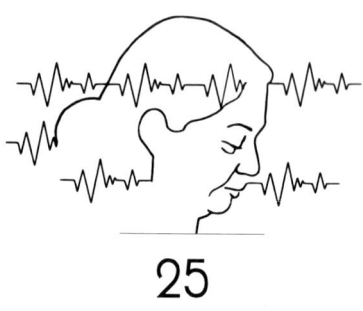

25
எடப்பாடியை வெளியே நிறுத்திய ஜெயலலிதா!

அப்போலோவில் ஜெயலலிதா சிகிச்சை பெற்ற நேரத்தில்தான் காவிரி பிரச்னை எழுந்தது. நதி நீர் ஆணையக் கூட்டம், உச்ச நீதிமன்றத்தில் வழக்கு போன்றவற்றில் தமிழக அரசின் கருத்தைத் தெரிவிக்க வேண்டிய சூழலில், ஜெயலலிதா சிகிச்சை பெற்ற அறையிலேயே காவிரி ஆலோசனைக் கூட்டம் 2016 செப்டம்பர் 27-ம் தேதி மாலை 4:30 மணிக்கு நடைபெற்றது. முதல்வரின் செயலாளர்கள் வெங்கடராமன், ராமலிங்கம், தலைமைச் செயலாளர் ராம மோகன ராவ், அட்வகேட் ஜெனரல் முத்துக்குமார சுவாமி ஆகியோர் பங்கேற்றனர். ஜெயலலிதாவால் சொல்லப்பட்டு, முதல்வரின் செயலாளர்களால் குறிப்பெடுத்து, அறிக்கை தயாரானது. ஜெயலலிதா அளித்த குறிப்புகளை அடிப்படையாகக் கொண்டு தயாரிக்கப்பட்ட உரையை அன்றைய பொதுப்பணித் துறை அமைச்சர் எடப்பாடி பழனிசாமி முன்னிலையில், டெல்லியில் நடந்த நீர்வளத் துறை கூட்டத்தில் தலைமைச் செயலாளர் ராம மோகன ராவ் படித்தார்.

இந்த தகவல்களை ஆணையத்தில் சொன்னார் அரசின் ஆலோசகர் ஷீலா பாலகிருஷ்ணன். அவரிடம், "மருத்துவமனையிலேயே

கோப்புகளில் அதிகாரப்பூர்வமாக முதல்வர் கையெழுத்திட்டாரா?" என ஆணையம் கேள்வி எழுப்பிய போது, "சில கடிதங்கள், கோப்புகளில் கையெழுத்து பெறப்பட்டதைக் கேள்விப்பட்டேன்" என்றார். "சிகிச்சை பெற்று வந்ததால் முதலமைச்சரின் துறைகளை இன்னொரு அமைச்சருக்கு மாற்றம் செய்வது குறித்து, 27.9.2016 அன்று தலைமைச் செயலாளருக்கு முதல்வரே அறிவுறுத்தினார். அதனை ஏற்றுத்தான், 11.10.2016 அன்று ஃபைலில் ஆளுநர் வித்யாசாகர் ராவ் கையெழுத்திட்டார்" என ஷீலா பாலகிருஷ்ணன் சாட்சியம் அளித்தார். அதன்படிதான், ஜெயலலிதா இலாகா இல்லாத முதல்வர் ஆனார். அவருடைய துறைகள் நிதி அமைச்சர் பன்னீர்செல்வத்திடம் ஒப்படைக்கப்பட்டன.

"அன்றைய தலைமைச் செயலாளர் ராம மோகன ராவ் 23.9.2016 முதல் 27.9.2016 வரை அரசு விஷயங்கள் தொடர்பாக முதல்வரை நான்கைந்து முறை சந்தித்துப் பேசினார். 27.9.2016-க்குப் பிறகு முதல்வருடன் பேச வாய்ப்பு கிடைக்கவில்லை. ஆனால், ICCU-வில் இருந்த போது கதவைத் திறந்து மரியாதை செலுத்தினால், முதல்வர் சைகை மூலம் பதிலளிப்பார்" என்று ஷீலா பாலகிருஷ்ணன் ஆணையத்தில் சொன்னார்.

ராம மோகன ராவின் சாட்சியத்தில், "காவிரிப் பிரச்னை அரசியல் சார்புடையது என்பதால், முதல்வருடன் புகைப்படம் எடுக்க அதிகாரிகள் விருப்பம் தெரிவித்தனர். முதல்வரும் ஒப்புக் கொண்டார். புகைப்படக்காரரர் வருவதற்காக அதிகாரிகள் வெளியே காத்திருந்த போது, டாக்டர் சிவக்குமார், 'அம்மா சொன்னபடி மருத்துவமனையில் புகைப்படம் எடுக்க வேண்டாம்' எனக் கேட்டுக் கொண்டார். ஆனால், எந்த அம்மா அந்த அறிவுறுத்தலைச் சொன்னார் என்பது எனக்குத் தெரியவில்லை" என்றார். பொதுவாக, ஜெயலலிதாவை "அம்மா" என்றும் சசிகலாவை "சின்னம்மா" என்றும் அழைப்பார்கள். புகைப்படக்காரரைத் தடுக்க "அம்மா" என்ற வார்த்தையை சூழ்ச்சியாகப் பயன்படுத்தியிருக்கிறார்கள். உடல்நிலை சரியில்லாத முதல்வர் ஜெயலலிதாவுடன் புகைப்படம் எடுக்கத் தலைமைச் செயலாளர் ராம மோகன ராவ் கேட்டுக் கொண்டார். அதற்கு ஜெயலலிதாவும் ஒப்புக் கொண்டார். அறைக்கு வெளியே புகைப்படக்காரருக்காகக் காத்திருந்த நேரத்தில், அறையின் உள்ளே இருந்து யாரோ அந்தத் திட்டத்தை மாற்றினார்கள்.

தி.மு.க தலைவர் கருணாநிதி வெளியிட்ட அறிக்கையில், "காவிரி பிரச்னை குறித்து மருத்துவமனையில் அதிகாரிகளுடன் முதல்வர் விவாதித்ததாகச் செய்திகள் வெளியாகியிருக்கிறது. அதுதொடர்பாக புகைப்படம் வெளியிட வேண்டும். அது மட்டுமே வதந்திகளுக்கு முற்றுப்புள்ளி வைக்கும். முதல்வரின் சிகிச்சை மற்றும் உடல்நிலை

குறித்த மர்மம் அப்போதுதான் தெளிவாகும்" என்றார். ஆனால், அது ஏனோ புறக்கணிக்கப்பட்டது.

"காவிரி நதிநீர் கூட்டத்தின் போது மூக்கில் பொருத்தப்பட்டிருந்த குழாயையும் பொருட்படுத்தாமல், கைக்குட்டையால் முகத்தைத் துடைத்து உணர்வுபூர்மாக முதல்வர் அறிக்கையைத் தயாரித்தார். அப்போது அவர் உணர்ச்சிவசப்பட்டார். முதல்வரின் அறிவுரைப்படி அறிக்கை தயாரித்த நானும் அட்வகேட் ஜெனரலும் அரசு அதிகாரிகளும் மட்டுமே அறையில் இருந்தோம். பொதுப்பணித் துறை அமைச்சரான எடப்பாடி பழனிச்சாமி அங்கிருந்த போதும், முதல்வரின் அறைக்குள் அவர் இல்லை. முதல்வர் தயாரித்த அறிக்கையில் முதல்வரிடம் கையெழுத்தோ அல்லது அரசு மருத்துவரிடம் சான்றொப்பமோ பெறவில்லை. அதற்கு அவசியமும் இல்லை" என ராம மோகன ராவ் சாட்சியம் அளித்தார்.

காவிரி விவகாரத்தோடு தொடர்புடைய பொதுப்பணித் துறை அமைச்சர் எடப்பாடி பழனிசாமியை ஆலோசனைக் கூட்டத்திற்கே அனுமதிக்கவில்லை. அவர் வெளியே காத்துக் கிடந்தார். ஆனால், "24.9.2016 முதல் 27.9.2016 வரை முதல்வர் தாமாகவே, அங்கிருந்த அமைச்சர்களை அழைத்துப் பார்த்தார்" என ராம மோகன ராவ் ஆணையத்தில் சாட்சியம் அளித்தார். அப்படி தாமாகவே அழைத்துப் பேசிய ஜெயலலிதா, காவிரி கூட்டத்தில் அந்த துறையின் அமைச்சர் எடப்பாடி பழனிசாமியை ஏன் அழைக்கவில்லை? அதிகாரிகளை மட்டுமே ஏன் அழைத்தார்? என்ற கேள்வி இயல்பாகவே எழுகிறது.

இந்த சான்றுகளில் இருந்து, காவிரி நதிநீர் கூட்டம், முதல்வர் சிகிச்சை பெற்ற அறையில் நடத்தப்பட்டது தெளிவாகிறது. அப்போது ஜெயலலிதா சுயநினைவுடன் இருந்தார். ஆனால், காவிரி கூட்டம் முடிந்த பிறகு ஜெயலலிதாவின் உடல்நிலையில் திடீர் பின்னடைவு ஏற்பட்டது.

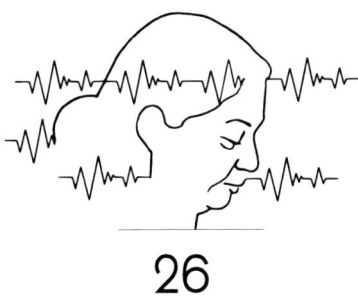

26

உடல்நிலையில் திடீர் பின்னடைவு!

காவிரி நதிநீர் கூட்டம் முடிந்ததும் ஜெயலலிதா சுவாசிப்பதில் சிரமம் இருப்பதை டூட்டி டாக்டர், பார்த்தார். "நல்ல முன்னேற்றம் ஏற்பட்டு, ஜெயலலிதா மாலையில் நலமாக இருந்தார். ஒரு மணி நேரத்தில் குறைந்த சளியுடன் இருமல் இருந்தது. சளி பரிசோதிக்கப்பட்டது. தூக்கம் வரவில்லை" என அந்த நிகழ்வை டாக்டர் ரமேஷ் வெங்கடராமன் ஆணையத்தில் விவரித்தார்.

மயக்க மருந்து நிபுணர் டாக்டர் பாஸ்கரன் அளித்த சாட்சியத்தில், '2016 செப்டம்பர் 28-ம் தேதி அதிகாலை 2 மணி முதல் ஜெயலலிதாவுக்கு மூச்சு விடுவதில் சிரமம் ஏற்பட்டது. பரிசோதித்த பிறகு மூச்சுக் குழாயில் இண்டியுபேசன் செய்யப்பட்டிருந்ததால் அவருக்கு மயக்க மருந்து அளிக்கப்பட்டது. அவருடைய சுவாசக் குழாயில் ஒரு குழாயை வைத்தனர்" என்றார். ஜெயலலிதாவுக்கு டிரக்கியோஸ்டமி செய்த டாக்டர் பாபு மனோகர், "2016 செப்டம்பர் 28-ம் தேதி முதல் ஜெயலலிதா வென்டிலேட்டரில்தான் இருந்தார்" என்றார்.

டாக்டர் ஆர்.நரசிம்மன் அளித்த சாட்சியத்தில், "28.9.2016 அன்று ஜெயலலிதாவைப் பார்த்தபோது, சுவாசிக்கையில் சில

சத்தம் கேட்டது. நான்கு அல்லது ஐந்து நாட்கள், அவர் மயக்க நிலையில் வைக்கப்பட்டார். அவருக்குச் சுயநினைவு திரும்பியதும் மீண்டும் மயக்க மருந்து அளிக்கப்பட்டது. அது அப்படியே இரண்டு மாதங்கள் தொடர்ந்தன. அந்த காலகட்டத்தில் ஜெயலலிதா வென்டிலேசனில் மயக்க நிலையில் வைக்கப்பட்டிருந்தார். அவர் சுவாசிக்கும் போது ஏற்ற தாழ்வுகள் இருந்தன. சிறிது நேரம் கழித்து அவர் சுயநினைவு பெற்றார்" என்றார். டாக்டர் ரேமண்ட் டாமினிக் சேவியர், "28.9.2016 அன்று ஜெயலலிதாவுக்கு இண்டியுபேசன் சிகிச்சை மேற்கொள்ளப்பட்டது. 28.9.2016-க்குப் பிறகு அவரது உடல்நிலை முன்னேற்றத்தில் சிறிது பின்னடைவு ஏற்பட்டது" எனத் தெரிவித்தார்.

ஜெயலலிதாவின் உடல்நிலையில் பின்னடைவு ஏற்பட்டதை அறிந்ததும் தலைமைச் செயலாளர் ராம மோகன ராவ் அப்போலோ வந்தார். அப்போது ஜெயலலிதாவுக்குச் சுவாசிப்பதில் பிரச்னை இருந்தது. அதனால், அவரை வென்டிலேட்டரில் வைத்தார்கள். அதனை ராம மோகன ராவ் ஏற்றுக் கொண்டார்.

டாக்டர் செந்தில்குமார் அளித்த சாட்சியத்தில், "28.9.2016 அன்று இரவு ஜெயலலிதா உடல்நிலை பாதிக்கப்பட்டு, வென்டிலேட்டருடன் இணைக்கப்பட்டார். 2016 அக்டோபர் 7-ம் தேதி அறுவை சிகிச்சை மருத்துவர்களின் ஆலோசனைப்படி, டிரக்கியோஸ்டமி செய்யப்பட்டது" எனச் சொன்னார்.

28.9.2016 அன்று எடுக்கப்பட்ட TEE ECHO-வை ஆய்வு செய்ததில், ஜெயலலிதாவுக்கு ரத்த ஓட்டத்தில் பாக்டீரியா கலந்திருப்பதை டாக்டர் சாய் சதீஷ் கண்டார். "ஜெயலலிதாவுக்கு சுவாசிப்பதில் சிரமம் ஏற்பட்டதற்கும் நுரையீரலில் திரவம் சேர்ந்ததற்கும் தொற்றே காரணமாகும். காவிரி கூட்டம் முடிந்ததும், ஜெயலலிதாவுக்கு மூச்சு விடுவதில் சிரமம் ஏற்பட்டது. சில துவக்க நிலை சோதனை செய்யப்பட்டதில் பெர்ஃபொரேசன் மற்றும் வெஜிடேசன் இருப்பதாக சந்தேகப்பட்டோம்" என்றார் டாக்டர் சாய் சதீஷ்.

இது தொடர்பாகத் தாக்கல் செய்யப்பட்ட ஆதாரங்களின் அடிப்படையில் காவிரி நதிநீர் கூட்டம் முடிந்த பிறகு 28.9.2016 அன்று அதிகாலையில் ஜெயலலிதாவுக்குக் கடுமையான மூச்சுத் திணறல் பிரச்னை இருந்தது. அதன்பிறகு, அவரை வென்டிலேட்டரில் இணைத்து, முதற்கட்ட பரிசோதனையும் நடத்தப்பட்டது. TEE பரிசோதனை அடிப்படையில், பெர்ஃபொரேசன் மற்றும் வெஜிடேசன் ஜெயலலிதாவுக்கு இருப்பதை டாக்டர்கள் உறுதி செய்தனர். அதனால்தான் அவருக்கு மூச்சு திணறல் மற்றும் சுவாசிப்பதில் சிரமம் இருந்தது. அது கண்டறியப்பட்டு சிகிச்சை தொடங்கப்பட்டது.

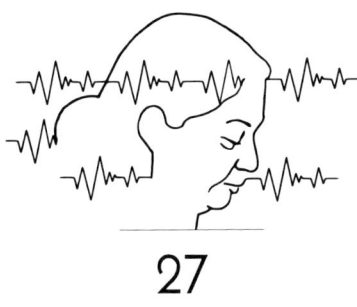

27
அப்போலோவில் அதிகாரத்தைக் காட்டிய ஜெயலலிதா!

அப்போலோவில் அனுமதிக்கப்பட்ட பிறகே ஜெயலலிதாவுக்கு செப்சிஸ் இருப்பதைக் கண்டறிந்தார்கள். செப்சிஸ் என்றால் என்ன? நுரையீரல், சிறுநீரகப் பாதை, செரிமான மண்டலத்தில் பாதிப்பை ஏற்படுத்தும் பாக்டீரியா கிருமிகள், ரத்தத்தில் கலந்து நஞ்சை வெளியிடும். இந்த ரத்தம், உடல் உறுப்புகளை பாதித்து ரத்த அழுத்தத்தைக் குறைத்து உறுப்பு செயல்பாட்டை மட்டுப்படுத்தும். கட்டுப்படுத்த முடியாத காய்ச்சல்தான் செப்சிஸின் தொடக்க அறிகுறி. முதலில் பாதிக்கப்படும் உறுப்பு நுரையீரல்தான். பெரும்பாலும் வயது முதிர்ந்தவர்களிடமும் சிறு குழந்தைகளிடமும் இது அதிகம் காணப்படும்.

இந்த செப்சிஸ் பிரச்னைக்கு சிகிச்சை அளிப்பதில் நிபுணர்தான் லண்டன் டாக்டர் ரிச்சர்ட் ஜான் பியெல். லண்டனின் புகழ்பெற்ற செயின்ட் தாமஸ் மருத்துவமனையின் கிரிட்டிகல் கேர் மற்றும் வலி தொடர்பான சேவை, அறுவை சிகிச்சைக்கு முந்தைய, பிந்தைய சேவை பிரிவின் இயக்குநராகப் பணியாற்றி வருகிறார் ரிச்சர்ட் பியெல். திடீர் நுரையீரல் பாதிப்பு, செப்சிஸ் தொற்று ரத்தத்தில் கலப்பதால் ஏற்படும் பாதிப்பு, நுரையீரல் பாதிப்பால் அளிக்கப்படும்

செயற்கை சுவாசம் (வென்டிலேஷன்), ஒன்றுக்கும் மேற்பட்ட உடல் உறுப்புக்கள் செயல் இழந்தவர்களுக்கான சிகிச்சை ஆகியவற்றில் ரிச்சர்ட் பியெல் எக்ஸ்பெர்ட். உலக அளவில் செப்சிஸ் பற்றிய ஆராய்ச்சி முடிவுகளை ஆய்வு செய்பவர். லண்டனில் புகழ்பெற்ற கிங்ஸ் கல்லூரியில் அவசர சிகிச்சை மருத்துவ பேராசிரியராகவும் இருக்கிறார்.

ஜெயலலிதாவுக்கு அளிக்கப்படும் சிகிச்சை தொடர்பாக விளக்கமளிக்கும் கூட்டத்தில் (2016 செப்டம்பர் 28) அப்போலோ தலைவர் பிரதாப் சி.ரெட்டி, "முதல்வர் செப்டிசீமியாவால் பாதிக்கப்பட்டிருப்பதால் சுவாசிக்க சிரமப்பட்டார். செப்சிஸுக்கு சிகிச்சை அளிக்க ரிச்சர்ட் பியெலை வரவழைக்க ஏற்பாடு செய்திருக்கிறோம்" என்றார். ரிச்சர்ட் பியெல் 1.10.2016 அன்று ஜெயலலிதாவைப் பரிசோதித்து, மருத்துவக் குழுவுடன் விவாதித்து அப்போலோ சிகிச்சையை ஏற்றுக் கொண்டார்.

டாக்டர் சிவக்குமார் ஆணையத்தில் அளித்த சாட்சியத்தில், "ரிச்சர்ட் பியெலின் முதல் வருகையின் போது, 'லண்டன் மருத்துவமனைக்கு ஜெயலலிதாவை மேல் சிகிச்சைக்காக அழைத்து செல்லலாம்' என்றார். இரண்டாவது வருகையின் போது, ஜெயலலிதா சைகையில் 'அவர் யார்?' என்று கேட்டார். ரிச்சர்ட் பியெல், ஜெயலலிதாவிடம், 'நீங்கள் மாநிலத்தின் பாஸ் ஆக இருக்கலாம். ஆனால், மருத்துவமனையில் நான்தான் பாஸ். அதனால், என் பேச்சைத்தான் நீங்கள் கேட்க வேண்டும்' என்றார். உடனே ஜெயலலிதா அவரைப் பார்த்துச் சிரித்தபடியே, 'நீங்கள் பாஸ் இல்லை. நான்தான் பாஸ்' என்று அடையாளம் காட்டும் விதமாகத் தனது கட்டைவிரலை உயர்த்திக் காட்டி, அந்த நேரத்திலும் தனது அதிகாரத்தை உறுதிப்படுத்தினார்" என்றார்.

வெளிநாட்டில் சிகிச்சை தொடர்பாக ஜெயலலிதாவிடம் ரிச்சர்ட் பியெல் நேரடியாகக் கேட்டார். "அப்போதைய சூழலில் ஜெயலலிதாவின் உடல்நிலை பயண நேரத்தை ஏற்காது. முன்னேற்றம் ஏற்பட்டதும் வெளிநாட்டிற்கு அழைத்துச் செல்வது குறித்துப் பரிசீலிக்கலாம்" என்று ரிச்சர்ட் பியெல் சொன்னார். மீண்டும் ஜெயலலிதாவைப் பார்த்த போது, "உடல்நிலையில் நல்ல முன்னேற்றம் இருக்கிறது. வெளிநாட்டில் கிடைக்கும் மருத்துவ வசதிகளும் கருவிகளும் அப்போலோவில் இருப்பதால், வெளிநாட்டுச் சிகிச்சை அவசியம் இல்லை" என்று சொன்னார். இந்த தகவலை டாக்டர் செந்தில்குமார் ஆணையத்தில் பதிவு செய்திருக்கிறார்.

ரிச்சர்ட் பியெல் முதன்முறை வந்த போது டாக்டர் சிவக்குமாரிடம், "ஜெயலலிதாவை ஏர் ஆம்புலன்ஸில் U.K அழைத்துச்

செல்ல நான் தயாராக இருக்கிறேன்” என சொல்லியிருக்கிறார். அமெரிக்கா டாக்டர் சமின் ஷர்மாவை ரிச்சர்ட் பியெல் அழைத்த போது, “ஆஞ்சியோ செய்வது அவசியம். அதைச் செய்யத் தயார்” என சமின் ஷர்மா சொன்னார். இருப்பினும், ரிச்சர்ட் பியெலை வீடியோ கான்ஃபரன்ஸ் மூலம் அப்போலோ குழு தொடர்பு கொண்டபோது, அவர் “ஆஞ்சியோ தேவையில்லை. பிறகு செய்யலாம்” என்று பரிந்துரைத்தார். அதன்படி சமின் ஷர்மா ஜெயலலிதாவுக்கு ஆஞ்சியோ செய்யவில்லை.

ரிச்சர்ட் பியெலை விசாரணை செய்ய ஆறுமுகசாமி ஆணையம் முயன்றது. சொந்த சிரமங்களை மேற்கோள் காட்டி, ஆஜராவதற்கான இயலாமையை ரிச்சர்ட் பியெல் தெரிவித்தார். “வீடியோ கான்பரன்ஸிங் மூலமும் சாட்சியம் அளிக்க இயலாது” என்றும் சொன்னார். சூழ்நிலைகள், செலவுகளைக் கருத்தில் கொண்டு, ரிச்சர்ட் பியெலை ஆணையம் விசாரணைக்கு வற்புறுத்தவில்லை. ஆனால், இங்கே ஒரு விஷயத்தைக் கவனிக்க வேண்டும். ஜெயலலிதா மறைவுக்குப் பிறகு சசிகலா முதல்வராக முயன்றார். அதற்காகப் பன்னீர்செல்வம் தனது முதல்வர் பதவியை 2017 பிப்ரவரி 5-ம் தேதி ராஜினாமா செய்தார். அதற்கு அடுத்த நாள் 6-ம் தேதி ரிச்சர்ட் பியெலை லண்டனில் இருந்து வரவழைத்து அரசின் சார்பில் ஸ்டார் ஹோட்டலில் பேட்டி அளிக்க வைத்தார்கள். ஜெயலலிதா மரண சர்ச்சை, சசிகலா முதல்வர் ஆவதற்கு எந்த வகையிலும் இடையூறாக இருந்துவிடக் கூடாது என்பதற்காக ரிச்சர்ட் பியெல், அப்போலோ டாக்டர் பாபு ஆபிரகாம், அரசு டாக்டர்கள் பாலாஜி, சுதா சேஷய்யன் ஆகியோர் கூட்டாகப் பேட்டி அளித்தார்கள். இதற்காகவே லண்டனில் இருந்து ரிச்சர்ட் பியெல் சென்னை வந்திருந்தார். “இந்த பிரஸ் மீட்டை தமிழக அரசுதான் ஏற்பாடு செய்திருக்கிறது. அப்போலோ அல்ல” என ரிச்சர்ட் பியெல் அந்த பிரஸ் மீட்டில் போட்டு உடைத்தார்.

ரிச்சர்ட் பியெலின் அறிக்கையை ஆய்வுக்கு எடுத்துக் கொண்டது ஆணையம். ரிச்சர்ட் பியெல் 1.10.2016 அன்று அளித்த அறிக்கையில், கரோனரி ஆஞ்சியோ கிராம் செய்வதன் முக்கியத்துவம் குறித்தும் பக்கவாதம் அல்லது இதய செயல் இழப்பு ஏற்பட வாய்ப்புள்ளது பற்றியும் குறிப்பிட்டிருந்தார். முதல்முறை ஜெயலலிதாவைப் பார்த்த போது, வெளிநாட்டு சிகிச்சைக்காக ஏர் ஆம்புலன்ஸில் ஜெயலலிதாவுடன் செல்லத் தயாராக இருப்பதாக டாக்டர் சிவக்குமாரிடம் தெரிவித்தார். இரண்டாவது முறை பார்த்த போது, ‘ஜெயலலிதாவுக்கு உடல்நலம் முன்னேற்றம் அடைந்துள்ளது. அதே சிகிச்சையைத் தொடரலாம்’ என்று தெரிவித்தார்.

“25.11.2016 அன்று அமெரிக்கா டாக்டர் சமின் ஷர்மா,

ஜெயலலிதாவுக்கு ஆஞ்சியோ செய்யத் தயாராக இருந்தார். டாக்டர் பாபு ஆபிரகாம், ரிச்சர்ட் பியெலை தொடர்பு கொண்டு, அறுவை சிகிச்சையை ஒத்திவைக்க ஒரு குறுக்குவழியைக் கண்டுபிடித்தார். 'ஜெயலலிதாவின் உடல்நலம் இப்போது முன்னேறி வருகிறது' என்று டாக்டர் சமின் ஷர்மாவிடம் தெரிவித்தார். அதனால், ரிச்சர்ட் பியெல் ஆஞ்சியோவை ஒத்திவைக்கப் பரிந்துரை செய்ததாக பாபு ஆபிரகாம் சொன்னாலும் அப்படிக் கூறியதற்கான எழுத்துப்பூர்வ ஆதாரம் எதுவும் மருந்துவ குறிப்பேடுகளில் இல்லை. இந்த வகையில் டாக்டர் பாபு ஆபிரகாம், ரிச்சர்ட் பியெலை சாக்குப் போக்கு காட்டி, ஜெயலலிதாவுக்கு அளிக்கப்பட இருந்த ஆஞ்சியோ சிகிச்சையை ஒத்திவைக்கத் தந்திரம் செய்தார். இதனால்தான் ஜெயலலிதாவுக்கு ஆஞ்சியோ மேற்கொள்ளவில்லை. அதுவே அவரது துரதிர்ஷ்டவசமான மரணத்திற்குக் காரணமாகிவிட்டது" என ஆணையம் பதிவு செய்திருக்கிறது.

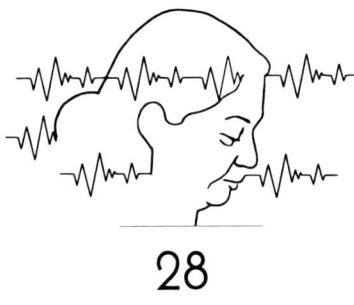

28
ஸ்டார் ஹோட்டல் முதல் மதுபானம் வரை!

ஜெயலலிதாவுக்கு சிகிச்சை அளித்த லண்டன் மருத்துவர் ரிச்சர்ட் பியெலுக்கு அளிக்கப்பட்ட கட்டண விவரங்களை ஆறுமுகசாமி ஆணையத்தில் அப்போலோ அளித்தது. அந்த ரசீதுகளை ஆணைய விசாரணை அறிக்கையில் இடம் பெற்றிருந்தன.

லண்டனில் இருந்து ரிச்சர்ட் பியெல் புறப்பட்டது முதல் திரும்பி செல்லும் வரை அனைத்து செலவுகளும் அப்போலோ மருத்துவமனை வழியாகவே செய்யப்பட்டிருக்கின்றன. சென்னையின் ஸ்டார் ஹோட்டலான தாஜ் கொரமண்டலில்தான் ரிச்சர்ட் பியெல் தங்கி, ஜெயலலிதாவுக்குச் சிகிச்சை அளித்தார். விமான டிக்கெட், ஸ்டார் ஹோட்டலில் சொகுசு அறை, Spa Treatments, இணையக் கட்டணங்கள், மதுபானம், உணவு, பழச்சாறுகள், சலவை என ஏகப்பட்ட செலவுகள் ரிச்சர்ட் பியெலுக்கு செய்யப்பட்டுள்ளது. சொகுசு அறை, உணவகம் உள்ளிட்ட வற்றுக்கு சேவை வரிகளும்கூட அளிக்கப்பட்டிருக்கிறது.

ஜெயலலிதா சிகிச்சை பெற்றது ஆயிரம் விளக்கு அப்போலோ மருத்துவமனையில். ஆனால், ரிச்சர்ட் பியெல் இன்வாய்ஸ்கள் அனைத்தும் சௌகார்பேட்டை அப்போலோ மருத்துவமனை பெயரில் தரப்பட்டிருந்தது ஏன் என தெரியவில்லை?

Original Invoice :

Original Invoice date :

COPY OF INVOICE

GST ID & State :

Dr. Richard John Beale
Tamilnadu Medical Services Corporation
No 134 Mint Street Opposite Ramar Temple,
Sowcerpeth
Chennai TN 600079
India

Guest Name : Dr. Richard John Beale

Travel Agent :

Company : Apollo Hospitals Enterprise Ltd

Booked By :

Billing : Entire Bill to Company / BB /LCO Till 17:30 Ref Ronald

Invoice No. : 100434862 Date : 02.10.16
Page : 2 of 3 Reverse Charge : No
Rate Code : N3T7 Segment : CON
Rate : 9600 INR Package :
Room No / Type : 630 TKX
Confirmation No : 60735624 Guests : 1
Arrival : 30-SEP-16 04:37:00
Departure : 02-OCT-16 06:00:00
Membership :
PAN :
E-Mail :
Printed By / On : 105-001930 17-JUL-18 13:56:11

Date	Description	Reference	Debit	Credit
30.09.16	Service Tax Restaurant (AC)	130184	83.87	
30.09.16	Package Charges		9,600.00	

தாஜ் கொரமண்டல் ஹோட்டலில் உள்ள சிப்ஸ்டெட், கோல்டன் டிராகன், சதர்ன் ஸ்பைஸ் பார் மற்றும் ரெஸ்டாரண்டில் ரிச்சர்ட் பியெல் மதுபானம் அருந்தியிருக்கிறார். அதற்காக சேவை வரிகளும் செலுத்தப்பட்டிருக்கிறது. ஒரு நாள் மட்டும் உணவு, மது, ஸ்பா உள்ளிட்டவற்றிற்கு 39,530 ரூபாய் செலவிட்டிருக்கிறார்கள். ரிச்சர்ட் பியெல் தங்கியிருந்த நான்கு நாட்களில் மதுபானம் மற்றும் வரிகளுக்காக மட்டுமே 31,492 ரூபாய் அளிக்கப்பட்டிருக்கிறது.

ரிச்சர்ட் பியெலுக்கு மருத்துவ கட்டணமாக 49,81,200 ரூபாயும் போக்குவரத்து கட்டணமாக 40,66,870 ரூபாயும் ஹோட்டல் கட்டணமாக 2,08,293 ரூபாயும் என மொத்தம் 92 லட்சத்து 56 ஆயிரத்து 363 ரூபாய் செலவாகியிருக்கிறது.

சிங்கப்பூர் மவுண்ட் எலிசபெத் மருத்துவமனையின் பிசியோ தெரபிஸ்ட்டுகள் சீமா, ஜூடிபா, மேரி ஆகியோர் ஜெயலலிதாவுக்கு பிசியோதெரபி அளித்தனர். அதற்காக மவுண்ட் எலிசபெத் மருத்துவமனைக்கு ஒரு கோடியே 29 லட்சத்து 9 ஆயிரத்து 319 ரூபாயும் அளிக்கப்பட்டுள்ளது. இதுதவிர மற்ற மருத்துவர்களுக்குத் தரப்பட்ட கட்டண விவரங்கள்:

1. தீவிர சிகிச்சை மருத்துவர் ரவி வர்மா - 2 லட்சம் ரூபாய்.
2. டாக்டர். என்.அசோக் - 1 லட்சம் ரூபாய்.
3. இதய நோய் மருத்துவர் பி.வி.சந்திரசேகரன் - 20 ஆயிரம் ரூபாய்.
4. இதய நோய் மருத்துவர் கே.சாந்தி - 1 லட்சம் ரூபாய்.

5. இதய மயக்க மருந்து டாக்டர் ஏ.கே. சீதாராமன் - 1 லட்சம் ரூபாய்.

டாக்டர். ராஜ் பிரசன்னா அளித்த சாட்சியத்தில், "ஜெயலலிதாவுக்கு 45 நிமிட இடைவெளியில் 59 நாட்கள் சுமார் 129 முறை பிசியோதெரபி அளிக்கப்பட்டது. படுக்கை புண் வராமல் இருப்பதற்காக, படுக்கையின் அசைவுகளால் ஏற்படும் மசாஜால் ஜெயலலிதாவின் நுரையீரல் நன்றாகச் செயல்படும் வகையில், அவர் சிறப்புப் படுக்கையில் படுக்க வைக்கப்பட்டார்" என்றார்.

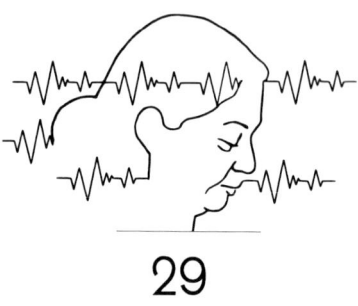

29

அந்த நிகழ்வு நடந்த நாட்கள்!

வித்யாசாகர் ராவ் ஆளுநராகப் பொறுப்பு வகித்த காலகட்டம், பல்வேறு அரசியல் காரணங்களால், தமிழகத்து வரலாற்றில் மிக முக்கியமானது. ஜெயலலிதா, பன்னீர்செல்வம், எடப்பாடி பழனிசாமி என குறுகிய காலத்தில் 3 முதல்வர்களைப் பார்த்தவர் வித்யாசாகர் ராவ்.

ஜெயலலிதா அப்போலோவில் அனுமதிப்பதற்கு சில நாட்கள் முன்புதான், மகாராஷ்டிரா கவர்னரான வித்யாசாகர் ராவ் தமிழகத்தின் பொறுப்பு கவர்னராக பதவியேற்றார். ஜெயலலிதா அப்போலோவில் அனுமதிக்கப்பட்டது முதல் இறந்தது வரையிலான காலத்தில் ஆளுநராக வித்யாசாகர் ராவ் இருந்தார். அப்போலோவிற்கு நேரில் சென்றார். அந்த வகையில் வித்யாசாகர் ராவையும் ஆணையம் விசாரிக்குமா? என்ற கேள்வி எழுந்தது. ஆனால், ஆளுநரை விசாரிக்கவில்லை. ஜெயலலிதா சிகிச்சை மற்றும் மரணம் தொடர்பான ஆவணங்களை ஆணையத்தில் அளித்தது ராஜ்பவன்.

ஆளுநர் வித்யாசாகர் ராவின் முதன்மை செயலாளராக பணியாற்றிய ஐ.ஏ.எஸ் அதிகாரி ரமேஷ்சந்த் மீனா ஆணையத்தில்

ஆஜராகி வாக்குமூலம் அளித்தார். "அப்போலோவிற்கு ஆளுநர் மூன்று முறை போனார். 2016 அக்டோபர் 1 அன்று நானும் ஆளுநரும் அப்போலோ சென்றோம். ஆளுநர் என்னிடம், 'முதல்வரின் சிகிச்சை அறைக்குள் நுழைந்ததும் கதவுகள் திறக்கப்பட்டன. முதல்வருக்குத் தொற்று ஏற்படக் கூடாது என்பதால், அறைக்குள் செல்லாமல் தூரத்தில் இருந்தே பார்த்தேன். குழாய்களுக்கு நடுவே படுக்கையில் முதல்வர், கவலைக்கிடமான நிலையில் இருந்தார்' என்றார். ஜனாதிபதி பிரணாப் முகர்ஜிக்கு ஆளுநர் எழுதிய கடிதத்தில், 'முதல்வரைப் பார்த்த போது மயக்கத்தில் இருந்தார்' எனத் தெரிவிக்கப்பட்டது. ஆனால், முதல்வர் கவலைக்கிடமாக இருந்ததாக ஆளுநர் பதிவு செய்யவில்லை. 2016 அக்டோபர் 22-ம் தேதி இரண்டாவது முறையாக ஆளுநர் அப்போலோ போன போது அதுவும் முதல் வருகை போலவே நடந்தது. சிகிச்சை அறைக்குள் ஆளுநர் சென்றாரா? அல்லது கண்ணாடிக் கதவு வழியாகப் பார்த்தாரா? என்பது எனக்குத் தெரியாது" என ரமேஷ்சந்த் மீனா சாட்சியம் அளித்தார். கவர்னர் வருகை பற்றி மற்றவர்கள் என்ன சொன்னார்கள்?

டாக்டர் சிவக்குமார்: "அறைக்கு வெளியே நின்றிருந்த சசிகலா, ஆளுநர் அளித்த பூங்கொத்தைப் பெற்றுக் கொண்டார். ஜெயலலிதா உடல் நலம் பற்றி சசிகலாவிடம் ஆளுநர் கேட்டறிந்தார். ஆளுநரின் இந்த வருகையை முன்கூட்டியே தெரிவித்திருக்க வேண்டும். துரதிர்ஷ்டவசமாக முதல்வருக்குத் தெரிவிக்கவில்லை. முதல் முறை ஜெயலலிதாவை ஆளுநர் கண்ணாடி வழியாகப் பார்த்தார். இரண்டாவது முறை வந்த போது, ஒரு நர்ஸ் வீசிய பந்தைப் படுக்கையில் சாய்ந்தபடி அமர்ந்திருந்த ஜெயலலிதா, பிடித்துத் திரும்ப வீசியபடி பிசியோதெரபி செய்து கொண்டிருந்ததை ஆளுநர் கண்டார். ஜெயலலிதா, ஆளுநரைப் பார்த்ததாக தெரியவில்லை. ஆளுநரின் வருகையை அறியாமல், ஜெயலலிதா பிசியோதெரபி செய்து கொண்டிருந்தார். ஆளுநரின் இந்த வருகை பற்றிய தகவல் முன்பே தெரிந்திருந்தது. ஆனால், சசிகலா அதனை ஜெயலலிதாவிடம் தெரிவித்தாரா? என்பது எனக்குத் தெரியாது"

சுகாதாரத் துறைச் செயலாளர் ராதாகிருஷ்ணன்: "ஆளுநரின் வருகையின் போது பிசியோதெரபிஸ்ட்டுகள் முதல்வருக்குப் பயிற்சி அளித்துக் கொண்டிருந்தனர். ஆளுநர் தனக்காகக் காத்திருக்க வேண்டாம் என்னும் விதமாகத் தனது கட்டை விரலை ஜெயலலிதா காட்டினார்."

சசிகலாவின் உறவினர் கிருஷ்ணப்பிரியா: "ஆளுநரின் இரண்டாவது வருகையின் போது ஜெயலலிதா கையை உயர்த்தி காட்டினார்."

முதல்வரின் தனி பாதுகாப்பு அதிகாரி வீரப்பெருமாள்: "ஆளுநர் கண்ணாடிக் கதவு வழியாக முதல்வரை பார்த்தார். இரண்டாவது முறை முதல்வர், ஆளுநரைப் பார்க்கவில்லை. ராகுல் காந்தி, வெங்கையா நாயுடு ஆகியோர் கண்ணாடிக் கதவு வழியாக முதல்வரைப் பார்க்காமல் சசிகலாவிடம் பேசிவிட்டுச் சென்றனர்."

செவிலியர் ராஜேஸ்வரி: "கவர்னர் வந்த போது பிசியோதெரபிஸ்ட்டுகள் முதல்வருக்கு பிசியோதெரபி அளித்தனர். நான் முதல்வருக்கு அருகில் நின்றிருந்தேன். கண்ணாடிக் கதவிற்கு வெளியே ஆளுநரும் மருத்துவர்களும் நிற்பதைப் பார்த்தேன். முதல்வர் ஆளுநரைப் பார்க்கவில்லை. ஆளுநரின் வருகையை நானும் மற்றவர்களும் முதல்வருக்குத் தெரிவிக்கவில்லை. பிசியோதெரபிஸ்ட் செய்தது போல, முதல்வர் கைகளை மேலே நீட்டி, பக்கவாட்டில் மடக்குவதை ஆளுநர் கண்ணாடி வழியாகப் பார்த்தார்."

குறுக்கு விசாரணையில் சசிகலாவின் வழக்கறிஞர், "ஆளுநரைப் பார்த்ததும் முதல்வர், தன் கட்டை விரலை உயர்த்தினார்" என சொன்ன போது அதனை ராஜேஸ்வரி மறுத்தார். டாக்டர் சத்தியபாமா சாட்சியத்தில், "அளுநரின் முதல் வருகையின் போது, ஜெயலலிதா மயக்க நிலையில் இருந்தார்" என்றார்.

இந்த சாட்சியங்கள் மூலம் பார்த்தால், ஆளுநர் வித்யாசாகர் ராவின் இரண்டாவது வருகையை ஜெயலலிதா அறிந்திருக்காத நிலையில், ஜெயலலிதா கட்டைவிரலை காட்டியிருப்பார் என்பதை நம்புவது கடினம். ஆளுநர் வருகையை ஜெயலலிதாவுக்கு ஏன் தெரிவிக்கவில்லை? என்பது புரியவில்லை.

ஜெயலலிதா இறப்பதற்கு முந்தைய நாள் வித்யாசாகர் ராவ் அப்போலோ வந்தார். அப்போலோ தலைவர் பிரதாப் சி.ரெட்டியிடம் ஜெயலலிதாவின் உடல்நிலை குறித்து கேட்டறிந்தார். ஜெயலலிதாவுக்கு இதய செயல் இழப்பு ஏற்பட்ட உண்மை தெரிந்த பிறகு எக்மோ சிகிச்சை அறைக்குள் வித்யாசாகர் ராவ் செல்லவில்லை. ஜெயலலிதா உடல்நிலை முன்னேற்றம் அடைவதற்கு இடமில்லை என்று தெரிவிக்கப்பட்டதால்தான் வித்யாசாகர் ராவ் வெளியேறினார்.

http://www.dailyo.in என்ற இணையதளத்தில் வித்யாசாகர் ராவ் எழுதிய கட்டுரையில், 'ஜெயலலிதாவைப் பார்க்க சென்ற போது ஒருமுறை என்னைப் பார்த்து கட்டை விரலை உயர்த்தி தாம் குணமடைந்து வருவதை உணர்த்தினார்' என குறிப்பிட்டுள்ளார். '2016 அக்டோபர் 1-ம் தேதி வார்டுக்கே ஆளுநர் சென்று முதல்வரை பார்த்தார்' என ராஜ்பவன் அறிக்கை சொன்னது. இவையெல்லாம் பொய்யாய் போனது.

தமிழக அனுபவம் குறித்து Those Eventful Days (அந்த நிகழ்வுகள் நடந்த நாட்கள்) என்ற தலைப்பில் புத்தகம் ஒன்றை வித்யாசாகர் ராவ் எழுதினார். ஜெயலலிதா சந்திப்பு தொடங்கி சசிகலா ஆட்சி அமைக்க உரிமை கோரியது வரை தனது அனுபவத்தை வித்யாசாகர் ராவ் எழுதியிருந்தார். மருத்துவமனையில் ஜெயலலிதா அனுமதிக்கப்பட்ட அதிர்ச்சியான சூழல், அப்போலோ சென்றது, மருத்துவர்கள் சொன்ன தகவல் பற்றி எல்லாம் குறிப்பிட்டிருந்தார். அந்த புத்தகத்தில் உள்ள தகவல்களை நீதிபதி ஆறுமுகசாமி படித்து பார்த்தார்.

அப்போலோவில் ஜெயலலிதா அனுமதிக்கப்பட்டதும் நலம் பெற வேண்டி வித்யாசாகர் ராவ் பூங்கொத்து அனுப்பினார். அதற்கு 'பெஸ்ட் விஷஸ்' என்று ஆளுநருக்கு ஜெயலலிதா கைப்பட கடிதம் எழுதியதாக தகவல் வெளியானது. அப்போலோவில் அனுமதிக்கப்பட்ட போது சுயநினைவின்றி இருந்த ஜெயலலிதா, அடுத்த நாளே ஆளுநருக்கு கடிதம் எழுதியது முரணாக இருந்தது.

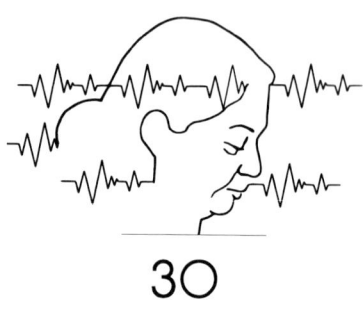

30

விருந்தோம்பல் என்ற பெயரில் எய்ம்ஸ் டாக்டர்கள்...!

தமிழக அரசின் கோரிக்கையை ஏற்று, ஜெயலலிதாவுக்கு சிகிச்சை அளிக்க அகில இந்திய மருத்துவ அறிவியல் கழகத்தின் (AIIMS - எய்ம்ஸ்) நிபுணர் குழு நியமிக்கப்பட்டது. அதன்படி இதயவியல் துறை பேராசிரியர் டாக்டர் நிதீஷ் நாயக், நுரையீரல் மருத்துவம், தூக்கக் கோளாறுகள் துறை பேராசிரியர் டாக்டர் கில்னானி, மயக்கவியல், வலி மற்றும் அவசர சிகிச்சை துறை பேராசிரியர் டாக்டர் அஞ்சன் த்ரிகா, உட்சுரப்பியல் துறை பேராசிரியர் டாக்டர் நிகில் டாண்டன் ஆகியோர் பல்வேறு நாட்களில் அப்போலோ வந்து ஜெயலலிதாவைப் பார்த்தனர். ஜெயலலிதாவுக்கு இதய செயல் இழப்பு ஏற்பட்ட பிறகு டாக்டர் தேவ கௌரோ வேலாயுதம் அழைக்கப்பட்டார். எய்ம்ஸ் டாக்டர்களின் சாட்சியம் என்ன சொல்கிறது?

டாக்டர் கில்னானி: "ஆலோசனை (Advisory Capacity) வழங்க வந்தோம். பல நோய்களுடன் ஆபத்தான நிலையில் முதல்வர் அனுமதிக்கப்பட்டிருந்தார். 5.10.2016 அன்று முதல்வர் உயிர் காக்கும் கருவிகளுடன் பொருத்தப்பட்டிருந்தார். இறப்பு விகிதம் அதிகமாக இருந்தபோதிலும் குணமடைய வாய்ப்புகள் இருந்தன. முன்னேற்றத்தைப் பொறுத்து அவ்வப்போது வென்டிலேட்டர்

நீக்கப்பட்டன. இரவு 10 முதல் காலை 6 மணி வரை வென்டி லேட்டரின் துணையுடன் முதல்வர் இருந்தார். அவர் சுயமாகச் சுவாசிக்காமல் ஆக்ஸிஜனின் உதவியுடன்தான் சுவாசித்தார். நுரையீரலுக்கு உள்ளே தொற்றும் நுரையீரலுக்கு வெளியே திரவ சுரப்பும் இருந்தது”

டாக்டர் நிதீஷ் நாயக்: “முதல்வரின் நாடித் துடிப்பு, இதயத் துடிப்பு சரியாக இருந்தது. சர்க்கரை, நுரையீரல் காயம், எரிச்சல் கொண்ட குடல் நோய்க்குறி, சிறுநீர் தொற்று, செப்டிசீமியா, உடல் பருமன், டயஸ்டாலிக் செயல் இழப்பு நோய்களால் பாதிக்கப் பட்டிருந்தார். முதல்வரைப் பரிசோதித்ததில் அறுவை சிகிச்சை தேவையில்லை”

இதயவியல் மருத்துவரான நிதீஷ் நாயக்கிடம், ‘2015 ESC Guidelines For The Management Of Infective Endocarditis’ என்ற புத்தகத்தின் 3083-ம் பக்கத்தை ஆணையம் காட்டி விளக்கம் கேட்டது. புத்தகத்தில் உள்ள தகவலோடு உடன்படுவதாக நிதீஷ் நாயக் சொன்னார். நோயாளிக்கு முன்கூட்டியே அறுவை சிகிச்சை செய்வது பற்றி அந்த புத்தகத்தில் பரிந்துரைக்கப்பட்டுள்ளது. நிதீஷ் நாயக் கூற்றுப்படி, 40 வயதுக்கு மேற்பட்ட நோயாளிக்கு இதய அறுவை சிகிச்சைக்குத் திட்டமிட்டிருந்தால், அறுவை சிகிச்சைக்கு முந்தைய பகுதியாக ஆஞ்சியோகிராஃபிக்கு உட்படுத்தப்பட வேண்டும். நிதீஷ் நாயக்கிடம் “எய்ம்ஸ் குழுவில் ஏன் இதய அறுவை சிகிச்சை நிபுணர் சேர்க்கவில்லை” என்று ஆணையம் கேள்வி எழுப்பியபோது. “அப்போலோவில் இதய அறுவை சிகிச்சை நிபுணர்கள் இருக்கிறார்கள்” என்றார்.

டாக்டர் அஞ்சன் த்ரிகா: “உடல்நிலையையும் கேஸ் ஷீட்டையும் (நோய் விவர குறிப்புத்தாள்) பார்த்தபோது முதல்வர் ஒரு கவலைக்கிடமான நோயாளி. நோய்களைப் பற்றி முதல்வருக்கு விளக்கிச் சொல்ல முடியாத அளவுக்கு அவர் வென்டிலேட்டரில் இருந்தார். நோயாளியின் நிலை, வெஜிடேசன் அளவைப் பொறுத்து அறுவை சிகிச்சைக்குப் பரிந்துரைக்கப்படலாம்.”

டாக்டர் நிகில் டாண்டன்: “நோயாளியைப் பார்த்தேன். மருத்துவ ரீதியாகப் பரிசோதிக்கவில்லை. எந்த சிகிச்சையும் அளிக்கவில்லை. சிகிச்சை முறையில் தலையிடவும் இல்லை. தீவிர சிகிச்சை மருத்துவர் அல்ல என்பதால், அறுவை சிகிச்சை பற்றி நான் அறிந்திருக்கவில்லை.”

இந்த சாட்சியங்களுக்குப் பிறகு ஆணையம் என்ன சொன்னது?

“5.10.2016 அன்று எய்ம்ஸ் மருத்துவர்கள் அப்போலோ வந்த போது, டாக்டர்கள் ராம் கோபாலகிருஷ்ணன், ராஜீவ் சோமன்,

ஜிகிடிவாடியா, ரிச்சர்ட் பியெல் ஆகியோரால் எழுதப்பட்ட கேஸ் ஷீட்டை படித்தனர். அந்த டாக்டர்கள் அனைவரும் விரைவில் வால்வு அறுவை சிகிச்சை செய்யப் பரிந்துரைத்திருந்தனர். எய்ம்ஸ் மருத்துவர்களின் முதல் வருகையின் போது ஜெயலலிதாவின் இதய நோயைக் கருத்தில் கொள்ள போதுமான அக்கறை காட்டவில்லை. அதுபற்றி அவர்களின் அறிக்கையிலும் குறிப்பிடப்படவில்லை. அந்த டாக்டர்களின் கருத்துகளை எய்ம்ஸ் டாக்டர்கள் கருதிப்பார்த்ததற்கான குறிப்புகள்கூட இல்லை. ஜெயலலிதா இரண்டு வெஜிடேசனால் பாதிக்கப்பட்டிருப்பதை எய்ம்ஸ் மருத்துவர்கள் அறிந்தனர். இரண்டு தொராசிக் அறுவை சிகிச்சை நிபுணர்களும் இரண்டு தீவிர சிகிச்சை மருத்துவர்களும் ஆரம்ப வால்வு அறுவை சிகிச்சைக்குப் பரிந்துரைத்தனர். அதன் பிறகுதான் எய்ம்ஸ் குழு ஜெயலலிதாவுக்கு Pleural Effusion மற்றும் நுரையீரல் வீக்கம் இருப்பதைக் கண்டறிந்தது.

இத்தனைக்கும் பிறகும் எய்ம்ஸ் மருத்துவர்கள் அறுவை சிகிச்சைக்கு ஆலோசனை வழங்க என்ன அறிகுறியை எதிர்பார்த்தார்கள்? இதில் குறிப்பிடத்தக்க விஷயம் என்னவெனில், எய்ம்ஸில் இருந்து எந்த அறுவை சிகிச்சை நிபுணரும் அழைக்கப்படவில்லை. எய்ம்ஸ் மருத்துவர்கள் அப்போலோ சிகிச்சையை 'மேற்பார்வையிடவே' வந்ததாகக் கூறுகிறார்கள். 'மேற்பார்வை' என்பதற்கு பொருள் என்ன? வேலை சரியாக நடக்கிறதா? சரியான சிகிச்சை அளிக்கப்படுகிறதா? என அவர்கள் உறுதி செய்ய வேண்டும் என்பதுதான். இதனை வைத்துப் பார்த்தால், எய்ம்ஸ் மருத்துவர்கள் சென்ட்ரலைஸ்டு ஏசி, ஸ்டேட் கெஸ்ட் ஹவுஸ் கிடைத்தாலும் எக்ஸிகியூட்டிவ் கிளாஸ் ஏர் டிக்கெட் மற்றும் ஸ்டார் ஹோட்டல் வசதிகளைப் பயன்படுத்தியிருக்கிறார்கள். இதையெல்லாம் பல கோடி செலவு செய்து, 'விருந்தோம்பல்' என்ற பெயரில் சுகாதாரத் துறைச் செயலாளர் ஏன் ஏற்பாடு செய்தார்? மருத்துவர்களான அவர்கள் எக்ஸிகியூட்டிவ் வகுப்பிற்குத் தகுதியானவர்களா?

டாக்டர் பாலாஜி எய்ம்ஸ் மருத்துவர்களுக்குத் தொடர்பு அலுவலராக இருந்து, அவர்கள் நட்சத்திர ஹோட்டல்களில் தங்குவதற்கு ஏற்பாடு செய்தார். சுகாதாரத் துறை செயலாளர் ஹோட்டலுக்குச் சென்று, எய்ம்ஸ் மருத்துவர்களுக்கு நன்றி தெரிவித்தார். எய்ம்ஸ் மருத்துவர்கள், 'அப்போலோ சிகிச்சை முறை சரியானது' என்று சான்றளித்தனர். மாநில விருந்தினர் மாளிகையை பயன்பாட்டிற்கு ஏன் எய்ம்ஸ் மருத்துவர்களுக்குச் சுகாதாரத் துறைச் செயலாளர் வழங்கவில்லை? அவர்கள் ஏன் நட்சத்திர ஹோட்டல்களுக்கு மட்டும் எல்லா நேரங்களிலும் அழைத்து செல்லப்பட்டனர்? அத்தகைய கவனிப்புக்கும் விருந்தோம்பலுக்கும்

பின்னர் எய்ம்ஸ் மருத்துவர்களிடம் இருந்து 'அறுவை சிகிச்சை தேவையில்லை' என்ற அறிக்கையை மட்டுமே அவர்களால் பெற முடிந்தது.

25.11.2016 அன்று தொராசிக் அறுவை சிகிச்சை நிபுணரான டாக்டர் சமின் ஷர்மா நோயாளியையும் கேஸ் ஷீட்டையும் பார்த்துவிட்டு, ஆஞ்சியோ செய்ய ஒப்புக்கொண்டார். எய்ம்ஸ் மருத்துவர்கள் மூன்று வருகைக்குப் பிறகு 3.12.2016 அன்றுதான், முதல்முறையாக எய்ம்ஸ் டாக்டர் நிதீஷ் நாயக், 'அறுவை சிகிச்சை தேவையில்லை' என்று எழுதியது ஏன்? அப்படி எழுதிய 24 மணி நேரத்திற்குள் ஜெயலலிதாவுக்கு இதய செயல் இழப்பு ஏற்பட்டதைப் பார்க்கும் போது, மனம் வருந்தி ஆணையம் அதிருப்தியைப் பதிவு செய்கிறது. டாக்டர்கள் ராம் கோபாலகிருஷ்ணன், ராஜீவ் சோமன், ஜிகிடிவாடியா, ரிச்சர்ட் பியெல் ஆகிய மருத்துவர்களின் கருத்துக்களைக் கவனிக்க எய்ம்ஸ் மருத்துவர்கள் தவறிவிட்டனர் என்பது தெளிவாகிறது" என சொல்லியிருக்கிறார் நீதிபதி ஆறுமுகசாமி.

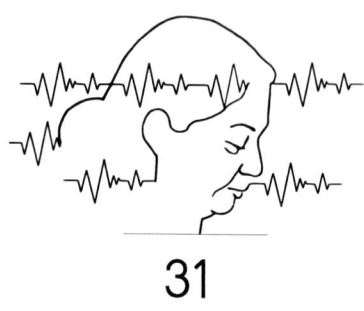

31

அப்போலோவின் சூழ்ச்சி!

எய்ம்ஸ் மருத்துவர்கள் குழு ஜெயலலிதாவுக்கு சிகிச்சை அளித்த நிபுணர்களுடன் ஆலோசனை நடத்தி, அறிக்கைகள் அளித்தது. அதில், என்ன இருந்தது?

“மாறும் சுயநினைவுடன் குறைந்த ரத்த அழுத்தத்துடன் அப்போலோவில் ஜெயலலிதா அனுமதிக்கப்பட்டார். சிறுநீர் பாதையில் தொற்றும் இருபக்க திரவ சுரப்பும் *(Bi-Pleural Effusion)* அவருக்கு இருந்தது. 28.9.2016 அன்று கடுமையான மூச்சுத் திணறல் ஏற்பட்டு, முழுமையாக வென்டிலேட்டரில் இருந்தார். பிறகு டிரக்கியோஸ்டமி செய்யப்பட்டது. சிறுநீர் பாதையில் நோய்த் தொற்று தொடர்ந்தது. உயிர்காக்கும் கருவிகளில் இருந்து மீள்வதற்காக மயக்க மருந்தின் அளவு குறைக்கப்பட்டது. உடல்நிலையும் மெதுவாக முன்னேற்றம் கண்டது. ஆனால், உயிர்காக்கும் கருவிகளின் துணையுடன் நிலையாக இருந்தது. நீண்ட காலம் மருத்துவமனையில் முதல்வர் அனுமதிக்கப்பட வேண்டியிருக்கும். வாய்மொழி கட்டளைகளுக்கு உதடு அசைவுகள் மூலம் ஜெயலலிதா பதிலளித்தார். கால்களை அவரே நகர்த்தினார். இரவில் குறைந்தபட்ச கவனிப்பே தேவைப்பட்டது. பகலில்

குறைந்த அளவு ஆக்ஸிஜன் துணையுடன் சுயநினைவில் இருந்தார். ஜெயலலிதாவால் 20 நிமிடங்கள் நாற்காலியில் உட்கார முடியும். ஆனால், நரம்புத்தசை பலவீனத்தால் நிற்க முடியவில்லை. தீவிர நோயான பாலிநியூரோபதியைக் கருத்தில் கொண்டு, ஜெயலலிதா முழுமையாகக் குணமடையப் பல மாதங்கள் வரை ஆகலாம்" என அறிக்கைகளில் சொல்லியிருந்தார்கள்.

இதுபற்றி ஆணையத்தின் ரியாக்ஷன் என்ன? "2016 டிசம்பர் 4-ம் தேதி 4.30 மணிக்கு ஜெயலலிதாவுக்கு இதயம் செயல் இழந்ததும் 45 நிமிடங்களுக்கு CPR அளிக்கப்பட்டது. பிறகு எக்மோவுடன் அவர் இணைக்கப்பட்ட பிறகு, அதனைத் தொடர முடியுமா? எத்தனை நாட்களுக்கு எக்மோவை நீட்டிக்க முடியும்? என்பதைத் தெளிவுபடுத்திக் கொள்ள, எய்ம்ஸில் பணியாற்றும் இதயவியல் துறை பேராசிரியர் டாக்டர் தேவ கெளரோ வேலாயுதத்தின் உதவியை அப்போலோ நாடியது. ஜெயலலிதா இறந்த அன்று, மாலை 5 மணிக்கு எய்ம்ஸ் குழுவுடன் முதல் முறையாக தேவ கெளரோ வேலாயுதம் அப்போலோ வந்து ஜெயலலிதாவைப் பார்த்தார். 'எக்மோவை தொடர்வதால் எந்தப் பயனும் இல்லை' என்று அப்போலோ மருத்துவர்கள் முடிவு செய்ததை, தேவ கெளரோ வேலாயுதமும் ஒப்புக் கொண்டார். 'எக்மோவை எப்போது நிறுத்தலாம் என்று கூறுவதற்கு அறுவை சிகிச்சை நிபுணரான என்னைக் கடைசி நிமிடத்தில் அழைத்தார்கள். எக்மோவுடன் இணைப்பதால் மட்டும் ஒருவருக்கு உயிர் அளிக்க முடியாது. 45 நிமிடங்களுக்கு CPR அளிக்கப்பட்ட பிறகும் எந்தப் பயனும் இல்லை என்றால், நோயாளியை இறந்தவராக உடனடியாக அறிவிப்பார்கள். எக்மோவுடன் இணைப்பது இதயத்திற்குப் புத்துயிர் அளிக்கும் முயற்சியாகும்' என்று தேவ கெளரோ வேலாயுதம் சொன்னார். எக்மோ சிகிச்சையைத் தொடரலாமா? என்பதற்காக மட்டுமே தேவ கெளரோ வேலாயுதம் அழைக்கப்பட்டார். அப்போலோ கோட்பாட்டின்படி, எந்த தொராசிக் அறுவை சிகிச்சை நிபுணரும் அவசியமில்லை. பிறகு, ஏன் கடைசி நிமிடத்தில் தேவகௌரவ் வேலாயுதம் அழைக்கப்பட்டார். இதுவே அப்போலோவின் சூழ்ச்சியை அம்பலப்படுத்துகிறது" என சொன்னது ஆணையம்.

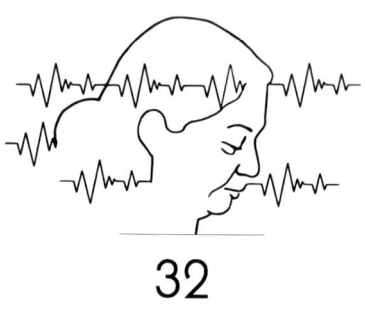

32

டிரக்கியோஸ்டமி ஏன்?

காவிரி ஆலோசனைக் கூட்டத்திற்குப் பிறகு ஜெயலலிதாவுக்குத் தொடர்ச்சியாக இருமல் ஏற்பட்டது. அடுத்த நாள் அதிகாலை அவரது உடல்நிலையில் பின்னடைவு உண்டானது. கடும் மூச்சுத் திணறலும் ஏற்பட்டதால் ஜெயலலிதா, வென்டிலேட்டருடன் இணைக்கப்பட்டார். ஏழு நாட்களுக்கும் மேலாக வென்டிலேட்டர் துணையுடன் ஜெயலலிதா இருந்ததால், 2016 அக்டோபர் 7-ம் தேதி அதிகாலையில் டாக்டர் பாபு மனோகர், ஜெயலலிதாவுக்கு மூச்சுக்குழாய் அறுவை சிகிச்சையை (டிரக்கியோஸ்டமி) செய்தார். அதன் பிறகு ஜெயலலிதா மயக்க நிலையில் இருந்தார்.

ஒரு மாதம் கழித்துத்தான் அதாவது 2016 நவம்பர் 14-ம் தேதியில்தான் ஜெயலலிதாவால் பேச முடிந்தது. டிரக்கியோஸ்டமி சிகிச்சைக்குப் பிறகு ஜெயலலிதா வாய்வழியாக உணவை எடுத்துக் கொண்டார். பேசுவதற்கு ஜெயலலிதாவுக்குப் பயிற்சி அளிக்கப்பட்டது. "அப்போது ஐஸ்கிரீம் சாப்பிட்டால் தவறில்லை. அறுவை சிகிச்சைக்குப் பிறகு நான்கைந்து நாட்களுக்கு மேல் பேச முடியாமல் போனது. அதன் பிறகு பேசப் பயிற்சி அளிக்கப்பட்டது" என்று டாக்டர் பாபு மனோகர் ஆணையத்தில் சொன்னார்.

ஒன்பது நாட்களுக்குப் பிறகு டிரக்கியோஸ்டமி செய்யப்படாவிட்டால் நுரையீரலின் செயல்பாடு குறைந்து, அதன் விளைவாக மற்ற உறுப்புகள் சேதமடையவும் இதயம் செயல் இழக்கவும் வாய்ப்புகள் இருந்தது. டிரக்கியோஸ்டமி அறுவை சிகிச்சை தாமதமாகியிருந்தால், ஜெயலலிதாவின் குரல்வளை சேதமடைந்திருக்கும். அதன் காரணமாகத்தான் டிரக்கியோஸ்டமி செய்யப்பட்டது. அப்போது எய்ம்ஸ் மருத்துவர்கள் அப்போலோவில் இருந்தனர். அவர்களின் ஆலோசனைப்படியே டிரக்கியோஸ்டமி செய்யப்பட்டது. 14.11.2016 அன்று ஜெயலலிதாவைப் பேசும்படி டாக்டர்கள் சொன்ன போது, நாமக்கல் ஆஞ்சநேயர் மற்றும் பிற கடவுள்களின் பெயரை ஜெயலலிதா சொன்னார்.

மயக்க மருந்து நிபுணர் டாக்டர் பாஸ்கரன் அளித்த சாட்சியத்தில், “7.10.2016 அன்று அதிகாலை 4.15 மணி அளவில் டிரக்கியோஸ்டமி அறுவை சிகிச்சைக்காக ஜெயலலிதா அழைத்து வரப்பட்டார். அவருக்கு மயக்க மருந்து அளிக்கப்பட்டது. காலை 6.15 மணிக்கு அவர் மீண்டும் அறைக்கு அழைத்து வரப்பட்டார். ஒன்றரை மணி நேரத்தில் அவர் சுயநினைவுக்கு வந்தார்” என்றார். டாக்டர் பாபு மனோகர் அளித்த சாட்சியத்தில், “ICCU அறையில் ஜெயலலிதாவுக்கு ட்ரக்கியோஸ்டமி அறுவை சிகிச்சை செய்தேன். அந்த நேரத்தில் அரசு அதிகாரிகள் வெளியே காத்திருந்தனர்” என சொன்னார்.

இந்த ஆதாரங்களில் இருந்து அப்போலோ மருத்துவர்கள் இதய கோளாறை சரி செய்யத் தவறி, செப்சிஸுக்கு மட்டுமே சிகிச்சை அளித்திருந்தனர். 26.9.2016 அன்று டாக்டர் ராம் கோபாலகிஷ்ணன், வெஜிடேசன் இருப்பதாகச் சந்தேகித்தார். 2016 செப்டம்பர் 27-ம் தேதி இரவில் ஜெயலலிதாவுக்கு மூச்சுவிடுவதில் சிரமம் ஏற்பட்டது. அதனால், வென்டிலேட்டரில் பொருத்தப்பட்டார். 28.9.2016 அன்று வெஜிடேசனின் அளவு உறுதி செய்யப்பட்டது. போதுமான முன்னெச்சரிக்கை நடவடிக்கைகளை எடுத்த பிறகு ஜெயலலிதா ஏழு நாட்களுக்கும் மேலாக வென்டிலேட்டரில் இணைக்கப்பட்டதால் டிரக்கியோஸ்டமி செய்யப்பட்டது.

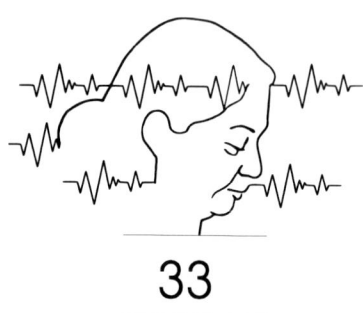

33

மரணம் என்னும் தூது வந்தது!

"எப்போது வீடு திரும்புவார் என்பதை முதல்வரே முடிவு செய்வார்."

- ஜெயலலிதா சிகிச்சையில் இருந்தபோது, இப்படிச் சொன்னார் அப்போலோ தலைவர் பிரதாப் சி.ரெட்டி. இது ட்ரோல் ஆனது. ஆனால், பிரதாப் சி.ரெட்டி சொன்னது உண்மை என்பதை இந்த அத்தியாயம் சொல்லும். மருத்துவமனையின் நோயாளிகள், மருத்துவர்கள் கட்டுப்பாட்டில் இருப்பார்கள். ஆனால், ஜெயலலிதாவின் கட்டுப்பாட்டில் அப்போலோ இருந்தது. சிகிச்சையில் ஜெயலலிதா என்ன சாப்பிட்டார்? ஆணையத்தில் சாட்சியம் அளித்தவர்கள் என்ன சொன்னார்கள்?

அப்போலோ அதிகாரி டாக்டர் சத்யபாமா: "மயக்கநிலை குறைந்ததும் 15.10.2016 முதல் உணவைத் தானாகவே வாய்வழியாக எடுத்துக் கொண்டார்."

டாக்டர் பாலாஜி: "வெளி உணவு வழங்கவில்லை. மருத்துவமனை உணவு மட்டுமே அளிக்கப்பட்டது. முதல்வர் அடிக்கடி மெனுவை மாற்றினார்."

அரசின் ஆலோசகர் ஷீலா பாலகிருஷ்ணன்: “ஓட்ஸ், கஸ்டர்ட் ஆப்பிள் குறைந்த அளவில் வழங்கப்பட்டது.”

சசிகலாவின் உறவினர் கிருஷ்ணப்பிரியா: “தக்காளி சாதம், இட்லி, வெண் பொங்கல், ஐஸ்கிரீம் சாப்பிட்டார். ஒருமுறை திராட்சை சாப்பிட்ட போது இருமல் வந்தது.”

சசிகலாவின் உறவினர் டாக்டர் சிவக்குமார்: “வீட்டிலேயே கேக், இனிப்புகள் சாப்பிட்டு வந்தார். அப்போலோவிலும் பழங்கள், இனிப்புகள் சாப்பிடுவதைத் தவிர்க்கவில்லை. சாக்லேட் நிறத்திலான உயர்தர ஐஸ்கிரீம்களை சாப்பிட்டார். உணவுக் கட்டுப்பாடுகளை மருத்துவர்கள் விதித்திருந்தாலும் அதனைப் பின்பற்றவில்லை. கட்டுப்பாடுகளைத் தளர்த்தி, நிறையப் பழங்கள், கேக், இனிப்புகளை உட்கொண்டார். உணவுக் கட்டுப்பாட்டின் முக்கியத்துவத்தை விளக்கினேன். ‘நான் விரும்பிய உணவை உட்கொள்வது மட்டுமே எனக்கு மகிழ்ச்சி தரும் செயல்களில் ஒன்று’ என்று ஜெயலலிதா பதில் சொன்னார். அவருக்கான உணவைத் தயாரிக்க அப்போலோ சமையலறையில் ஜெயலலிதா வீட்டு சமையல்கார அம்மா இருந்தார். மிகச் சிறிய அளவில்தான் அரிசி உணவைச் சாப்பிட்டார். உணவுக் குழாய் அகற்றப்பட்ட பிறகு வாய்வழியாக உணவை எடுத்துக் கொண்டார். மருத்துவமனையின் உணவுக் கட்டுப்பாட்டை மீறி, உணவு உட்கொண்டதால் ஜெயலலிதாவின் உடல் நலக்குறைவு குறைய வாய்ப்பில்லாமல் போனது.”

செவிலியர் ஷீலா: “பொதுவாக ஒரு ஸ்பூன் சாதத்திற்கு மேல் ஜெயலலிதா சாப்பிடுவதில்லை. செவிலியர்கள் கட்டாயப் படுத்தினால் இரண்டாவது ஸ்பூன் சாப்பிடுவார்.”

டாக்டர் ரமா தேவி: “தனது சிறப்பு வேண்டுகோளின் பேரில், முதல்வர் அடிக்கடி விரும்பிய உணவைச் சாப்பிட்டார்.”

செவிலியர் ஹெலனா: “இனிப்பு, கேக், பழங்கள் சாப்பிட்டதைப் பார்க்கவில்லை. ஆனால், தயிர்ச் சாதத்தில் மாதுளை முத்துக்கள் தூவி சாப்பிட்டார். சில சமயங்களில் காலை 11 மணிக்குக் காபிக்குப் பதிலாக மில்க் ஷேக் சாப்பிடுவார்.”

தலைமை உணவியல் நிபுணர் டாக்டர் புவனேஸ்வரி சங்கர்: “காலையில் காபியும் சூப்பும் உணவும் சாப்பிடுவார். மதிய உணவு எடுத்துக் கொள்வார். ஓரிரு முறை இனிப்புகள் வழங்கப்பட்டன. சர்க்கரை இல்லாத மில்க் ஷேக் எடுத்துக் கொள்வார். தீபாவளி, இடைத் தேர்தலில் வெற்றி என இரண்டு முறை இனிப்புகள் வழங்கப்பட்டன. ஜெயலலிதா விருப்பத்திற்கேற்ப மலை வாழைப்பழம், விதையில்லா திராட்சை, மாம்பழம் உட்கொண்டார். வழங்க வேண்டிய உணவை ஜெயலலிதா மட்டுமே முடிவு செய்தார்.

அவர் எடுத்துக் கொண்ட உணவுக்கும் அவரது இதய செயல் இழப்பிற்கும் எந்த தொடர்பும் இல்லை."

செவிலியர் ஜோஸ்னமோல் ஜோசப்: "நான் மெனுவை சொன்னதும் அப்போலோ கேன்டீன் அவற்றை அனுப்பும். மில்க் ஷேக், மலை வாழைப்பழம், உருளைக் கிழங்கு பொரியல், இளநீர், தயிர்ச் சாதம் ஆகியவற்றை வழக்கமாக ஆர்டர் செய்வேன். முதல்வர் ஒருமுறை அல்வா சாப்பிட்டார்."

டாக்டர் பாபு ஆபிரகாம்: "முதல்வர் விருப்பத்திற்கேற்ப உணவு வழங்கப்பட்டது. மற்ற உணவுகளை மறுத்ததால் அவர் கேட்ட உணவை வழங்கினோம்."

டாக்டர் நரசிம்மன்: "முதல்வரிடம், 'திராட்சை, அன்னாசி, தக்காளி, மலை வாழைப்பழம், பால் பொருட்களைக் குறைந்த அளவில் எடுத்து கொள்ளுங்கள்' என்று ஆலோசனை கூறினேன். ஏற்றுக் கொண்டார்."

2016 நவம்பர் 6, 7 மற்றும் 8 தேதிகளில் ஜெயலலிதா சாப்பிட்ட உணவு பட்டியல் ஆணையத்தில் தாக்கல் செய்யப்பட்டது. ரொட்டி, கிச்சடி, ஆப்பிள் துண்டுகள், திராட்சை, இளநீர், சாம்பார் சாதம், தயிர் சாதம், உருளைக் கிழங்கு பொரியல், ஃபிங்கர் சிப்ஸ், பிஸ்தா, வெண்ணிலா ஸ்ட்ராபெரி ஐஸ்கிரீம், பிளாக் டீ, மலை வாழைப்பழம், வெண்ணெய்யில் தோய்த்த பிரட் டோஸ்ட், உருளைக் கிழங்கு சிப்ஸ் ஆகியவை பட்டியலிடப்பட்டிருந்தன.

அப்போலோவில் சேருவதற்கு முன்பு, வீட்டில் ஜெயலலிதா சாப்பிட்ட தினசரி உணவுப் பட்டியலை டாக்டர் சிவக்குமார் ஆணையத்தில் அளித்தார். 2016 ஆகஸ்ட் 2-ம் தேதி ஜெயலலிதா, தன் கைப்பட எழுதிய அந்தப் பட்டியலில், காலையில் ஒன்றரை இட்லி, 4 ரொட்டி துண்டுகள், காபி, இளநீர், ஆப்பிள், பிஸ்கட்டும் மதியம் சாதம், தயிர், முலாம் பழமும் இரவில் உலர் பழங்கள், இட்லி, உப்புமா, தோசை, ரொட்டி, பால் சாப்பிட்டதாக எழுதியிருந்தார்.

ஜெயலலிதாவின் உணவு முறை பற்றி ஆணையத்தின் கருத்து என்ன? "ஜெயலலிதாவின் உடல்நிலையைக் கருத்தில் கொண்டு, பொட்டாசியம் மற்றும் சர்க்கரை உணவுகள் உட்கொள்வதைக் கட்டுப்படுத்த வேண்டியிருந்தாலும், அவருக்குக் கட்டுப்பாடின்றி உணவுகள் தொடர்ந்து வழங்கியிருப்பது சாட்சியங்கள் மற்றும் உணவு அட்டவணை மூலம் அறிய முடிகிறது. ஊட்டச்சத்து நிபுணரின் விதிமுறைகளுக்கு இணங்காததால், ஜெயலலிதாவின் உடல்நிலை வேகமாக மோசமடைந்தது. 'முதல்வர் வெளிநாட்டிற்குச் சென்றிருந்தால், அந்த மருத்துவமனையின் மற்ற நோயாளிகளைப் போல அவரும் ஒரு சாதாரண நோயாளியாக

இருந்திருப்பார். முதல்வரைவிட செவிலியர்கள் அதிக அதிகாரம் செலுத்தியிருப்பார்கள்' என டாக்டர் பாபு ஆபிரகாம் சொன்னதை ஆணையம் நினைவு கூறுகிறது. அப்போலோவில் இருந்ததால் உணவுக் கட்டுப்பாட்டை உணவியல் நிபுணரால் வலியுறுத்த முடியவில்லை" என்று சொன்னது.

 மரணம் என்னும் தூது வந்தது அது இனிப்பு என்னும் வடிவில் வந்தது.

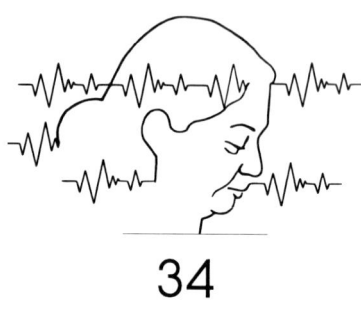

34
முடமாக்கப்பட்ட மூன்றாவது கண்!

ஜெயலலிதா மரணத்தில் 'சி.சி.டிவி' பேசுபொருளானது. நீதிமன்றம் முதல் ஆணையம் வரை அது எதிரொலித்தது. முக்கிய சான்றாக மருத்துவமனையின் சி.சி.டிவி காட்சிகள் அமையும் என்பதால், அதனை வழங்குமாறு அப்போலோவை ஆணையம் கேட்டது. ஆனால், அப்போலோவால் அளிக்க முடியவில்லை. ஜெயலலிதா சிகிச்சை பெற்ற இரண்டாவது மாடியின் சி.சி.டிவி வேண்டுமென்றே செயல் இழக்கப்பட்டது விசாரணையில் தெரிய வந்தது. ஜெயலலிதாவின் சிகிச்சை வீடியோவை வெளியிட கோரி சென்னை உயர்நீதிமன்றத்தில் தொடரப்பட்ட வழக்கில், 'போலீஸ் அதிகாரிகளின் வேண்டுகோளுக்கிணங்க சி.சி.டிவி-யை அணைத்துவிட்டோம்' என்று அப்போலோ நிர்வாகம் சொன்னது.

அப்போலோவின் சட்ட மேலாளர் மோகன் குமார் அளித்த சாட்சியத்தில், "தலைமைச் செயலாளர், சுகாதாரத்துறை செயலாளர் ஆகியோரின் அறிவுறுத்தலின்படி கேமராக்கள் அணைக்கப்பட்டன. போலீஸ் அதிகாரிகளின் வழிகாட்டுதலின்படி சி.சி.டிவி-யை இயக்கவும் அணைக்கவும் செய்யப்பட்டது. நீதிமன்றம், காவல் துறை சி.சி.டிவி காட்சிகளைப் பாதுகாக்கும்படி கேட்கவில்லை" என்றார்.

"சி.சி.டிவி-யை அணைப்பது பற்றி எனக்குத் தெரிவிக்கவில்லை. எந்த உத்தரவையும் நான் வழங்கவில்லை" என்று தலைமைச் செயலாளர் ராம மோகன ராவ் வாக்குமூலம் அளித்தார். இதில், ராம மோகன ராவ் ஒரு உறுதியான நிலைப்பாட்டை எடுக்கவில்லை என்பது அப்பட்டமாக வெளிப்பட்டது.

அன்றைக்கு உளவுத் துறை ஐ.ஜி-யாக இருந்த கே.என். சத்தியமூர்த்தியும் விசாரிக்கப்பட்டார். "முதல்வரின் பாதுகாப்பு ஏற்பாடுகளை மேற்பார்வையிடுவது எனது கடமை. இரண்டாவது மாடியிலும் லிஃப்ட் அருகிலும் பிற இடங்களிலும் போலீஸார் பாதுகாப்புக்காக நிறுத்தப்பட்டனர். தனியார் மருத்துவமனையில் கேமராவை வைப்பது தேவையற்றது என்பதால் கேமராக்கள் வைக்க வலியுறுத்தவில்லை" என்றார். "சி.சி.டிவி அகற்றப்பட்டதா அல்லது இயக்கப்பட்டதா? என்பதை நீங்கள் கவனிக்கவில்லையா?" என்று ஆணையம் கேள்வி எழுப்பியதற்கு, "அதைக் கவனிக்கவில்லை. அது எனக்குக் கீழ் உள்ள அதிகாரிகளின் கடமை. சி.சி.டிவி-யில் பதிவு செய்ய வேண்டாம் என்று நான் அறிவுறுத்தவில்லை" என பதிலளித்தார். அவருடைய கருத்தைத்தான் டாக்டர் சத்யபாமாவும் சொன்னார். "சி.சி.டிவி-யை அகற்ற யாரும் கோரவில்லை" என்றார். ஆனால், அ.தி.மு.க நிர்வாகி மனோஜ் பாண்டியன், "மருத்துவமனையில் சி.சி.டிவி இல்லை" என சொல்லியிருந்தார்.

ஜெயலலிதாவின் தனி பாதுகாப்பு அதிகாரிகள் வீரப்பெருமாளும் பெருமாள்சாமியும் என்ன சொன்னார்கள்? வீரப்பெருமாள், "அப்போலோ ஊழியர்களின் கூற்றுப்படி, 27 கேமராக்கள் மட்டுமே அணைக்கப்பட்டன. எனினும் சுவர்களில் இருந்து கேமராக்கள் அகற்றப்பட்டதாகத் தெரிகிறது. யாருடைய உத்தரவின் பேரில், அகற்றப்பட்டன என எனக்குத் தெரியாது" என்றார். பெருமாள்சாமியோ, "முதல்வரின் அறைக்கு வெளியே கேமராக்கள் எதுவும் இல்லை. அதை அகற்றவோ, பதிவை நிறுத்தவோ சொல்லவில்லை" என சொன்னார்.

"இரண்டாவது தளம் என் மேற்பார்வையில் இருந்தது. அங்கு கேமரா இருக்கிறதா? என்பது எனக்குத் தெரியவில்லை. தாழ்வாரத்தில் ஒரு சி.சி.டிவி கேமராவை பார்த்தேன்" என போலீஸ் அதிகாரி சுதாகர் சாட்சியம் அளித்தார். ஜெயலலிதாவின் செயலாளர்களில் ஒருவரான ராமலிங்கம், "சி.சி.டிவி-யை அணைக்க நான் எந்த அறிவுறுத்தலும் வழங்கவில்லை" என்றார்.

அப்போலோ நிர்வாக அதிகாரி சுப்பையா விஸ்வநாதன், "சி.சி.டிவி அகற்றப்படவில்லை" எனப் பதிவு செய்திருந்தார். அப்போலோ தலைமை பாதுகாப்பு அதிகாரி இளங்கோ, "அரசின் சம்மதத்துடன் கேமராக்கள் இயக்கவில்லை. போலீஸ் அதிகாரிகளின்

அறிவுறுத்தலின்படி, இரண்டாவது மாடியின் கேமராக்கள் சீரான இடைவெளியில், அணைக்கப்பட்டு, இயக்கப்பட்டன. முதல்வரை ஸ்கேன் போன்றவற்றுக்கு அழைத்துச் செல்லும் போதும் மற்றொரு அறைக்கு மாற்றும் போதும் கேமராக்கள் அணைக்கப்படும்" என வாக்குமூலம் அளித்தார்.

"இந்த வாக்குமூலங்களை வைத்துப் பார்த்தால், தலைமைச் செயலாளர் ராம மோகன ராவும் சுகாதாரத் துறை செயலாளர் ராதாகிருஷ்ணனும் மருத்துவமனைக்கு எதிராக எந்த நடவடிக்கையையும் எடுக்கவில்லை. கேமராக்கள் அணைக்கப்பட்ட போதிலும் பாதுகாப்பில் பாதகம் எதுவும் ஏற்படவில்லை. சி.சி.டிவி காட்சிகள் வெளியாவதைத் தடுக்க, அரசு மற்றும் காவல் துறை அதிகாரிகளின் அறிவுறுத்தலின்படியே கேமராக்கள் அப்போலோவால் அணைக்கப்பட்டிருக்கிறது. சி.சி.டிவி அகற்றுவதற்கான சரியான காரணங்கள் எதுவும் இல்லை. சத்தியமூர்த்தி, ராதாகிருஷ்ணன் சாட்சியங்கள் மழுப்பலாக இருக்கிறது" என ஆணையம் சொன்னது.

அப்போலோ தலைவர் பிரதாப் சி.ரெட்டி செய்தியாளர் சந்திப்பில், "முக்கிய பிரமுகர்கள் சிகிச்சை பெறும் பகுதியில் சி.சி.டி.வி வைப்பதில்லை. முதல்வர் சிகிச்சை பெற்ற அறையில் கேமராக்கள் இல்லை" என்று அடித்துச் சொன்னார். ஆனால், ஆணையத்தில் அப்போலோ தரப்பு, "கேமராக்கள் அணைக்கப்பட்டன" என சொன்னது முரணான பதிலாக இருந்தது.

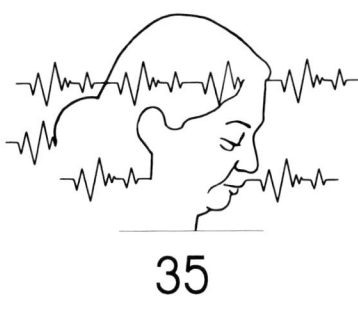

35
ரேகை சொல்லும் உண்மை!

இந்தியின் பிரபல இயக்குநர் சாந்தாராம் இயக்கிய 'டோ ஆங்கேன் பாரா ஹாத்' (இரு கண்கள் பன்னிரண்டு கரங்கள்) படத்திற்கும் இந்த அத்தியாயத்திற்கும் தொடர்பு உண்டு. 'டோ ஆங்கேன் பாரா ஹாத்' திரைப்படம் பிறகு எம்.ஜி.ஆர் நடித்து, 'பல்லாண்டு வாழ்க' என வெளியானது. சிறைக்கு வரும் கைதிகளின் பத்து விரல்கள் மையால் தடவி, அந்த ரேகையைக் காகிதத்தில் பதிவார்கள். இது சிறை நடைமுறை. இதனை 'டோ ஆங்கேன் பாரா ஹாத்' படத்தின் டைட்டிலிலேயே அழகாகக் காட்சிப்படுத்தியிருப்பார் சாந்தாராம்.

அச்சடித்தது போல பளிச் எனப் பார்வையை ஈர்க்கும் ஜெயலலிதாவின் கையெழுத்து. அந்தக் கையெழுத்தைக்கூட போட முடியாமல், கைவிரல் ரேகையைப் பதிக்கும் நிலையில்தான், அப்போலோவில் ஜெயலலிதா இருந்தார். அவர் சிகிச்சை பெற்ற போதுதான் திருப்பரங்குன்றம், அரவக்குறிச்சி, தஞ்சாவூர் தொகுதிகளுக்கான தேர்தல் தேதி அறிவிக்கப்பட்டது. வேட்பாளர்களுக்குக் கட்சியின் அதிகாரப்பூர்வ சின்னத்தை ஒதுக்க ஒப்புதல் அளிக்கும் ஃபார்ம் A மற்றும் B (Form A,B) படிவங்களில்

கட்சியின் தலைவர் கையெழுத்து அவசியம். இரட்டை இலை சின்னம் ஒதுக்கீட்டுக்காகத் தேர்தல் ஆணையத்தில் அளித்த ஃபார்ம் A மற்றும் B படிவத்தில் ஜெயலலிதாவின் கையெழுத்து இல்லை. கைவிரல் ரேகைதான் பதித்தார். "அம்மா எழுந்து உட்கார்ந்திருக்கிறார்; பேசுகிறார்; விரைவில் வீடு திரும்புவார்" என்றெல்லாம் கட்சி நிர்வாகிகள் கதை கட்டிக் கொண்டிருந்த போது, ஜெயலலிதா கையெழுத்துப் போடும் நிலையிலே இல்லை என்பது வெட்டவெளிச்சமானது.

'ஜெயலலிதாவுக்கு டிரக்கியோஸ்டமி செய்திருப்பதால் கையெழுத்திட முடியாது. அதனால், இடதுகை விரல் ரேகை பதிவை என் முன்னிலையில் வைத்திருக்கிறார்' என அரசு மருத்துவர் பாலாஜி, ஃபார்ம் A மற்றும் B விண்ணப்பங்களில் குறிப்பிட்டிருந்தார். அதற்குச் சாட்சியாக அப்போலோ டாக்டர் பாபு ஆபிரகாம் கையெழுத்திட்டிருந்தார்.

இந்த கைரேகை விவகாரத்தை ஆணையம் விசாரித்தது. ஜெயலலிதாவின் தூக்க அட்டவணைப்படி மாலை 6 முதல் 7 மணி வரை அவர் உறக்கத்தில் இருப்பார். ஆனால், டாக்டர் பாலாஜி, "முதல்வரின் பெருவிரல் ரேகை 27.10.2016 மாலை 6.30 மணிக்குப் பதியப்பட்டது" என சொல்லியிருந்தார். குறுக்கு விசாரணையில் 6.30 மணி என்பதை 6 ஆகத் திருத்தினார். சான்றளிப்பதற்கு முன்பு சுகாதாரத் துறைச் செயலாளரிடம் பாலாஜி அனுமதி பெற்றார் என்ற சாட்சியம் ஊடகங்களில் வெளியானது. அதனை சுகாதாரத் துறை செயலாளர் ஆட்சேபித்தார். அடுத்த நாள் பாலாஜி ஆணையத்தில் ஆஜராகி, அந்த ஒரு வாக்கியத்தைத் திருத்த விரும்புவதாகச் சொன்னார். "சுகாதாரத் துறைச் செயலாளரிடம் தொடர்பு கொள்ளவில்லை. அது தவறு" என்றார். சுகாதாரத் துறை செயலாளர் ராதாகிருஷ்ணன், அரசு மருத்துவர்களை எப்படி ஆதிக்கம் செலுத்தினார் என்பதை இது காட்டியது.

"முதல்வரின் கைவிரல் ரேகையைப் பெறுவது எனக்கு முன் கூட்டியே தெரிவித்திருக்க வேண்டும். ஆனால், சொல்லவில்லை" எனச் சாட்சியம் அளித்தார் அரசின் ஆலோசகர் ஷீலா பாலகிருஷ்ணன். "முதல்வர் கையெழுத்தைப் பெறுவது அவருடைய செயலாளர்களில் ஒருவரான ராமலிங்கத்தின் பொறுப்பு. ரேகையைப் பெற அரசு எந்த அனுமதியும் வழங்கவில்லை" என்று தலைமைச் செயலாளர் ராம மோகன ராவ் சொன்னார். "முதலமைச்சர் கைவிரல் ரேகையைப் பெறுபவர்கள், தலைமைச் செயலாளர் அல்லது முதலமைச்சரின் தனிச் செயலாளர்களுக்கு மரபின்படி தெரிவிக்க வேண்டும். ஆனால், அப்படி அனுமதி பெறவில்லை" என்று முதல்வரின் செயலாளர்களின் ஒருவரான வெங்கடராமன்

வாக்குமூலம் அளித்தார். மக்களவை துணை சபாநாயகரான தம்பிதுரை, "அம்மா கட்சித் தலைவராக இருப்பதால், படிவம் A மற்றும் B-ல் பெருவிரல் ரேகையைப் பெறுவதற்கு எவருடைய அனுமதியும் வேண்டியதில்லை" என்று கூறினார்.

'ஆணையத்தின் வரம்பு குறுகியது என்பதால், கைரேகை பற்றி விரிவாக விவரிக்கப்பட வேண்டியதில்லை. கட்சியின் தலைவராக ரேகையைப் பதிவு செய்தது உறுதியாகிறது' என்று கருத்துச் சொன்னது ஆணையம்.

ஜெயலலிதா சிகிச்சையில் இருந்த போது நடைபெற்ற மூன்று தொகுதிகளின் தேர்தலில் திருப்பரங்குன்றமும் ஒன்று. அங்கே அ.தி.மு.க வேட்பாளராக ஏ.கே.போஸ் போட்டியிட்டு வென்றார். தி.மு.க சார்பில் போட்டியிட்டுத் தோற்ற சரவணன், 'அ.தி.மு.க. வேட்பாளருக்கான சின்னம் ஒதுக்கும் படிவம் A மற்றும் B-ல் இருந்தது, ஜெயலலிதாவின் கைரேகை இல்லை. அந்த ரேகையைப் பெங்களூரு பரப்பன அக்ரஹார சிறையில் உள்ள ரேகையோடு ஒப்பீடு செய்தால், அவர் உயிருடன் இருந்திருக்க முடியாது என்பது தெரியவரும்' என்று சென்னை உயர்நீதிமன்றத்தில் தேர்தல் வழக்குப் போட்டார்.

சொத்துக் குவிப்பு வழக்கில் பரப்பன அக்ரஹார சிறையில் அடைக்கப்பட்ட போது, 'டோ ஆங்கேன் பாரா ஹாத்' படத்தில் வருவது போல ஜெயலலிதாவின் கைரேகையைப் பதிவு செய்திருப்பார்கள். தொழில்நுட்ப வளர்ச்சியால் காகிதத்திற்குப் பதில், கைரேகை பதிவு இயந்திரத்தில் ரேகையை எடுத்திருப்பார்கள். அதனை ஒப்பிட்டுப் பார்க்கக் கைரேகை அடங்கிய ஆவணங்களை நீதிமன்றத்தில் ஒப்படைக்க பரப்பன அக்ரஹார சிறை நிர்வாகத்திற்கு உத்தரவிட்டது உயர் நீதிமன்றம். ஜெயலலிதாவின் கைரேகையை சீலிட்ட கவரில் நீதிமன்றத்தில் ஒப்படைத்தது சிறை நிர்வாகம்.

சஸ்பென்ஸ் விலகும் நேரத்தில், ஜெயலலிதாவின் கைரேகை கேட்கப்படுவதை எதிர்த்து ஏ.கே.போஸ் உச்ச நீதிமன்றத்தில் முறையிட்டார். 'ஜெயலலிதாவின் கைரேகையைத் தரத் தேவை இல்லை. தாக்கல் செய்த கைரேகை ஆவணங்களை சிறை நிர்வாகத்திடம் ஒப்படைக்க வேண்டும்' என சொல்லி உயர் நீதிமன்றத்தின் உத்தரவை ரத்து செய்தது உச்ச நீதிமன்றம். இதனால், ஜெயலலிதாவின் கைரேகை விவகாரம் கடைசி வரையில் ரகசியமாகவே புதைந்து போனது.

கைரேகைக்கு சான்றளித்த டாக்டர் பாலாஜி அடுத்தடுத்து சர்ச்சைகளில் சிக்கினார். சுகாதாரத் துறை அமைச்சர் விஜயபாஸ்கர்தான், கைரேகை பெறும் பணியை அரசு டாக்டரான

பாலாஜியிடம் ஒப்படைத்தார். ஜெயலலிதா மறைவுக்குப் பிறகு அறிவிக்கப்பட்ட ஆர்.கே.நகர் இடைத் தேர்தலில், பண விநியோக புகாரில் அமைச்சர் விஜயபாஸ்கர் வீட்டுக்குள் நுழைந்தது வருமானவரித் துறை. அங்கே கைப்பற்றப்பட்ட ஆவணத்தில், டாக்டர் பாலாஜிக்கு 5 லட்ச ரூபாய் அளிக்கப்பட்டதாகக் குறிப்பிடப்பட்டிருந்தது. உடனே பாலாஜி, "பணம் வாங்கியது உண்மைதான். ஆனால், அந்த பணம் ஹோட்டலில் தங்கியிருந்த டாக்டர் ரிச்சர்ட் பியெலுக்கு செலுத்தப்பட்டது. கைரேகை எடுப்பதற்காகப் பணம் கொடுக்கவில்லை" என்றார். ஆனால், மறுநாளே, "பணமே வாங்கவில்லை. நான் சொன்னதாகப் பொய்யாக செய்தி வெளியிட்டுவிட்டனர்" என்று பல்டி அடித்தார். இதன் பிறகுதான் பாலாஜியைத் தமிழக உறுப்பு மாற்று ஆணையத்தின் செயலர் பதவிக்கு எடப்பாடி அரசு நியமித்தது. 'உறுப்பு மாற்று அறுவை சிகிச்சைத் துறையில் அனுபவம் வாய்ந்த ஒருவர்தான் அந்தப் பதவிக்கு வர வேண்டும் என விதிகள் உள்ளன. ஆனால், பாலாஜிக்கு அப்படி எந்த அனுபவமும் இல்லை. அவரது நியமனத்தை ரத்து செய்ய வேண்டும்' என சென்னை உயர் நீதிமன்றத்தில் வழக்கு எல்லாம் போடப்பட்டது. அதன்பிறகும் கூட பாலாஜியை அரசு மருத்துவக் கல்லூரி டீனாக நியமித்து கவுரவித்தது எடப்பாடி ஆட்சி.

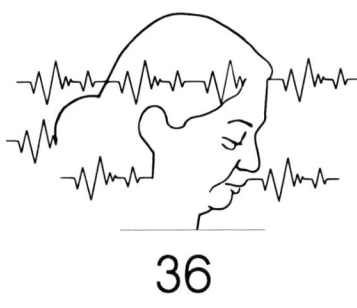

36

ஆஞ்சியோவை ஒத்தி வைக்க சதி!

ஜெயலலிதா மரணத்திற்கு காரணம் திடீர் மாரடைப்பு. அது ஏற்படாமல் தடுத்திருக்க முடியுமா? அவருக்கு ஆஞ்சியோ மற்றும் அறுவை சிகிச்சை தேவையா? என்பதை ஆழமாகவே விசாரித்தது ஆணையம்.

அப்போலோவில் அனுமதிக்கப்பட்ட நான்கைந்து நாட்களுக்கு பிறகு ஜெயலலிதாவுக்கு இதயக் கோளாறு இருப்பதை மருத்துவர்கள் உறுதி செய்தனர். இதய நோய் மருத்துவர் விஜயசந்திர ரெட்டி, "முதல்வருக்கு இதய நோய் இல்லை. இதய அறுவை சிகிச்சை தேவையில்லை" என சாட்சியம் அளித்தார். ஆனால், குறுக்கு விசாரணையில், "எக்கோ செய்யப்பட்டதில் சிறிய அளவில் இதய நோய் கண்டறியப்பட்டது. மருத்துவமனையில் அவருக்கு மார்பு வலிக்கான அறிகுறி இல்லை" என்றார். "ஜெயலலிதா இதய நோயாளியா?" என்று கேட்டதற்கு, "ஐந்து மருந்துகள் தேவைப் படும் அளவிற்கு உயர் ரத்த அழுத்த நோயாளி. பல மருத்துவ பிரச்னைகளின் ஒரு பகுதியாக இதய நோய் அவருக்கு இருந்தது" என்று பதிலளித்தார். டாக்டர் கார்த்திகேசன் ஜெயலலிதாவைப் பரிசோதித்து, முன்னெச்சரிக்கையாக பேஸ்மேக்கரை பொருத்தும்படி

அறிவுறுத்தினார். பேஸ்மேக்கரை ஸ்டாண்ட்பையாக பொருத்தினார்கள்.

'இதயப்பிரச்னைக்கு மருத்துவமனையில் ஜெயலலிதா அனுமதிக்கப் பட்டார்' என்று அப்போலோ அறிக்கையில் கூறப்பட்டிருக்கிறது. ஜெயலலிதாவுக்கு இதய நோய் இருப்பதும் அதற்காகச் சிகிச்சை அளிக்கப்பட்டதும் சில முறை நெஞ்சு வலி ஏற்பட்டதையும் அப்போலோ கேஸ் ஷீட்டிலும் சுட்டிக் காட்டப்பட்டுள்ளன.

டாக்டர் ராம் கோபாலகிருஷ்ணன் அளித்த சாட்சியத்தில், "ஜெயலலிதாவுக்கு இதயத்தில் எண்டோகார்டிடிஸ் *(Endocarditis)* தொற்று இருந்தது. செப்டிக் ஷாக்கால் செப்சிஸ் நிலையில் மருத்துவ மனையில் அனுமதிக்கப்பட்டார். சிறுநீர்ப் பாதை நோய்த் தொற்று, எண்டோகார்டிடிஸ் காரணமாக செப்டிக் ஷாக் ஏற்பட்டிருக்கலாம். ஆண்டிபயாடிக் அளித்து எண்டோகார்டிடிஸ் கிருமிகள் அகற்றப்பட்டன" என்றார். அந்த ராம் கோபாலகிருஷ்ணன் 28.9.2016 அன்று எழுதிய மருத்துவ குறிப்பில், 'வால்வு பெர்ஃபொரேசன், நுரையீரல் வீக்கம் ஆகியவை வால்வு அறுவை சிகிச்சைக்கான அறிகுறிகளாகும். அறுவை சிகிச்சை மிக விரைவில் மேற்கொள்ளப்பட வேண்டும்' என்று குறிப்பிட்டிருக்கிறார்.

டாக்டர் சோமன் எழுதிய கேஸ் ஷீட்டில் ஜெயலலிதாவுக்கு முன்கூட்டியே வால்வு அறுவை சிகிச்சைக்கு 28.9.2016 அன்றே பரிந்துரைத்தார். ஆனால், அதனை செய்யவில்லை. இதுபற்றி டாக்டர் விஜயசந்திர ரெட்டியிடம் ஆணையம் கேள்வி எழுப்பிய போது, "டாக்டர். சோமன் ஒரு மார்பு (தொராசிக்) அறுவை சிகிச்சை நிபுணர் அல்ல. அவர் ஒரு தீவிர சிகிச்சை மருத்துவர் மட்டுமே" என்றார்.

25.11.2016 அன்று அமெரிக்கா டாக்டர் சமின் ஷர்மா ஜெயலலிதாவையும் கேஸ் ஷீட்டையும் பார்த்துவிட்டு, அன்றே கொரோனரி ஆஞ்சியோகிராம் செய்யத் தயாராக இருந்தார். ஆனால், அப்போலோ அறுவை சிகிச்சை செய்ய அவரை அனுமதிக்கவில்லை. இதுபற்றி டாக்டர் விஜயசந்திர ரெட்டியிடம் கேட்ட போது, "ரிச்சர்ட் பியெலின் அறிவுரை காரணமாக சமின் ஷர்மாவின் கருத்து கருதிப்பார்க்கப்படவில்லை. ஆஞ்சியோ ஒத்திவைக்கப்பட்டது" என்று விஜயசந்திர ரெட்டி சாதாரணமாக சொன்னார்.

டாக்டர் பாபு ஆபிரகாம் அமெரிக்க மருத்துவரான ஸ்டூவர்ட் ரஸ்ஸலுடன் தொலைபேசியில் பேசினார். அப்போது ஸ்டூவர்ட் ரஸ்ஸல் ஆஞ்சியோவுக்கு பரிந்துரைத்தார். "டாக்டர் ரிச்சர்ட் பியெலும் அப்போலோ டாக்டர்களும் முதல்வர் உடல்நலம் தேறி

வருவதால் ஒத்திவைக்க விரும்புகிறார்கள்" என பாபு ஆபிரகாம் சொன்னார். அதற்கு ஸ்டூவர்ட் ரஸ்ஸல், "ஆரம்பத்தில் ஆஞ்சியோ மற்றும் அறுவை சிகிச்சை செய்வதற்கு இது உகந்த நேரம்" என்று சொன்னார். ஆனால், பாபு ஆபிரகாம், "இது தேவையில்லை" என்றதும் ஸ்டூவர்ட் ரஸ்ஸலும் அதை ஒத்திவைத்தார்.

டாக்டர் சிவக்குமார் அளித்த சாட்சியத்தில், "ஜெயலலிதாவுக்கு தேவையான அனைத்தையும் செய்தேன். அவருடைய நம்பிக்கைக்குரிய குடும்ப மருத்துவர்களில் ஒருவராக என்னை நினைத்தார்" என்றார். அவரிடம், "முதல்வர் சுயநினைவு அடைந்து, பல மருத்துவர்களிடம் ஆலோசனை பெற்ற பிறகும் கூட அறுவை சிகிச்சை ஏன் செய்யப்படவில்லை?" என்று கேட்டதற்கு, "அமெரிக்க மருத்துவர்கள் அறுவை சிகிச்சைக்கு வற்புறுத்தினாலும், அப்போலோ மருத்துவர்கள் அறுவை சிகிச்சை தேவையில்லை என்றனர்" எனப் பதில் அளித்தார். "ஜெயலலிதாவுக்கு அளிக்கப்பட்ட சிகிச்சைகள் திருப்திகரமாக இருந்தது என்று கருதுகிறீர்களா?" என்ற கேள்விக்கு, "ஆஞ்சியோ செய்திருக்கலாம்" என்று சொன்னார்.

முதல்வரின் செயலாளர் வெங்கடராமன் அளித்த சாட்சியத்தில், "8.10.2016 அன்று நடந்த விளக்கம் அறியும் கூட்டத்தில் முதலமைச்சருக்கு இதய வால்வில் பிரச்னை இருப்பதால் ஆஞ்சியோ செய்வது குறித்து ஆலோசித்து வருவதாகக் கூறப்பட்டது. ஆனால், பின்னர் நடந்த மருத்துவக் குழுக் கூட்டத்தில், இரண்டு மாதங்களுக்குப் பிறகு ஆஞ்சியோ செய்யலாம் எனத் தெரிவிக்கப்பட்டது" என்றார்.

இதய மருத்துவர் செரியன், மும்பை டாக்டர் ஜிகிடிவாடியா, கிரிநாத், நிதிஷ் நாயக் ஆகிய டாக்டர்கள், "அறுவை சிகிச்சை தேவையில்லை" என்று கருத்து தெரிவித்தனர். டாக்டர் செரியன் நோயாளியைப் பார்க்காமல், "அறுவை சிகிச்சை தேவையில்லை" என்று சொல்லியிருக்கிறார். டாக்டர் கிரிநாத்திடம் ஆணையம் குறுக்கு விசாரணை செய்த போது, "முதலமைச்சராக இருந்ததால் சிகிச்சைக்காக நான் எந்த கட்டணமும் பெறவில்லை" என்றார். ஆனால், அவரது கணக்கில் அப்போலோ ஒரு லட்சம் ரூபாய் செலுத்தியதை சொன்னதும் ஏற்றுக் கொண்டார்.

ஜெயலலிதா 25.11.2016 வரை ஆஞ்சியோ அறுவை சிகிச்சைக்குத் தகுதியானவராக இருந்தார் என்பது அப்போலோ பதிவுகளில் இருந்து தெரிந்தது. ஆனால், அப்போலோ எந்த தொராசிக் அறுவை சிகிச்சை நிபுணரும் சிகிச்சை அளிக்க ஜெயலலிதாவைப் பார்க்கவிடவில்லை. அதாவது, தொராசிக் அறுவை சிகிச்சை நிபுணர் எவரும் ஜெயலலிதா அறைக்குள் நுழையாமல் இருப்பதை உறுதி செய்வதில் அப்போலோ மிகவும் எச்சரிக்கையாக இருந்தது. டாக்டர் சமின் ஷர்மா ஆஞ்சியோ செய்ய ஒப்புக் கொண்டார்.

‘முதல்வரின் உடல்நலம் முன்னேற்றம் அடைவதால் அறுவை சிகிச்சை தேவையில்லை’ என்று டாக்டர் ரிச்சர்ட் பியெல் தெரிவித்தார். அதன்படி ரிச்சர்ட் பியெலும் அப்போலோ மருத்துவர்களும் அறுவை சிகிச்சையை ஒத்திவைத்தனர். இதனால், ஜெயலலிதாவுக்கு சிகிச்சை அளிக்க அமெரிக்காவில் இருந்து அழைத்து வரப்பட்ட ஒரே தொராசிக் அறுவை சிகிச்சை நிபுணர் சமின் ஷர்மா, மிகவும் தேவையான ஆஞ்சியோவை செய்ய அனுமதிக்கப்படாததால் அவர் அமைதியாக இருக்க வேண்டியிருந்தது.

எய்ம்ஸ் டாக்டர் தேவ கௌரோ வேலாயுதம், “இதயத்தில் உள்ள எண்டோகார்டிடிஸுக்கு முதலில் ஆண்டிபயாடிக் அளிக்கப்படும். நான்கு வாரங்களுக்குப் பிறகு அது கரையாமல் இருந்து, அதன் அளவு அதிகரித்தால் அறுவை சிகிச்சையைப் பரிந்துரைப்பார்கள்” என்றார். இதயவியல் மருத்துவர் மேத்யூ சாமுவேல், “வெஜிடேசன் எந்த நேரத்திலும் வெடிக்கலாம். இது உடலின் எந்தப் பகுதியையும் பாதிக்கும்” என சொன்னார். ஜெயலலிதாவுக்கு ரத்தத்தில் *Enterococcus faecalis* தொற்றும் இதயத்தின் மிட்ரல் வால்வில் இரண்டு இடங்களில் வெஜிடேசனும் நுரையீரலில் திரவமும் சேர்ந்திருந்தது. அதோடு அவருக்கு இதய நோயும் இருந்தது. *ESC Guidelines For The Management Of Infective Endocarditis* என்ற புத்தகத்தில் கூட ஆரம்பநிலையில் அறுவை சிகிச்சைக்குப் பரிந்துரைக்கப்படுகிறது. எக்கோவுடன் ஜெயலலிதா இணைக்கப்படும் வரை அவரை பரிசோதனை செய்ய தொராசிக் அறுவை சிகிச்சை நிபுணர்கள் எவரும் இல்லை. கடைசிக் கட்டத்தில்தான் உதவிக்கு அழைக்கப்பட்டனர்.

“ஜெயலலிதாவுக்கு 14 மிமீ அளவுள்ள வெஜிடேசன் காணப்பட்டது. ஆறு வாரங்களுக்கு ஆண்டிபயாடிக் வழங்கி கரையாமல் போனால், அறுவை சிகிச்சைதான் மாற்றுவழி. அறுவை சிகிச்சை செய்யாவிட்டால், வெஜிடேசன் வெளியேறி ரத்தத்தில் கலக்கலாம். அது மூளை அல்லது இதயத்திற்குச் செல்லலாம். இதனால், பக்கவாதம் அல்லது திடீர் மாரடைப்பு ஏற்படலாம்” என இதய மருத்துவர்களான செந்தில்குமார், சாய் சதீஷ், நுரையீரல் நிபுணரான நரசிம்மன், தீவிர சிகிச்சை மற்றும் தூக்கக் கோளாறு மருத்துவரான ராமகிருஷ்ணன், தொற்று நோய் மருத்துவரான ராம் கோபாலகிருஷ்ணன், எய்ம்ஸ் மருத்துவர்களான நிதிஷ் நாயக், தேவ கௌரோ வேலாயுதம் ஆகியோர் ஒப்புக் கொண்டனர்.

‘ஆஞ்சியோ எடுக்க வேண்டும்’ என்று அப்போலோ பதிவுகளில் சில இடங்களில் குறிப்பிடப்பட்டுள்ளது. 2.12.2016 அன்று கொரோனரி ஆஞ்சியோகிராம் செய்யப்படுவது குறித்து முடிவெடுக்கப்படும் எனக் குறிப்பிட்டிருக்கிறார்கள். ஆச்சரியப்படும் விதமாக 3.12.2016

அன்று எழுதப்பட்ட பதிவில், *S/B AIIMS Doctor - No Plan Coronary Angio or MIBG/PET'* என்று பதிவு செய்யப்பட்டிருக்கிறது.

இப்படியான ஆவணங்களில் இருந்தும் சாட்சியங்களில் இருந்தும் தெரிய வரும் உண்மை என்ன? "அப்போலோவில் ஜெயலலிதா அனுமதிக்கப்பட்ட நாளிலேயே இதயத்தில் பிரச்னைகள் இருந்தன. வெஜிடேசன் 14 மி.மீக்கு மேல் இருந்திருக்கிறது. ஆறு வாரங்கள் மருந்துகள் அளித்தும் அது குணமாகவில்லை. மருத்துவ நெறிமுறைப்படி அறுவை சிகிச்சை செய்து, வெஜிடேசனை அகற்றி பெர்ஃபொரேசனை மூடியிருந்தால் ஜெயலலிதாவின் உயிர் காப்பாற்றப்பட்டிருக்கலாம். இதய அறுவை சிகிச்சையின் மூத்த மருத்துவர்களான கிரிநாத், செரியன் ஆகியோர் ஜெயலலிதாவைப் பரிசோதனை செய்யவில்லை. ஆஞ்சியோவை மேற்கொள்வது பற்றி தங்களுடைய கருத்தினை கேஸ் ஷீட்டிலும் எழுதவில்லை. அப்படி செய்திருந்தால், அது இதய செயல் இழப்பைத் தவிர்த்திருக்கும்.

டாக்டர் ரிச்சர்ட் பியெல் 1.10.2016 அன்று அளித்த அறிக்கையில், 'ஜெயலலிதாவுக்குப் பக்கவாதம் அல்லது இதய செயல் இழப்பு ஏற்பட வாய்ப்புகள் இருந்தன' என சுட்டிக்காட்டியிருந்தார். டாக்டர்கள் ஸ்டூவர்ட் ரஸ்ஸல், சமின் ஷர்மா ஆகியோர் ஆஞ்சியோவை விரைவாக செய்ய ஆலோசித்ததை கருத்தில் கொண்டு, டாக்டர் பாபு ஆபிரகாம், விஜயசந்திர ரெட்டி குழுவுடன் சேர்ந்து, விலைமதிப்பற்ற உயிர்காக்கும் செயல்முறையை மேற்கொள்ளவில்லை. 2016 நவம்பரில் ஜெயலலிதா சிறிய அளவில் குணமடைந்த பிறகும் எய்ம்ஸ் மருத்துவர்கள் அவரை சந்திக்கவில்லை. அப்போலோ மருத்துவமனை மட்டும் இன்னும் கொஞ்சம் விடாமுயற்சியுடனும் கவனத்துடனும் செயல்பட்டு, நிபுணத்துவம் வாய்ந்த தொராசிக் அறுவை சிகிச்சை நிபுணர்களையும் ஆரம்ப நிலையிலேயே நேர்மறையான கருத்தையும் அனுமதித்திருந்தால், அது அனைத்து வகையிலும் நன்மையாக இருந்திருக்கும்.

இதயக் கோளாறு மற்றும் நுரையீரல் பிரச்னைக்கு அப்போலோவால் வழங்கப்பட்ட சிகிச்சையைப் பற்றி ஆணையத்திற்குத் தொடக்கத்தில் இருந்தே மிகுந்த சந்தேகம் உள்ளது. ESC வழிகாட்டுதல்களின்படி, 10 மி.மீ-க்கு மேல் வெஜிடேசன் இருந்து, அது குறிப்பிட்ட காலத்திற்குள் மருந்துகளால் கரைக்கப்படாவிட்டால் அறுவை சிகிச்சையே தீர்வாகும். அப்படிப்பட்ட நோயாளிக்கு சிகிச்சை அளிப்பதில் அறுவை சிகிச்சை நிபுணரே குழுவின் தலைவராக இருக்க வேண்டும் என்ற அடிப்படை நடைமுறைகள் அப்போலோவுக்கு தெரியாமல் இல்லை. எனினும், ஆணையம் அவர்களுக்கு நினைவுபடுத்த வேண்டியதில்லை. வேண்டுமென்றே எந்த தொராசிக் அறுவை சிகிச்சை நிபுணரும்

ஜெயலலிதாவைப் பரிசோதிக்க அனுமதிக்கப்படவில்லை. அப்படிப் பரிசோதித்திருந்தால், நிச்சயமாக ஆஞ்சியோகிராம் பரிந்துரைக்கப்பட்டு, செய்யப்பட்டிருக்கும்" என்று ஆணையம் அழுத்தமாகப் பதிவு செய்திருந்தது.

இதய நோயால் துன்பப்படும் ஏழைகளின் அறுவை சிகிச்சைக்காக எம்.ஜி.ஆர் அறக்கட்டளை மூலம் 'இதயம் காப்போம்' என்ற திட்டத்தைக் கட்சியின் சார்பில் கொண்டு வந்தவர் ஜெயலலிதா. அவரை 'இதயதெய்வம்' என்றுதான் கட்சியினர் அழைப்பார்கள். ஆனால், ஜெயலலிதாவின் இதயத்தைப் பாதுகாக்கத் தவறிவிட்டார்கள். திடீர் மாரடைப்பே ஜெயலலிதா மரணத்துக்குக் காரணமாகிவிட்டது.

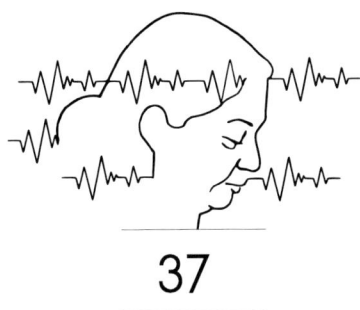

37
வெளிநாட்டுச் சிகிச்சையை தடுத்தவர்கள்!

'**ஜெ**யலலிதாவை வெளிநாட்டு சிகிச்சைக்கு அழைத்துச் சென்றிருந்தால் காப்பாற்றியிருக்கலாம். ஏன் செய்யவில்லை?' எனப் பிரதானமாக எழுப்பப்பட்ட கேள்விக்கு விடை தேடியது ஆணையம். அதுபற்றி அளிக்கப்பட்ட வாக்குமூலங்களை அலசுவோம்.

அரசின் ஆலோசகர் ஷீலா பாலகிருஷ்ணன்: "நானும் மற்ற அரசு செயலாளர்களும் டாக்டர் ரிச்சர்ட் பியெலிடம், 'முதல்வரை சிகிச்சைக்காக வெளிநாட்டிற்கு அழைத்துச் செல்லலாம்' என சொன்ன போது, 'தற்சமயம் தேவையில்லை' என்றார். ரிச்சர்ட் பியெலும் எய்ம்ஸ் டாக்டர்களும் வெளிநாட்டுச் சிகிச்சையின் அவசியம் பற்றி எழுத்துப்பூர்வமாக எதையும் அளிக்கவில்லை. வெளிநாட்டுச் சிகிச்சை பற்றி இரண்டு, மூன்று முறை கேட்டதற்கு, 'சிறப்பான சிகிச்சை அளிப்பதால் தேவையில்லை' என்று அப்போலோ மருத்துவர்கள் சொன்னார்கள். அப்போதைய உடல்நிலையைக் கருத்தில் கொண்டு, முதல்வரை வெளிநாட்டுக்கு மாற்றுவது சரியானதாகவும் இல்லை. 'வெளிநாட்டு சிகிச்சைக்குச் சம்மதமா?' என்று சசிகலாவிடம் கேட்கவில்லை. முதல்வருக்கு

வெளிநாட்டு சிகிச்சை அளிக்க அமைச்சரவையின் தீர்மானம் அவசியம் என்பது சுகாதாரத் துறை செயலாளருக்குத் தெரியும். ஆனால், அமைச்சரவைக் கூட்டத்தைக் கூட்டவோ தீர்மானம் நிறைவேற்றவோ யாரும் நடவடிக்கை எடுக்கவில்லை. அப்போலோ சிகிச்சை திருப்திகரமாக இருந்தது என்ற மருத்துவக் குழுவின் முடிவை, அவர்கள் ஏற்றுக்கொண்டதே இதற்குக் காரணம்"

தலைமைச் செயலாளர் ராம மோகன ராவ்: "வெளிநாடு சிகிச்சை பற்றி அமைச்சர்கள் முதலில் விவாதித்தாலும் நான்கு நாட்களுக்குப் பிறகு அவர்கள் அமைதியானார்கள். இதுபற்றி தீர்மானத்தை நிறைவேற்ற அமைச்சரவைக் கூட்டத்தைக் கூட்ட வேண்டும். அதற்குப் பொறுப்பு முதல்வரின் ஒரு கையெழுத்து போதும்" என்றவரிடம், "வெளிநாட்டு சிகிச்சை பெற முதல்வரின் கருத்தை ரிச்சர்ட் பியெல் அல்லது எய்ம்ஸ் மருத்துவர்கள் கேட்டார்களா?" எனக் கேள்வி எழுப்பியதற்கு, "முதல்வரிடம் கேட்கவில்லை. கேட்டிருந்தாலும் அவர் அதை ஏற்றுக் கொண்டிருக்க மாட்டார்" என்றார்.

முதல்வரின் செயலாளர் வெங்கடராமன்: "ரிச்சர்ட் பியெல், எய்ம்ஸ் மருத்துவர்களுடன் நடந்த சந்திப்பில், 'முதல்வரின் உடல் நிலையைக் கருத்தில் கொண்டு, வெளிநாடு அழைத்துச் செல்ல வேண்டாம்' என முடிவெடுக்கப்பட்டது."

சசிகலாவின் உறவினர் கிருஷ்ணப்பிரியா: "2016 அக்டோபரில் ஜெயலலிதாவை வெளிநாட்டுக்கு அழைத்துச் செல்ல எண்ணியதாக சசிகலா என்னிடம் சொன்னார். ஆனால், ஜெயலலிதா அதற்கு உடன்படவில்லை."

ஜெயலலிதாவின் அண்ணன் மகன் தீபக்: "அத்தை ஒருபோதும் வெளிநாட்டில் சிகிச்சை பெற மறுத்ததில்லை."

சசிகலாவின் உறவினர் டாக்டர் சிவக்குமார்: "முதல் முறை ஜெயலலிதாவை டாக்டர் ரிச்சர்ட் பியெல் பார்த்த போது, வெளிநாட்டில் சிகிச்சை பெறப் பரிந்துரைத்தார். ஏர் ஆம்புலன்ஸ் கிடைத்தால், தானே ஜெயலலிதாவை வெளிநாடு அழைத்துச் செல்லத் தயாராக இருப்பதாக ரிச்சர்ட் பியெல் சொன்னார். இரண்டாவது சந்திப்பில் ரிச்சர்ட் பியெல், 'முதல்வரின் உடல்நிலையில் முன்னேற்றம் இருக்கிறது. இப்போது வெளிநாட்டு சிகிச்சை தேவையில்லை' என்றார். வெளிநாட்டுச் சிகிச்சைக்கு எந்த மருத்துவரும் பரிந்துரைக்கவில்லை. வெளிநாடு அழைத்துச் செல்வதற்கான நிபந்தனையாக அல்லாமல், பொதுவாக மட்டும் விவாதித்தனர். ஒரு கட்டத்தில் வெளிநாட்டு சிகிச்சைக்கு சசிகலா ஒப்புக் கொண்டார்.

அ.தி.மு.க நிர்வாகி மனோஜ் பாண்டியன்: *"வெளிநாடு அழைத்துச் செல்வது குறித்த ஒருமித்த கருத்து எட்டப்படவில்லை'.'*

டாக்டர் செந்தில்குமார்: *"வெளிநாட்டு சிகிச்சை பற்றி அப்போலோ மருத்துவர்கள் முடிவு செய்ய முடியாது. அரசு அதிகாரிகள்தான் முடிவெடுக்க வேண்டும். தலைமைச் செயலாளர் உள்ளிட்ட அதிகாரிகள், 'வெளிநாட்டிற்கு அழைத்துச் செல்லப் படுவதை முதல்வர் ஏற்றுக்கொள்ள மாட்டார்' என சொன்னார்கள். 2016 அக்டோபர் மூன்றாவது வாரத்தில், முதல்வரின் உடல்நிலை அவரை வெளிநாட்டிற்கு அழைத்துச் செல்ல உகந்ததாக இல்லை."*

டாக்டர் பாபு ஆபிரகாம்: *"முதல்வரை வெளிநாட்டிற்கு அழைத்துச் செல்வது குறித்து பேச்சுவார்த்தை நடந்தது. ஆனால், டாக்டர் ரிச்சர்ட் பியெலிடம் பேசிய பிறகு, ஒத்தி வைக்கப்பட்டது. வெளிநாட்டு சிகிச்சை பற்றி ரிச்சர்ட் பியெலே முதல்வரிடம் பேசினார். அதை முதல்வர் மறுத்தார். ரிச்சர்ட் பியெல் வெளியில் வந்து என்னிடம், 'Very Strong Willed Lady, I Could Not Convince Her to Shift Abroad' என சொன்னார். முதல்வர் தைரியமான பெண்மணி. அவரை வெளிநாட்டுச் சிகிச்சைக்கு சம்மதிக்க வைக்க ரிச்சர்ட் பியெலால் முடியவில்லை. முதல்வர் வெளிநாட்டிற்கு அழைத்துச் செல்லப்பட்டிருந்தால், அங்கே அவர் சாதாரண நோயாளியாக இருப்பார். அங்குள்ள செவிலியர்கள் அதிக ஆதிக்கம் செலுத்தியிருப்பார்கள்."*

டாக்டர் கில்னானி: *"வெளிநாட்டுச் சிகிச்சை பற்றி ரிச்சர்ட் பியெலிடம் மட்டுமே விவாதிக்கப்பட்டது."*

சுகாதாரத் துறைச் செயலாளர் ராதாகிருஷ்ணன்: *"அமெரிக்க டாக்டர் ஸ்டூவர்ட் ரஸ்ஸல், முதல்வருக்கான சிகிச்சை சரியான வழியில் செய்யப்படுவதாகத் தெரிவித்தார். முதல்வரைச் சிகிச்சைக்காக வெளிநாடு அழைத்துச் செல்வது இந்திய மருத்துவர்களை அவமதிக்கும் செயல். சுகாதாரத் துறை செயலாளராக, என்னால் அதை ஊக்குவிக்க முடியாது."*

சுகாதாரத்துறை அமைச்சர் விஜயபாஸ்கர்: *"அப்போலோவிலேயே சிறந்த சிகிச்சை அளிக்கப்படுவதால், முதல்வரை வெளிநாட்டுக்கு அழைத்துச் செல்ல வேண்டிய அவசியம் ஏற்படவில்லை."*

பொறுப்பு முதல்வர் ஓ.பன்னீர்செல்வம்: *"அம்மா மறைவுக்கு இரண்டு வாரங்களுக்கு முன்பு, அவரை வெளிநாட்டிற்கு சிகிச்சைக்காக அழைத்துச் செல்லுமாறு சுகாதாரத் துறை அமைச்சரை கேட்டுக் கொண்டேன்."*

இந்த சாட்சியங்கள் படி பார்த்தால், அப்போலோ மருத்துவமனை,

டாக்டர்கள் பாபு ஆபிரகாம், விஜயசந்திர ரெட்டி, சிவக்குமார், அமைச்சர் விஜயபாஸ்கர், சுகாதாரத் துறை செயலாளர் ராதாகிருஷ்ணன் ஆகியோர் ஜெயலலிதாவை வெளிநாட்டு சிகிச்சைக்கு அழைத்துச் செல்வதற்கு எதிராக இருந்தனர். வெளிநாடு சிகிச்சையை ஜெயலலிதா மறுத்ததாக ரிச்சர்ட் பியெல் அறிக்கையிலோ கேஸ் ஷீட்டிலோ குறிப்பிடவில்லை.

முதல்வரை வெளிநாட்டு சிகிச்சைக்கு அழைத்துச் செல்வது எளிது. இதற்கு முன்பு, முதல்வர்களாக இருந்த அண்ணா, எம்.ஜி.ஆர் ஆகியோர் வெளிநாடு சிகிச்சைக்கு அழைத்து செல்லப்பட்டிருக்கிறார்கள். 1984-ம் ஆண்டு அப்போலோவில் முதல்வர் எம்.ஜி.ஆர் அனுமதிக்கப்பட்ட போது, பிரதமர் இந்திரா காந்தி நேரில் வந்து பார்த்தார். "எம்.ஜி.ஆருக்கு வெளிநாட்டில் சிகிச்சை அளிக்க வேண்டும்" என இந்திரா காந்தி சொன்னதும் அப்போலோ டாக்டர் கே.மணி, "சிறுநீரக செயல் இழப்பிற்காக வெளிநாட்டுக்கு எம்.ஜி.ஆரை அழைத்துச் செல்லும் செயல், இந்திய மருத்துவர்களை அதிகம் பாதிக்கும்" என்றார். உடனே இந்திரா காந்தி, "நோயாளியின் பார்வையில் இருந்து சிக்கலைக் காண வேண்டும்" என ராஜதந்திரமாகப் பதில் அளித்தார். இந்திரா காந்தியின் ஏற்பாட்டால்தான், அமெரிக்கா ப்ரூக்ளின் மருத்துவமனைக்கு எம்.ஜி.ஆர் அழைத்துச் செல்லப்பட்டு, சிகிச்சை அளித்து உயிரைக் காப்பாற்றினார்கள். அதன் பிறகு 3 ஆண்டுகள் எம்.ஜி.ஆர் வாழ்ந்தார். அப்போலோ இப்போதும் அப்படியேதான் இருக்கிறது. அதன் டாக்டர்களும் அதே எண்ணத்தில்தான் இருக்கிறார்கள். இந்திராகாந்தி இடத்தில் வேறு யாரையும் பொருத்திப் பார்க்க வேண்டியதில்லை.

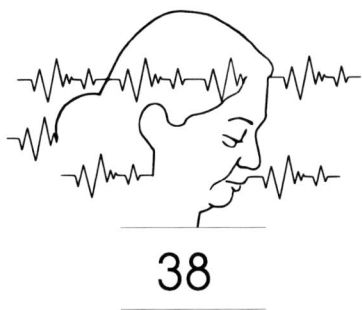

38

டிஸ்சார்ஜ்...
ஜெயலலிதாவின் விருப்பமா?

ஜெயலலிதா சிகிச்சை பெற்ற நேரத்தில் அப்போலோ அவ்வப் போது வெளியிட்ட மருத்துவ செய்தி வெளியீடுகளுக்கும் சிகிச்சைப் பதிவுகளுக்கும் இடையே முரண்பாடுகள் இருந்தன. செய்தி வெளியீடுகளில் அப்போலோ நிர்வாகி சுப்பையா விஸ்வநாதன்தான் கையெழுத்திட்டிருந்தார்.

23.9.2016 அன்று வெளியான செய்தி வெளியீட்டில், 'முதல்வருக்கு காய்ச்சல் மற்றும் நீரிழப்பு காரணமாக அனுமதிக்கப்பட்டிருக்கிறார். அவர் சாதாரண உணவை எடுத்துக் கொண்டார்' என்று குறிப்பிட்டிருந்தார்கள். ஆனால், ஜெயலலிதா அப்போலோவில் அனுமதிக்கப்பட்ட முதல் நாளில் பதிவு செய்யப்பட்ட மருத்துவ குறிப்பில், 'மூச்சு விடுவதில் சிரமம் இருந்தது. நீரிழிவு நோய், உயர் இரத்த அழுத்தம், ஹைப்போ தைராய்டு, இடைவிடாத காய்ச்சல், சிறுநீர் கழித்த பிறகு திடீரென பலவீனம் ஏற்படுவது' எனப் பலவற்றைக் குறிப்பிட்டிருந்தார்கள்.

6.10.2016 அன்று வெளியான செய்தி வெளியீட்டில்தான் முதன்முறையாக, 'தீவிர சிகிச்சை, இதய நோய், தொற்று நோய், நீரிழிவு நோய் நிபுணர்கள், சுவாச மருத்துவர்கள் அடங்கிய

குழுவின் கண்காணிப்பில் முதல்வர் இருக்கிறார்' என விரிவாகத் தெரிவித்திருந்தார்கள். சுவாச ஆதரவு, நெபுலைசேஷன், நுரையீரல் சளியைக் குறைக்க மருந்துகள், ஆண்டிபயாடிக், ஊட்டச்சத்து, சப்போர்டிவ் தெரபி ஆகியவை அந்த செய்தி வெளியீட்டில் குறிப்பிடப்பட்டன. ஆனால், *LV failure*, வெஜிடேசன், பெர்ஃபொரேசன் மற்றும் எரிச்சல் கொண்ட குடல் நோய்க்குறி உபாதைகளை பற்றி எல்லாம் எதுவும் சொல்லவில்லை.

அப்போலோ செய்தி வெளியீடுகளில் ஜெயலலிதாவின் நோய்கள் பற்றிக் குறிப்பிடவில்லை. ஆனால், அப்போலோ மருத்துவ கோப்புகள் வியாதிகளைப் பற்றித் தெளிவாக சொல்லியிருந்தது. ஜெயலலிதாவின் 75 நாள்களுக்கான சிகிச்சைப் பதிவுகள் ஆணையத்தில் தாக்கல் செய்யப்பட்டிருந்தன. இவை அப்போலோவின் செய்தி வெளியீடுகளுக்கு முரணாக இருந்தன. ஜெயலலிதாவின் உண்மையான நிலையுடன் ஒத்துப் போகவில்லை. பல விவரிக்க முடியாத முரண்பாடுகளும் குறைபாடுகளும் இருந்தன. அப்போலோ நிர்வாகி சுப்பையா விஸ்வநாதன், "எப்படியிருந்தாலும் பொது மக்களுக்கு நோய்களை வெளிப்படுத்தாமல் இருப்பது நோயாளியின் தனியுரிமை" என்றார். 'செய்தி வெளியீடுகளில் முதல்வரின் அனைத்து நோய்களையும் வெளிப்படுத்தக் கூடாது. அதே சமயம் அவரது இதய நோய்களைக் குறிப்பிடுவதில் தவறில்லை' என ஆணையம் சொன்னது.

2016 நவம்பர் தொடக்க வாரங்களின் தினசரி மருத்துவப் பதிவுகளை ஆணையம் பார்த்த போது, ஜெயலலிதா இரத்த இயக்கவியல் ரீதியாக *(Hemodynamically Stable)* நிலையாக இருந்ததை வெளிப்படுத்துகிறது. 'பிசியோதெரபி செய்யப்பட்டது. வென்டிலேட்டரில் இருந்து வெளியே எடுக்க *T-Piece* பயன்படுத்தப் பட்டது. சில மணி நேரங்களுக்கு முதல்வர் அதைப் பொறுத்து கொண்டார். அவரது உறக்கம் மற்றும் விழித்திருக்கும் நேரங்கள் குறிக்கப்பட்டன. திரவ எதிர்மறை சமநிலையை அடைந்து, நுரையீரல் வீக்கம் தொடர்ந்தது. இரத்தக் கொதிப்பில் ஏற்ற இறக்கங்கள் இருந்தன. வாய்வழியாக உணவு உட்கொள்ளப்பட்ட போதிலும் அது போதுமானதாக இல்லை. சாக்ரல் பகுதியில் வலி மற்றும் தொடர் இருமல் இருந்தது. ஹீமோடைனமிக் நிலைத்தன்மை தொடர்ந்தது. *T-Piece* தொடர்ந்து இடையிடையே பயன்படுத்தப்பட்டது' என மருத்துவ பதிவுகளில் குறிப்பிடப்பட்டிருக்கிறது. நவம்பர் மாதத்தின் அடுத்தடுத்த நாட்களின் பதிவுகளை ஆய்வு செய்ததில் ஜெயலலிதாவுக்கு குறிப்பிடத்தக்க முன்னேற்றம் அல்லது சரிவு ஏதுமில்லை என்பது தெரிய வந்தது.

2.12.2016 அன்று டாக்டர் நளினி பிரபுவின் மருத்துவ பதிவுகளில்,

'நேற்று முன்தினம் 11 மணிக்கு 5 முறை வயிற்றுப் போக்கு ஏற்பட்டது. 4 முறை படுக்கையில் ஈரம் ஏற்பட்டது. இன்று காலை வாய்வழியாக 13 கிராம் புரதம் எடுத்துக் கொண்டார். இடுப்பு தசைகள் இன்னும் பலவீனமாக உள்ளன. இருமல் BP அதிகரித்தது. மூச்சுத் திணறல் ஏற்பட்டது' என்றெல்லாம் குறிப்பிட்டிருந்தார். ஆனால், ஜெயலலிதாவுக்கு அளிக்கப்பட்ட சர்க்கரை மருந்துகளின் தாக்கம் மற்றும் சர்க்கரை கட்டுப்பாடு எந்த அளவுக்கு இருந்தது என்பது தெளிவாக இல்லை.

2016 நவம்பரில்தான் "முதல்வர் பூரண நலமுடன் இருக்கிறார். அவர் விரும்பும் போது மருத்துவமனையில் இருந்து வீட்டுக்கு செல்லலாம்" என்று அப்போலோ குழும தலைவர் பிரதாப் சி.ரெட்டி பேட்டி அளித்திருந்தார். 'அவருடைய நேர்காணலுடன் ஒப்பீடு செய்கையில், நோய்த் தொற்றுக் கட்டுப்பாட்டைப் பொறுத்தவரை, அது சரியே. ஆனால், அந்தக் காலகட்டத்தில் சுவாசக் கோளாறு, தீவிர நோயுடன் தொடர்புடைய பாலிநியூரோபதி (Polyneuropathy) தொடர்கிறது என்பது தெளிவாகிறது. நுரையீரல் வீக்கம் ஏற்பட்டு செயற்கை சுவாசம் வழங்கப்படும் நிலை தொடர்ந்ததால், ஜெயலலிதா முழுமையாகக் குணமடைந்து, வீட்டிற்குச் செல்வது என்பது முற்றிலும் நேர்மாறான விஷயமாக இருந்தது. இப்படியான தருணத்தில், அப்போலோவில் இருந்து ஜெயலலிதா டிஸ்சார்ஜ் ஆவது என்பது சாத்தியமா?' என்று கேள்வி எழுப்பியது ஆணையம்.

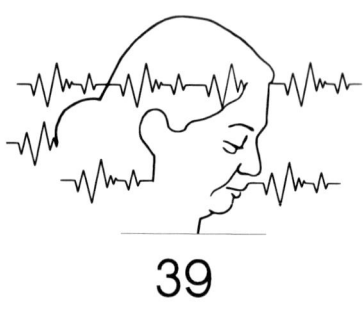

39
பன்னீர்செல்வம் பல்டி!

ஜெயலலிதா மரணத்திற்கு நீதி விசாரணை கேட்ட பன்னீர்செல்வத்தின் சாட்சியத்தைப் படிப்பதற்கு முன்பு அவருடைய சம்மன் சரித்திரத்தைப் பார்ப்போம். பன்னீர்செல்வத்தை விசாரிக்க ஒன்றல்ல... இரண்டல்ல 6 முறை சம்மன் அனுப்பியும் 'தர்மயுத்த நாயகன்' ஆஜராகாமல் டிமிக்கி கொடுத்தார். "ஜெயலலிதா மரணத்துக்கு நீதி விசாரணை கேட்டு, உண்ணாவிரதம் இருந்து, தர்மயுத்தம் நடத்திய பன்னீர்செல்வம், அதற்காக நடக்கும் விசாரணையில் ஆஜர் ஆவதற்குக் காட்டிய அக்கறையா இது? நீதி விசாரணை கேட்டு அன்றைக்குப் பன்னீர்செல்வம் நடத்திய உண்ணாவிரதம், தலைவிக்கா... இல்லை, அவர் கட்சியின் தலைமையேற்கவா?" என விமர்சனங்கள் எழுந்தன. ஒவ்வொரு முறையும் எதாவது ஒரு காரணம் சொல்லித் தட்டிக் கழித்து வந்தார் பன்னீர்செல்வம். எடப்பாடி பழனிசாமி ஆட்சி முடியும் வரை ஆணையத்தில் ஆஜராகவில்லை. இடையில் உச்ச நீதிமன்ற தடையால் விசாரணை தடைப்பட்டது. தி.மு.க ஆட்சிக்கு வந்த பிறகுதான் ஆஜரானார்.

2 நாட்கள்... 9 மணி நேரம்... 165 கேள்விகள் என பன்னீர் செல்வத்திடம் விசாரணை நடத்தியது ஆணையம். ஆணையத்தின்

சார்பில் 120 கேள்விகளும் சசிகலா தரப்பில் 34 கேள்விகளும் அப்போலோ தரப்பில் 11 கேள்விகளும் பன்னீர்செல்வத்திடம் கேட்கப்பட்டன. பன்னீர்செல்வம் அளித்த சாட்சியத்தில், "எந்த சூழ்நிலையில் அம்மா மரணமடைந்தார் என்பதை அறியத் தர்மயுத்தம் நடத்தி, விசாரணை ஆணையம் அமைக்கக் கோரிக்கை வைத்தேன். ஆனால், எனக்குத் தெரிந்து அம்மாவின் மரணம் இயற்கைக்கு மாறானது என்ற சந்தேகம் இல்லை. மக்களின் சந்தேகத்தைத் தீர்ப்பதற்காகவே ஆணையம் அமைக்கப்பட்டது" என்று பல்டி அடித்தார்.

"மெட்ரோ ரயில் விழாவில்தான் கடைசியாக அம்மாவைப் பார்த்தேன். அடுத்த நாள் அப்போலோவில் அம்மா அனுமதிக்கப்பட்டது நள்ளிரவில் தெரிந்தது. மருத்துவமனையில் எதற்காக அனுமதிக்கப்பட்டார் என்பது தெரியாது. அடுத்த நாள் அப்போலோ வந்து, தலைமைச் செயலாளர் ராம மோகன ராவிடம் கேட்டேன். 'முதல்வர் நலமாக இருக்கிறார்' என சொன்னார். 'தொற்று பரவும்' என்று கூறி, முதல்வரைப் பார்க்க அப்போலோ அதிகாரிகள் யாரையும் அனுமதிக்கவில்லை. அதனால், அம்மாவைப் பார்க்க முயலவில்லை. அம்மாவுக்கு நீரிழிவு நோய் தவிர வேறு நோய் எதுவும் இருந்ததா? என்பதும் பரிசோதித்த மருத்துவர்கள் விவரமும் தெரியாது. டாக்டர் பாபு மனோகரை ஏற்கெனவே தெரியும் என்பதால், டிரக்கியோஸ்டமி செய்யப்பட்டது பற்றிச் சொன்னார். என்ன உணவு கொடுத்தார்கள் என்பது தெரியாது. சி.சி. டிவி அகற்றப்பட்டதற்கும் எனக்கு தொடர்பு இல்லை. தர்மயுத்தம் தொடங்கியதில் இருந்து துணை முதல்வர் ஆனது வரை நான் பேசியது அனைத்தும் சரியானதே.

சுகாதாரத் துறை அமைச்சர் விஜயபாஸ்கர் என்னிடம், 'அம்மாவுக்கு நல்ல முறையில் சிகிச்சை அளிக்கப்படுகிறது. நலமாக இருக்கிறார்' என்றார். ஆனால், உடல் நலக்குறைவு குறித்துக் குறிப்பாக எதுவும் சொல்லவில்லை. அம்மா இறப்பதற்கு ஒரு வாரத்திற்கு முன்புதான் இதய பிரச்னை இருந்ததைத் தெரிந்து கொண்டேன். அம்மாவுக்கு இதயத்தில் வெஜிடேசன் தொடர்பாக சிகிச்சை அளித்ததும் அமெரிக்க மருத்துவர் சமின் ஷர்மாவை அப்போலோவுக்கு அழைத்து வந்ததும் ஆஞ்சியோ செய்ய மருத்துவர்கள் முடிவு செய்ததும் அமெரிக்க மருத்துவர் சிகிச்சை அளிக்காமல் சென்றது குறித்து எல்லாம் எந்த விவரமும் தெரியாது. 4.12.2016 அன்று மாலை அப்போலோ சென்றேன். அம்மாவின் அறையில் கூச்சலும் அழுகையும் எழுந்தது. அம்மாவுக்கு எடுக்கப்பட்ட ஈசிஜி குறித்தோ இதயம் செயல் இழந்த பிறகு CPR செய்யப்பட்டது பற்றியோ அப்போலோ நிர்வாகம் எனக்குத் தெரிவிக்கவில்லை.

ஒருமுறை சசிகலா என்னைக் கடந்து சென்ற போது, அம்மாவின் உடல்நிலை குறித்து விசாரித்தேன். அனைத்தும் சரியாக நடப்பதாக அவர் சொன்னார். சசிகலா ஒப்புதலுடன் சிகிச்சை தொடர்பான முடிவுகளை அப்போலோ செய்தது. 'எம்.ஜி.ஆர், அண்ணா போல அம்மாவை வெளிநாட்டிற்கு அழைத்துச் செல்லலாம்' என அமைச்சர்கள் விஜயபாஸ்கர், எஸ்.பி.வேலுமணியிடம் சொன்னேன். 'அப்போலோ மருத்துவர்களிடம் பேசிய பிறகு முடிவு செய்யலாம்' என்று விஜயபாஸ்கர் தெரிவித்தார். அப்போலோ தலைவர் பிரதாப் சி.ரெட்டியின் மருமகன் விஜயகுமார் ரெட்டியிடம் தெரிவித்தேன். 'முதல்வர் ஒரு வாரத்தில் குணமடைந்து விடுவார்' என்று விஜயகுமார் சொன்னார்" என்றார் பன்னீர்செல்வம்.

"பொறுப்பு முதல்வர் கையெழுத்திட்டிருந்தால், முதல்வரை வெளிநாட்டுக்கு அழைத்துச் செல்ல அமைச்சரவையைக் கூட்டியிருப்பேன்" எனத் தலைமைச் செயலாளர் ராம மோகன் ராவ் ஆணையத்தில் சொன்னதைப் பன்னீர்செல்வத்திடம் சுட்டிக்காட்டி, ஆணையம் கேள்வி எழுப்பியது. "அப்படி தலைமைச் செயலாளர் கேட்டிருந்தால், உடனே கையெழுத்திட்டிருப்பேன். ஆனால், அதுபற்றி கேட்கவில்லை" எனப் பன்னீர்செல்வம் பதிலளித்தார். "வெளிநாட்டில் சிகிச்சை பெற்றால், இந்திய மருத்துவர்களின் நற்பெயருக்குக் களங்கம் ஏற்படும்" என, சுகாதாரத் துறை செயலாளர் ராதாகிருஷ்ணனின் கருத்து குறித்த கேள்விக்கு, "நோயின் தன்மையைப் பொறுத்து, வெளிநாடுகளில் நிபுணர்கள் இருந்தால் சிகிச்சை பெறுவதில் தவறில்லை" என்றார் பன்னீர்செல்வம்.

சசிகலா வழக்கறிஞர் ராஜா செந்தூர்பாண்டியன் குறுக்கு விசாரணையில், "சசிகலா மீதான குற்றச்சாட்டைக் களைய வேண்டும் என்பதற்காகத்தான் ஆணையம் அமைக்க வேண்டும் எனத் தொலைக்காட்சிக்கு நீங்கள் அளித்த பேட்டி சரிதானா?" எனக் கேள்வி எழுப்பியதற்கு, "சரியானதுதான்" எனப் பதில் அளித்தார். "ஆணையத்தில் சாட்சியம் அளித்த ஐ.ஏ.எஸ் மற்றும் ஐ.பி.எஸ் அதிகாரிகள், 2011-ம் ஆண்டும் அதற்கு பின்னரும் சசிகலாவோ அவரது குடும்பத்தினரோ சதித் திட்டம் தீட்டியது இல்லை என்று கூறியுள்ளனரே, இது சரியா?" என்று ராஜா செந்தூர்பாண்டியன் கேள்வி எழுப்பினார். "அதிகாரிகள் சொன்னது சரிதான். அம்மாவுக்கு எதிராக சசிகலாவோ அவரது குடும்பத்தினரோ சதித் திட்டம் எதுவும் தீட்டவில்லை. சசிகலா மீது தனிப்பட்ட முறையில் இப்போதும் எனக்கு மதிப்பு உள்ளது" என்றார்.

பன்னீர்செல்வத்தின் சாட்சியம் பற்றி ஆணையத்தின் கருத்து என்ன? "பன்னீர்செல்வம் பெரும்பாலான நாட்களில் அப்போலோவில் இருந்திருக்கிறார். முதல்வருக்கு அளிக்கப்பட்ட

சிகிச்சை குறித்து அவருக்குத் தெரிவிக்கவில்லை. இதயக் கோளாறு, *LV failure*, வெஜிடேசன் மற்றும் பெர்ஃபொரேசன் பற்றித் தெரியவில்லை. இரண்டு முறை விளக்கம் அறியும் கூட்டத்தில் பங்கேற்ற போதும் சிகிச்சை விவரம் முற்றிலும் ரகசியமாக இருந்தது. உதாரணமாகத் தலைமைச் செயலாளர் ராம மோகன ராவும் சசிகலாவும் சிகிச்சை தொடர்பான ஆவணங்களில் கையெழுத்திட்ட போதும், அவர்கள், அப்போதைய பொறுப்பு முதல்வர் பன்னீர்செல்வம் உட்பட யாருக்கும் தெரிவிக்காமல் இருந்தனர். மருத்துவமனையில் என்ன நடக்கிறது என்பது தெரிவிக்காத நிலையில், பன்னீர்செல்வமும் மற்ற அமைச்சர்களும் அமைதியாக இருந்தனர். அவருடைய பதவியை மற்றொரு பிரிவினர் பறித்தபோது, தர்மயுத்தம் என்ற ஒரு அத்தியாயத்தைப் பன்னீர்செல்வம் ஆரம்பித்தார்" என்று ஆணையம் சொன்னது.

தர்மயுத்த காலத்தில் பன்னீர்செல்வம் சொன்னதற்கு நேர்மாறாக இருந்தது ஆணையத்தில் அவர் அளித்த சாட்சியம். தர்மயுத்தத்தின் 'தர்மம்' மீதே சந்தேகம் வர வைத்தார் பன்னீர்செல்வம். "அம்மா மரணத்தில் எனக்கு சந்தேகமில்லை. சசிகலா சதித்திட்டம் தீட்டவில்லை" எனப் பன்னீர்செல்வத்தின் வாக்குமூலம் பன்னீர்செல்வத்தின் இன்னொரு முகத்தைக் காட்டியது. "அம்மா மரணத்தை சி.பி.ஐ விசாரிக்க வேண்டும். என்னிடம் விசாரித்தால் நடந்ததை சொல்வேன்" என தர்மயுத்தத்தின்போது பேசிய பன்னீர்செல்வம், ஆணையத்தில் தடம் மாறினார்.

சிகிச்சையில் ஜெயலலிதா இருந்தபோது பொறுப்பு முதல்வராகவும் அவர் இறந்தபிறகு சில வாரங்கள் முதல்வராகவும் இருந்தார் பன்னீர்செல்வம். ஜெயலலிதாவின் சிகிச்சைத் தொடர்பான முடிவுகளை எடுத்திருக்க வேண்டும். அப்போது அவரை யார் தடுத்தார்கள்? 'வெளிநாட்டுக்கு அழைத்துச் சென்று சிகிச்சை எடுத்திருக்க வேண்டும்' என சொல்லும் பன்னீர்செல்வம், அப்போது அப்போலோ வந்த கவர்னர் வித்யாசாகர் ராவிடமோ மத்திய அமைச்சர்களிடமோ அதுபற்றி ஏன் சொல்லவில்லை? மோடி அரசின் செல்வாக்கைப் பெற்ற பன்னீர்செல்வம் சி.பி.ஐ. விசாரணையை அமைத்திருக்கலாம் அதையும் செய்யவில்லை.

"அப்போலோவில் அம்மாவை அமைச்சர்கள் யாரும் பார்க்கவில்லை. என்னால் ஒரு நாள் கூட அம்மாவை சந்திக்க முடியவில்லை. மரணத்தில் புதைந்துள்ள பல்வேறு சந்தேகங்களை உரிய நீதி விசாரணை மூலம் வெளியே கொண்டு வர வேண்டும்" என தர்மயுத்தத்தின் போது பேசிய பன்னீர்செல்வம் , ஆறுமுகசாமி ஆணைய சாட்சி கூண்டில் ஏறியதும் அதற்கு நேர்மாறாக பேசினார். "அம்மாவுக்கு சசிகலா துரோகம் செய்து கொண்டிருக்கிறார்.

கட்சியையும் ஆட்சியையும் கைப்பற்றும் சதியில் சசிகலா குடும்பம் ஈடுபட்டது. சதியைத் தெரிந்து கொண்டதால்தான் சசிகலாவை அம்மா வீட்டை விட்டே துரத்தினார்” என்று உண்ணாவிரதத்தில் பேசிய பன்னீர்செல்வம், “சசிகலா சதித் திட்டம் தீட்டவில்லை” என ஆணையத்தில் மாற்றிப் பேசினார்.

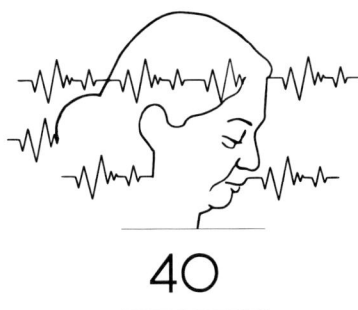

40
கருவியான விஜயபாஸ்கர்!

ஜெயலலிதா சிகிச்சை பெற்ற போது சுகாதாரத் துறை அமைச்சராக இருந்த விஜயபாஸ்கரின் ரோல் முக்கியத்துவம் வாய்ந்தது. விஜயபாஸ்கரின் சாட்சியத்தைப் படிப்பதற்கு முன்பு பன்னீர்செல்வத்தோடு அவர் நடத்திய மோதல் படலத்தைப் பார்த்து விடுவோம்.

ஜெயலலிதா மறைந்த பிறகு பன்னீர்செல்வம் தர்மயுத்தம் நடத்தினார். அப்போது பன்னீர்செல்வம் - சசிகலா என அ.தி.மு.க இரண்டு அணிகளாகப் பிரிந்து கிடந்தன. அந்த நேரத்தில் ஜெயலலிதா மரணத்தை வைத்து பன்னீர்செல்வத்துக்கும் விஜயபாஸ்கருக்கும் இடையே கருத்து மோதல் ஏற்பட்டன. "அம்மாவை சிகிச்சைக்காக வெளிநாட்டுக்கு அழைத்துச் செல்ல வேண்டும் என சொன்னேன். ஆனால், விஜயபாஸ்கர் 'வேண்டாம்' என சொல்லிவிட்டார்" என பன்னீர்செல்வம் கர்ஜிக்க... விஜயபாஸ்கரோ, "விசாரணை கமிஷன் வைத்தால், விசாரிக்கப்படும் முதல் நபர் பன்னீர்செல்வம்தான்" என்றார். உடனே பன்னீர்செல்வம், "நீதி விசாரணை அமைக்கப்பட்டால் யார் முதல் குற்றவாளி என்பது தெரியும்" என பதிலடி கொடுத்தார்.

“அம்மாவின் மரணத்தை வைத்து பன்னீர்செல்வம் அரசியல் பிழைப்பு நடத்துகிறார்” என்று விஜயபாஸ்கர் கடுமையாகத் தாக்கினார். ஜெயலலிதா மறைவுக்குப் பின்னர் விஜயபாஸ்கர் பெயர், அப்போலோ முதல் கூவத்தூர் வரை அடிபட்டது. சசிகலா முதல்வராக முயன்ற போது அ.தி.மு.க எம்.எல்.ஏ-க்கள் கூவத்தூர் ரிசார்ட்டில் சிறை வைக்கப்பட்டனர். அப்போது ஒட்டுமொத்தமாகக் கூவத்தூர் ரிசார்ட் விஜயபாஸ்கர் கட்டுப்பாட்டில் வைத்திருந்ததாக சர்ச்சை எழுந்தது. பிறகு அணிகள் இணைந்தன. அனைவரும் ஒன்றாக சேர்ந்தனர்.

ஆறுமுகசாமி ஆணையத்தில் விஜயபாஸ்கர் அளித்த சாட்சியம் என்ன? “அம்மாவின் சிகிச்சைக்கு எய்ம்ஸ் மருத்துவர்களை அழைத்து வருவதில் சுகாதாரத் துறை செயலாளர் ராதாகிருஷ்ணன் எனக்குத் துணையாக இருந்தார். அம்மாவுக்கு எந்த வகையிலான சிகிச்சை அளிக்க வேண்டும் என்று சுகாதாரத் துறை செயலாளர், தலைமைச் செயலாளர், சசிகலா ஆகியோரிடம் கேட்டுத்தான் அப்போலோ மருத்துவர்கள் சிகிச்சை அளித்ததாகக் கூறுவது தவறு. சிகிச்சை தொடர்பாக அப்போலோ மருத்துவர்கள் ஒருமனதாக முடிவெடுத்தார்கள். சிகிச்சை நடைமுறைகளில் தலைமைச் செயலாளர் ராம மோகன ராவ், சசிகலா ஆகியோர் கையெழுத்திட்ட விவரம் தெரியாது. வெஜிடேசன் மற்றும் பெர்ஃபொரேசன் பற்றியும் டாக்டர் சோமன் ஆஞ்சியோகிராம் செய்ய வேண்டும் என்று கூறியதும் எனக்கு தெரியாது. தஞ்சாவூர் தேர்தல் பணிக்கு நீண்ட நாட்களாக சென்றிருந்ததால், ஆஞ்சியோகிராம் பரிந்துரைக்கப்பட்டது எப்போது என்பதும் தெரியாது. ஆஞ்சியோ செய்ய வேண்டும் என்று டாக்டர் சமின் ஷர்மாவும் டாக்டர் ஸ்டூவர்ட் ரஸ்ஸலும் சொன்னது எனக்குத் தெரியாது. பன்னீர்செல்வம், தம்பிதுரை ஆகியோர் அம்மாவை வெளிநாட்டிற்கு அழைத்துச் சென்று சிகிச்சை அளிக்க ஆர்வமாக இருந்தனர். ‘முறையான சிகிச்சை அளிப்பதால் முதல்வரின் உடல்நிலையில் முன்னேற்றம் இருக்கிறது. வெளிநாட்டில் சிகிச்சை அவசியம் இல்லை’ என்று எய்ம்ஸ் மற்றும் அப்போலோ மருத்துவர்கள் சொன்னதால் திட்டம் கைவிடப்பட்டது. அம்மாவை சிகிச்சைக்காக வெளிநாட்டிற்கு அழைத்து செல்லப்பட்டால், அது இந்திய மருத்துவர்களுக்கு அவமானமாக இருக்கும் என்று நான் கருதவில்லை” என்றார் விஜயபாஸ்கர். “இதயத்தில் ஏற்பட்ட துளையால் முதல்வருக்கு உடல்நிலையில் பின்னடைவு ஏற்பட்டதா?” என்ற கேள்விக்கு, “பின்னடைவு ஏற்பட்டது மட்டுமே எனக்குத் தெரியும். அதற்கான காரணங்கள் தெரியாது” என்று விஜயபாஸ்கர் பதிலளித்தார்.

விஜயபாஸ்கரின் சாட்சியத்துக்கு ஆணையம் சொன்ன பதில்

என்ன? "ஜெயலலிதாவுக்கு அளிக்கப்பட்ட சிகிச்சை குறித்துத் தவிர்க்கும் வகையிலும் மழுப்பலான முறையிலும் விஜயபாஸ்கர் சாட்சியம் அளித்தார். சுகாதாரத்துறை அமைச்சராக விஜயபாஸ்கர் இருந்தும் முதல்வரை சிகிச்சைக்காக வெளிநாடு அழைத்துச் செல்வதற்கு முறையான முயற்சியை எடுக்காதது ஆச்சரியம் அளிக்கிறது. விஜயபாஸ்கர் அமைச்சராக மட்டுமல்ல ஒரு தகுதி வாய்ந்த மருத்துவராக இருந்திருக்கிறார். நோயாளியின் நிலையைப் புரிந்து கொள்வதில் திறமையானவராக இருந்தபோதிலும், டாக்டர்கள் ரிச்சர்ட் பியெல், ஸ்டூவர்ட் ரஸ்ஸல், சமின் ஷர்மா, ராஜீவ் சோமன், ராம் கோபாலகிருஷ்ணன் ஆகியோரின் உயிர்காக்கும் ஆலோசனைகள், ஆஞ்சியோகிராம் செய்வதன் தேவை, வெளிநாட்டில் சிகிச்சை பற்றியெல்லாம் விஜயபாஸ்கர் ஏன் தனது மனதையும் அறிவையும் பயன்படுத்தவில்லை? இதைவிட ஆச்சரியம் என்னவெனில், சிகிச்சை தொடர்பான தகவல்களைப் பெறுவதற்காகக் கேட்கப்பட்ட கேள்விகளுக்கு, 'தகவல் கிடைக்கப் பெறவில்லை... நினைவில்லை' என்றெல்லாம் சொன்னார். ஆனால், 'அப்போலோ மருத்துவர்கள் சிறந்த சிகிச்சையை வழங்கினார்கள்' என்று ஆணித்தரமாகக் கூறினார்.

உறவினர்கள் இல்லாத முதல்வரை அவரது இறுதி நாள்வரை வெளிநாட்டு சிகிச்சைக்கு அழைத்துச் செல்வதற்கான முயற்சிகளை முறியடித்து, அப்போலோ மருத்துவமனையிலேயே வைப்பதற்காக சசிகலா மற்றும் அப்போலோ மருத்துவர்களால் பயன்படுத்தப்பட்ட முக்கிய கருவியாக விஜயபாஸ்கர் திகழ்ந்தார். அப்போலோ சிகிச்சையில் ஆஞ்சியோ செய்வதைத் தவிர்த்து, சசிகலா, டாக்டர்கள் ஒய்.விஜயசந்திர ரெட்டி, பாபு ஆபிரகாம், சுகாதாரத் துறைச் செயலாளர் ராதாகிருஷ்ணன், சுகாதாரத் துறை அமைச்சர் விஜயபாஸ்கர் ஆகியோரால் நன்கு திட்டமிடப்பட்டு, இறுதி வரை சரியாகச் செயல்படுத்தப்பட்டது என்றால் அது மிகையாகாது" என்று பதிவு செய்தது ஆணையம்.

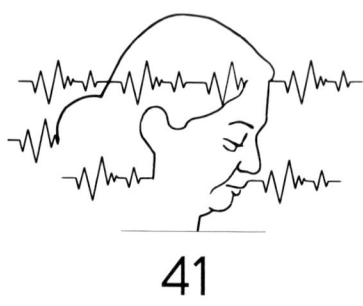

41

நீதிமன்றத்தை நாடிய அப்போலோ!

நீதிமன்ற உத்தரவுகளால் ஆணையத்தின் விசாரணை தடைப்பட்டது. அதற்குப் பிரதான காரணம் ஆணையம் vs அப்போலோ மோதல். விசாரணை நடந்து கொண்டிருந்த போதே ஆணையத்தின் மீது குற்றச்சாட்டுகளை அடுக்கியது அப்போலோ.

- "மிட்ரல் வால்வில் இரண்டு வெஜிடேசனால் பாதிக்கப்பட்ட நோயாளிக்கு இதய அறுவை சிகிச்சை நிபுணர் ஏன் மருத்துவர் குழுவின் தலைவராக இல்லை?" என்று ஆணையத்தின் வழக்கறிஞர் கேள்வி எழுப்பிய போது, சம்மந்தப்பட்ட சாட்சி அதனை மறுத்தார். உடனே அவருக்கு ஐரோப்பிய வழிகாட்டுதல்கள் புத்தகத்தை ஆணையம் காட்டியது.

- 1984-ம் ஆண்டு முதல்வர் எம்.ஜி.ஆர் அப்போலோவில் அனுமதிக்கப்பட்டு, பிறகு மேல் சிகிச்சைக்காக அமெரிக்கா அழைத்துச் செல்லப்பட்டார். எம்.ஜி.ஆரை அமெரிக்கா அழைத்துச் செல்லும் முடிவை எடுத்தது யார்? ஜெயலலிதாவிற்கு ஏன் அதுபோல வெளிநாட்டு சிகிச்சை அளிக்க முடிவெடுக்கவில்லை? என்ற கேள்விகளுக்கு விடை தேட முயன்றது ஆணையம். அப்போலோ மருத்துவ பதிவேடுகளைப்

பராமரிக்கும் கோவிந்தராஜனை ஆணையம் விசாரித்த போது, “நோயாளிகளின் மருத்துவ பதிவேடுகள் மூன்றடுக்குக் கட்டடத்தில் பாதுகாப்பாக வைக்கப்பட்டுள்ளது” எனத் தெரிவித்தார். அப்போலோவில் எம்.ஜி.ஆர் அனுமதிக்கப்பட்ட போது எடுக்கப்பட்ட முடிவு பற்றிய கோப்புகளை அப்போலோவிடமும் சுகாதாரத் துறை செயலாளரிடமும் ஆணையம் கேட்டது. எம்.ஜி.ஆர் காலத்து ஆவணங்களை எல்லாம் ஆணையம் கேட்டது, அப்போலோவுக்கு எரிச்சலை ஏற்படுத்தியது.

- அப்போலோ மருத்துவக் கட்டணங்களின் ரகசியம் ஆணையத்தால் வெளியிடப்பட்டதாக புகார் எழுந்தது.

இப்படி அடுத்தடுத்து நடந்த நிகழ்வுகளால் மருத்துவமனைக்கு எதிராக ஆணையம் செயல்படுவதாக அப்போலோ புகார் தெரிவித்து, நீதிமன்றத்தை நாடியது. ‘அப்போலோ மீதான ஆணையத்தின் புகார்கள் அடிப்படை ஆதாரமற்றவை. விசாரணையில் நிறையத் தவறுகள் இருக்கிறது. சிகிச்சை குறித்து விசாரிக்க, அரசு சாராத நிபுணத்துவம் பெற்ற மருத்துவர்களைக் கொண்ட சுதந்திரமான குழுவை நியமிக்க வேண்டும்’ என்று உயர் நீதிமன்றத்தில் அப்போலோ முறையிட்டது. மனு விசாரணையின் போது அப்போலோ வக்கீல்கள், “எங்கள் மருத்துவமனையைக் குற்றவாளியாக சித்தரிக்க முயல்கிறார்கள். அப்போலோ நற்பெயரை ஆணையம் சிதைக்கிறது. எங்கள் தரப்பு விளக்கத்தைப் பதிவு செய்ய 21 துறைகளை சார்ந்த மருத்துவர்களைக் கொண்ட குழுவை அமைக்கக் கோரி தாக்கல் செய்த மனுவை ஆணையம் நிராகரித்துவிட்டது. எனவே ஆணைய விசாரணைக்குத் தடை விதிக்க வேண்டும்” என்றார்கள். ஆணைய வழக்கறிஞர், “பாரபட்சம் காட்டாமல் ஆணையம் விசாரிக்கிறது. அப்போலோ கற்பனையாகக் குற்றச்சாட்டுகளை வைத்திருக்கிறது” என வாதாடினார்.

வழக்கை விசாரித்த நீதிபதிகள் ஆர்.சுப்பையா, கிருஷ்ணன் ராமசாமி ஆகியோர் அடங்கிய அமர்வு, ‘ஆறுமுகசாமி ஆணையத்திற்குத் தடை விதிக்க முடியாது’ எனத் தீர்ப்பளித்தனர். ‘ஆணையம் 90 சதவிகித பணிகளை முடித்துவிட்ட நிலையில், அனைத்து தரப்பு கோரிக்கைகளை முழுமையாக ஆய்வு செய்ய வேண்டும். 21 மருத்துவர்கள் கொண்ட குழுவை அமைக்க வேண்டும் என்ற அப்போலோவின் கோரிக்கையை நிராகரிக்கிறோம்’ என்று தீர்ப்பில் கூறினார்கள்.

இதனை எதிர்த்து உச்ச நீதிமன்றத்தில் மேல்முறையீடு செய்தது அப்போலோ. ‘மருத்துவர்கள் உரியப் பதில்களை அளித்த பிறகும் அடிக்கடி விசாரணைக்கு அழைக்கிறார்கள். ஆஜராகவில்லை என

மிரட்டுகிறார்கள். ஆணையத்தில் ஒருவர் கூட மருத்துவர் இல்லை. விசாரணைக்கு தடை விதிக்க வேண்டும்' என்று அப்போலோ முறையிட்டது. இதையேற்று ஆணையத்தின் விசாரணைக்கு உச்ச நீதிமன்றம் இடைக்காலத் தடை விதித்தது. தடையை விலக்கக் கோரி தமிழ்நாடு அரசும் ஆணையமும் முறையிட்டது.

இந்த வழக்கு தொடர்ச்சியாக விசாரணைக்கு எடுக்கப்படாமல் நிலுவையில் இருந்தது. "வழக்கை விசாரணைக்கு எடுக்கவிடாமல் அப்போலோ நிர்வாகமும் வழக்கறிஞரும் முட்டுக்கட்டை போடுகிறார்கள்" என்று ஆணைய தரப்பு வழக்கறிஞர் குற்றம் சுமத்தினார். "ஆணையத்தின் செயல்பாடுகளை விமர்சிக்க அப்போலோவிற்கு உரிமை இல்லை. அது உண்மைக் கண்டறியும் குழுதானே தவிர, நிபுணர் குழு அல்ல. ஆணையத்தில், மருத்துவர்கள், நிபுணர்கள் இருக்க வேண்டிய கட்டாயமில்லை. ஜெயலலிதா மரணம் பற்றிய உண்மைகளை மக்களிடம் சொல்வதில் அரசு உறுதியாக இருக்கிறது" எனத் தமிழக அரசு வழக்கறிஞர் வாதங்களை வைத்தார்.

அப்போலோ தரப்பு வழக்கறிஞர், "அப்போலோவின் நற்பெயர் குறித்து ஆணையம் யோசிக்கவில்லை. அனைத்து தகவல்களையும் ஆணையம் ஊடகங்களுக்குக் கசியவிட்டது. வேறு நீதிபதிகள் கொண்டு ஆறுமுகசாமி ஆணையத்தை விரிவுபடுத்த வேண்டும்" என்றார். இறுதியில், ஜெயலலிதாவுக்கு ஏற்பட்ட நோய்களுக்கான துறைகளில் சிகிச்சை அளிக்கும் நிபுணர்கள் அடங்கிய குழுவை நியமிக்குமாறு புதுடெல்லி எய்ம்ஸ் இயக்குநருக்கு உச்ச நீதிமன்றம் உத்தரவிட்டு, ஆணையத்திற்கு விதித்த தடையை நீக்கியது. தடை நீங்கிய பிறகு மீண்டும் விசாரணை தொடங்கியது.

உச்ச நீதிமன்ற உத்தரவுப்படி எய்ம்ஸ் மருத்துவர்களைக் கொண்ட மருத்துவக் குழு அமைக்கப்பட்டது. இந்த இடத்தில் சொல்ல ஒரு சுவாரசியமான செய்தி ஒன்று உண்டு. 14.2.2022 அன்று எய்ம்ஸ் மருத்துவக் குழு எடுத்த முடிவு, 25.2.2022 அன்றுதான் ஆணையத்திற்குக் கிடைத்தது. ஆனால், அதற்கு முன்பே அது அப்போலோவுக்கு தெரிந்தது. இது எய்ம்ஸ் மருத்துவக் குழுவிற்கும் அப்போலோ நிர்வாகத்திற்கும் இடையே உள்ள தொழில்முறைத் தொடர்பை தெளிவாகக் காட்டியது.

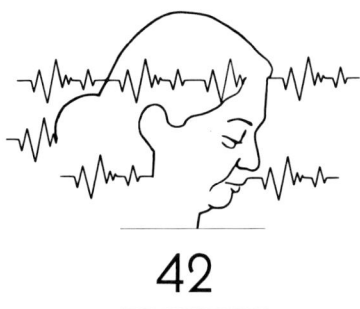

42

இரத்த வெள்ளத்தில் ஜெயலலிதா!

மருத்துவமனையில் ஜெயலலிதா அனுமதிக்கப்பட்டிருந்த 75 நாட்களில் கடைசி இரண்டு நாட்கள் முக்கியத்துவம் வாய்ந்தவை என்பதால், அதனை விரிவாக ஆராய்ந்தது ஆணையம். ஜெயலலிதாவுக்கு அளிக்கப்பட்ட சிகிச்சையால் 3.12.2016 வரை ஓரளவு குணமாகியிருந்தார். அதன்பிறகு என்ன நடந்தது? என்பதை வாக்குமூலம் அளித்தவர்கள் சொல்லக் கேட்போம்.

டாக்டர் செந்தில்குமார்: "3.12.2016 அன்று ஜெயலலிதாவுக்கு இருமல் வந்தபோது சேகரிக்கப்பட்ட சளி, ஆய்வுக்கு அனுப்பப்பட்டு, பரிசோதனை அறிக்கையின் அடிப்படையில் ஆண்டிபயாடிக் அளிக்கப்பட்டன"

டாக்டர் சிவக்குமார்: "3.11.2016 அன்று வென்டிலேட்டர் இல்லாமல் ஜெயலலிதா சுவாசித்துக் கொண்டிருந்தார். மாரடைப்பு ஏற்படுவதற்கு ஒரு மணி நேரத்திற்கு முன்பு வாந்தி எடுத்தார்"

எய்ம்ஸ் டாக்டர் கில்னானி: "3.12.2016 அன்று ஜெயலலிதா நன்றி சொல்லி மருத்துவருடன் பேசினார். அவர் குணமடைந்து வந்தார்"

டாக்டர் ஜெயஸ்ரீ கோபால்: "எய்ம்ஸ் மருத்துவர்கள் 3.12.2016 அன்று பயிற்சிகள் செய்யுமாறு கூற, முதல்வர் தலையசைத்தார். அடுத்த நாள் சிங்கப்பூர் பிசியோதெரபிஸ்ட்டுகள் பயிற்சி அளித்து, நடக்கச் சொன்ன போது, முதல்வர் தலையசைத்தார். 4.12.2016 மாலை 6 மணியளவில் இதயம் செயல் இழந்த பிறகு ஜெயலலிதாவின் சர்க்கரை அளவு 377 ஆக இருந்தது"

டாக்டர் ரமா தேவி: "2.12.2016 மற்றும் 3.12.2016 ஆகிய நாட்களில் அவ்வப்போது வென்டிலேட்டர் சரி செய்யப்பட்டது. இரண்டு லிட்டரில் இருந்து நான்கு லிட்டர் வரை ஆக்ஸிஜன் அளிப்பதால், அந்த நோயாளி ஆபத்தான நிலையில் இருக்கிறார் என்று பொருளல்ல. சளி, இருமல் காரணமாகச் சுவாசிப்பதில் சிரமம் ஏற்பட்டதால், அதிக ஆக்ஸிஜன் தேவைப்பட்டது. 3.12.2016 இரவு உடல்நிலையில் சிறிய பின்னடைவு ஏற்பட்டது. ஆனால், இரத்த அழுத்தம் குறையவில்லை. சுவாசிக்க முடியவில்லை என்பதை ஜெயலலிதா சைகையில் சொன்ன போது, 'எதுவும் நடக்காது' என்று சசிகலா ஜெயலலிதாவிடம் சொன்னார். டாக்டர் ரமேஷ் நெபுலைசரைப் பொருத்தி, ஸ்டெதஸ்கோப் மூலம் இதயத்தைப் பரிசோதித்தார். நெபுலைசேசன் வழங்கப் புதிதாக முயற்சி எடுக்கப்பட்டது. VCP மானிட்டரில் இதயத் துடிப்பில் உள்ள மாற்றம் கவனிக்கப்பட்டு, VF ஆக மாறியது. இதயம் மட்டும் அதிர்ந்தது. ஆனால், இரத்த ஓட்டத்தில் அழுத்தம் இல்லை"

மயக்க மருந்து நிபுணர் டாக்டர் ஷில்பா: "கேஸ் ஷீட்டை பார்த்து, தனக்குப் பல நோய்கள் இருப்பதையும் கவலைக்கிடமான நிலையில் உள்ளதையும் ஜெயலலிதா அறிந்து கொண்டார். வாழ்க்கையின் இறுதிக் கட்டத்தில் இருந்தார். அவர் மனம் மாறுவது வழக்கம். சில சமயங்களில் சிரிப்பார். சில நேரங்களில் தனியாக விடுமாறு கேட்டுக் கொள்வார். சில சமயங்களில், ஊசி மற்றும் வென்டிலேட்டரைப் பொருத்துவதை மறுத்தார்"

டாக்டர் விக்னேஷ்: "சுகாதாரத் துறை அமைச்சர் விஜயபாஸ்கர் செயலாளர் ராதாகிருஷ்ணன் எக்மோ தொடர்பான சந்தேகங்களைக் கேட்டனர். 'நேரடியாக மார்பு வெட்டப்பட்டது தவறா?' என அமைச்சர் விஜயபாஸ்கர் கேட்டார். 'அவசரக் காலத்தில் இதை செய்யலாம்' என்றேன்"

செவிலியர் ஹெலெனா: "3.12.2016 காலை 8 மணியளவில் வென்டிலேட்டர் எடுக்கப்பட்டு, 11 மணிக்கு இணைக்கப்பட்டது. மதியம் 2 மணிக்கு நீக்கப்பட்டு, மாலை 4 மணிக்கு இணைக்கப்பட்டது. 4.12.2016 அன்று பெட் காபிக்குப் பிறகு ஜெயலலிதா காலை உணவை உட்கொள்ளவில்லை. 11 மணிக்கு கார்ன்ஃப்ளேக்ஸுடன் பால் மட்டுமே சாப்பிட்டார். மதியம் வாந்தி எடுத்தார்"

செவிலியர் மகேஸ்வரி: *"4.12.2016* அன்று முதல்வர் வென்டிலேட்டர் உதவியோடும் உதவி இல்லாமலும் இருந்தார். 'மதிய உணவு சாப்பிடுகிறீர்களா?' என முதல்வரைக் கேட்டேன். காத்திருக்கும்படி சைகை செய்தார். பிறகு உணவை உண்ண மறுத்ததுடன், பார்த்துக் கொண்டிருந்த டிவி-யை அணைக்குமாறு சொன்னார். சிறிது நேரம் கழித்து சுவாசிப்பதற்கு சிரமமாக இருப்பதாக சைகை மூலம் தெரிவித்தார்"

செவிலியர் பிரேமா அந்தோணி: *"4.12.2016* மாலை *3.30* மணியளவில் முதல்வரின் உடல்நிலை சரியில்லாமல் இருந்தது. *ICCU* மருத்துவரும் தலைமை மருத்துவரும் அருகில் இருந்தனர். பிறகு படிப்படியாக அதிகமான மருத்துவர்கள் வந்தார்கள். நான் கண்ணாடி அறைக்கு வெளியில் நின்று கொண்டிருந்ததால், உள்ளே என்ன நடந்தது? எனத் தெரியாது. பிறகு முதல்வருக்கு கார்டியாக் அரெஸ்ட் ஏற்பட்டதைத் தெரிந்து கொண்டேன்"

எக்கோ டெக்னீஷியன் நளினி: *"4.12.2016* அன்று மாரடைப்பு ஏற்பட்ட பிறகு முதல்வருக்கு எக்கோ எடுத்த போது இதயம் செயல்படுவது நின்று விட்டது. எக்கோ தொடர்பான கோப்பை ஆராய்ந்தால், இதயத்தின் இறுதி அசைவுகள் தெரியும். அப்போது எடுக்கப்பட்ட எக்கோ வழக்கமானது அல்ல. மருத்துவர்களின் ஆலோசனைப்படி அவசரக் காலத்தில் எடுக்கப்பட்டது. எக்கோ எடுத்தால் கருவியிலும், அறிக்கையிலும் நேரம் காட்டப்படும். அதன்படி குறிப்பிடப்பட்டிருந்த நேரம் மாலை *3.50* ஆகும். நான் போன போது எவ்வளவு நேரத்திற்கு முன்பு இதயம் செயல் இழந்தது. என எனக்குத் தெரியாது. கடைசியாக என்னால் எடுக்கப்பட்ட எக்கோ பதிவு செய்யவில்லை. காரணம் அவசர நிமித்தமாக முதல்வருக்கு சிகிச்சை அளிக்க வேண்டியிருந்ததால் என்னை வெளியே அனுப்பி விட்டார்கள். எக்கோ எடுத்த போது இதயம் செயல்படுகிறதா?; பெரிகார்டியலுக்கு *(effiusion)* எந்த ஆதாரமும் இல்லை; தய வால்வுகளில் கசிவு காணப்படவில்லை ஆகிய மூன்று அம்சங்களைக் கண்டேன்"

ஸ்கிரீனிங் ரிப்போர்ட்டில் *4.12.2016* மாலை *4.20* மணிக்கு நோயாளிக்கு சுவாசிப்பதில் சிரமம் ஏற்பட்டதையும் அதன்பிறகு இதயம் செயல்படுவது நின்றதையும் குறிப்பிட்டிருக்கிறார்கள். இதயம் செயல்படுவது நின்ற பிறகு மருத்துவர்களின் ஆலோசனையின் பேரில், டெக்னீஷியன் நளினி எக்கோ எடுத்தார். அதாவது, மாலை *4.20* மணிக்குப் பிறகு இதயம் செயல்படுவது நின்றது எனத் தெளிவாகக் குறிப்பிட்டிருக்கிறார்கள்.

ஜெயலலிதாவின் உதவியாளர் பூங்குன்றன்: *"4.12.2016* பிற்பகல் *2* மணியளவில் முதல்வரின் அறைக்கு வெளியே நின்று

கொண்டிருந்தேன். ஒரு மருத்துவர் உள்ளே சென்று வெளியே வந்தார். சிறிது நேரம் கழித்து, சசிகலாவின் அலறல் சத்தம் கேட்டது. அதன் பிறகு பல மருத்துவர்கள் உள்ளே சென்றனர். அங்குப் பதற்றமான சூழ்நிலை நிலவியது"

ஜெயலலிதாவின் தனி பாதுகாப்பு அதிகாரி வீரப்பெருமாள்: "4.12.2016 மாலை 4.30 மணியளவில் அழுகை சத்தம் கேட்டு, முதல்வரின் அறைக்குள் சென்றேன். அப்போது அழுது கொண்டிருந்த சசிகலாவை செவிலியர்கள் வெளியே அழைத்து வந்தனர்"

ஜெயலலிதாவின் அண்ணன் மகன் தீபக்: "4.12.2016 காலை அம்மாவுக்கு மூச்சு விடுவதில் சிரமம் ஏற்பட்டது என்று பூங்குன்றன் சொன்னார். அந்த நேரத்தில் அத்தைக்கு அங்கேயே திறந்த முறை இதய சிகிச்சை செய்யப்பட்டு, ICCU-வுக்கு அழைத்துச் செல்லப்பட்டார். அதன்பிறகு இதய சிகிச்சை தொடங்கியது. இரத்தக் கறை படிந்த பஞ்சுத் துண்டுகள் வெளியே கொண்டு வரப்பட்டதை எதிர் அறையில் காத்திருந்த அமைச்சர்கள் மற்றும் அதிகாரிகள் பார்த்தனர். முதல்வரைக் காப்பாற்ற வாய்ப்பில்லை என்பதை அவர்கள் புரிந்து கொண்டார்கள். 5.12.2016 அதிகாலை 1 மணிக்கு எக்மோவுடன் இணைக்கப்பட்டது. எக்மோ சிகிச்சையால் இனி எந்தப் பயனும் இல்லை என்று மாலை 5.30 மணியளவில் மருத்துவர்கள் சசிகலா முன்னிலையில் முடிவு செய்தனர்"

தலைமைச் செயலாளர் ராம மோகன ராவ்: "தகவல் கிடைத்து 4.12.2016 அன்று மருத்துவமனை சென்றேன். 'முதல்வருக்கு மூச்சுத் திணறல் இருக்கிறது. மாரடைப்பு ஏற்பட்டது' எனத் தெரிவித்தார்கள். உடனடியாக அறுவை சிகிச்சை அளிக்க முடிவெடுத்தார்கள். ஆனால், வார்டில் பார்த்த போது முதல்வருக்குத் திறந்த இதய அறுவை சிகிச்சை அளிக்கப்பட்டு, இரத்த வெள்ளத்தில் மூழ்கியிருப்பதைக் கண்டு பெரும் அதிர்ச்சி அடைந்தேன். 'இது ஏன் வார்டில் செய்யப்படுகிறது. அறுவை சிகிச்சை அரங்கிற்கு அழைத்துச் செல்லலாம்' என்று கூறி உடனடியாக எய்ம்ஸ் மருத்துவமனைக்குத் தகவல் தெரிவித்தேன்."

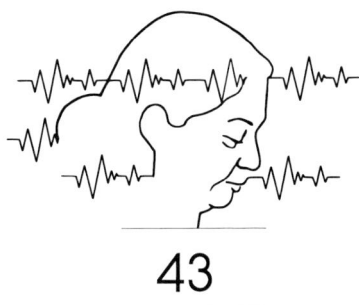

43

வதந்திகளும் உண்மைகளும்!

அப்போலோவில் ஜெயலலிதா அனுமதிக்கப்பட்ட பிறகு தொடர்ச்சியாக வதந்திகள் றெக்கை கட்டின. அதன் உண்மை தன்மையை ஆணையம் விசாரித்தது. 'அப்போலோவில் அம்மா அனுமதிக்கப்படுவதற்கு முன்பு, போயஸ் கார்டனில் அவருக்கு மெல்லக் கொல்லும் விஷம் வழங்கப்பட்டிருக்கலாம்' என்று அ.தி.மு.க நிர்வாகி மனோஜ் பாண்டியன் சொன்னார். இது அனுமானமே தவிர, அதற்கான ஆதாரத்தை அவர் அளிக்கவில்லை. அப்போலோவில் ஜெயலலிதாவுக்கு எடுக்கப்பட்ட மருத்துவப் பரிசோதனைகளில் மெல்லக் கொல்லும் விஷம் தொடர்பான விவரம் எதுவும் இல்லை. அப்படியான கருத்துகளையும் மருத்துவர்கள் தெரிவிக்கவில்லை. "இரத்தப் பரிசோதனை அறிக்கையின்படி, ஜெயலலிதாவின் உடலில் விஷத்தின் தடயம் எதுவும் இல்லை" என்று டாக்டர்கள் செந்தில்குமார், சத்தியமூர்த்தி ஆகியோர் உறுதியாக சொன்னார்கள். மெல்லக் கொல்லும் விஷம் தொடர்பான குற்றச்சாட்டை 'ஆதாரமற்றது' என்று ஆணையம் நிராகரித்தது.

'அம்மாவின் தலையில் எவரோ மரக்கட்டையால் தாக்கியதால்

மயங்கி விழுந்தார்' என பகீர் புகாரைச் சொன்ன அ.தி.மு.க நிர்வாகியும் முன்னாள் அமைச்சருமான பொன்னையனை விசாரித்தபோது, "எனது கருத்து, நான் கேட்ட சில வதந்திகளின் அடிப்படையிலானது" என பல்டி அடித்தார். ஜெயலலிதாவின் தலையில் உடல் ரீதியான வன்முறை நிகழ்ந்ததற்கான அடையாளம் எதையும் மருத்துவர்கள் குறிப்பிடவில்லை.

ஜெயலலிதா இறந்த பிறகு அவரது உடலில் எம்பாமிங் செய்த டாக்டர் சுதா சேஷையனை விசாரித்த போது, "ஊடகங்களில் பரவிய வதந்திகளைப் போல, ஜெயலலிதாவின் முகத்தில் துளைகள் இல்லை" என்றார். "உண்மையாகவே அவரது உடலில் துளைகள் இருந்திருந்தால், எம்பாமிங் செய்யும் போது துளைகள் வழியாகத் திரவ ஓட்டம் இருந்திருக்கும். அப்படி எதுவும் நடக்கவில்லை. உடல் ரீதியான வன்முறை நிகழ்ந்ததற்கான எந்தத் தடயமும் இல்லை" என்றார்.

"ஜெயலலிதாவின் விரல்களோ கால்களோ துண்டிக்கப்பட்டதா?" என்று தலைமைச் செயலாளர் ராம மோகன ராவிடம் கேட்கப் பட்டது. அவர் உணர்ச்சிவசப்பட்டு, "காவிரி நதிநீர்ப் பிரச்னை தொடர்பான அறிக்கையை மருத்துவமனையில் தனது இருக்கையில் இருந்தபடியே முதல்வர் தயாரித்தார். அவர் சொல்ல, நான் முதல்வரின் கால்களுக்கு முன்னர் அமர்ந்திருந்தேன்" என்றார். "ஜெயலலிதா உடலுக்கு எம்பாமிங் செய்யும் போது, கால்கள் துண்டிக்கப்பட்டதா?" என்பதைக் கவனிக்கவில்லை என டாக்டர் சுதா சேஷையன் சொன்னார். "சம்பிரதாய முறைப்படி முதல்வரது கால் கட்டைவிரல்களைத் துணியால் கட்டினேன்" என்று ஜெயலலிதாவின் கார் ஓட்டுநர் ஐயப்பன் சாட்சியம் அளித்தார்.

இப்படி சாட்சியங்களையும் ஆவணங்களையும் ஆராய்ந்த பிறகு ஜெயலலிதாவின் கால்கள் மற்றும் கால் விரல்கள் அவரது இறுதி மூச்சு வரை சரியாக இருந்தது என்று ஆணையம் முடிவு செய்தது. 'முழங்காலுக்குக் கீழே ஜெயலலிதாவின் கால்கள் துண்டிக்கப்பட்டதாக கூறப்படும் வதந்தியில் எந்த உண்மையும் இல்லை. அவருக்குக் காயங்களோ, மெல்லக் கொல்லும் விஷமோ வழங்கப்படவில்லை' என்று உறுதி செய்தது.

ஜெயலலிதாவின் பள்ளித் தோழி பதர் சயீத், பேங்க் ஆப் இந்தியா எல்லாடா கிளை மேலாளர் அலோக் குமார், கதிரியக்க நிபுணர் ஜெயந்தி, டாக்டர் சிவஞான சுந்தரம், உட்சுரப்பியல் நிபுணர் சிவயோகம், பணிப்பெண்கள் தேவிகா, பூமிகா, கொடநாடு எஸ்டேட்டை விற்ற பீட்டர் கிரேக் ஜோன்ஸ் உள்ளிட்டோரை ஆணையம் விசாரணை செய்தது. ஆனால், அவர்களிடம் போதிய தகவல் எதையும் ஆணையம் பெறவில்லை.

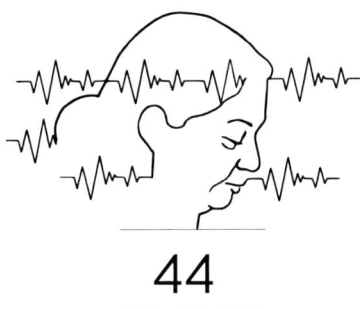

44

எக்மோவின் போது என்ன நடந்தது?

ஜெயலலிதாவுக்கு 2016 டிசம்பர் 4-ம் தேதி இதய செயல் இழப்பு ஏற்பட்டது. செவிலியர்கள் மகேஸ்வரியும் விஜயலட்சுமியும் மாலை 4.20 மணிக்கு ஜெயலலிதாவுக்கு நெபுலைசரைப் பொருத்திய போது, திரையில் அவரது இதயத் துடிப்பு இரண்டு முதல் மூன்று முறை மாறியது. கண்கள் மேல் நோக்கிப் போனது. அங்கிருந்த மருத்துவர் உடனே இதயத்திற்கு ஷாக் அளித்தும் மீண்டும் செயல்படாததால், அறுவை சிகிச்சை நிபுணரை அழைத்தனர். டாக்டர்கள் ரமாதேவியும் ரமேஷ் வெங்கடராமனும் விரைந்து வந்தனர். எக்மோ குழு வரும் வரை எலக்ட்ரிக் ஷாக் தொடர்ந்து வழங்கினார்கள். அப்போதும் ரிதம் வரவில்லை. இதயத் துடிப்பும் குறைவாகவே இருந்தது. இதனால், டாக்டர்கள் ரமாதேவியும் ரமேஷ் வெங்கடராமனும் CPR-ஐ தொடங்கினார்கள். இன்ஸ்ட்ரூமென்ட் கிளீனர்கள் காமேஷ், மதிவாணன், பஞ்சாபிகேசன், அருண் ஆகியோர் ஒரு மணி நேரமும் டாக்டர்கள் அரை மணி நேரமும் மாறிமாறி இதய மசாஜ் செய்தனர்.

எக்கோ டெக்னீசியன் நளினி, மாரடைப்புக்குப் பிந்தைய எக்கோ எடுத்தார். அவர் அறைக்குள் சென்ற போது ஜெயலலிதாவின்

இதயத்திற்கு டாக்டர்கள் மசாஜ் செய்து கொண்டிருந்தார்கள். 'நோயாளிக்கு மாலை 4:20 மணிக்குச் சுவாசிப்பதில் சிரமம் ஏற்பட்டது. அதன் பிறகே இதய செயல் இழப்பு ஏற்பட்டது' என்று மருத்துவ கோப்பில் குறிப்பிட்டிருக்கிறார்கள்.

டாக்டர் ரமாதேவியின் சாட்சியத்தில், "இதய நோய் நிபுணர் ஜெயினை அழைத்தேன். அவர் ஷாக் அளித்தார். முதலில் எக்கோ கார்டியோகிராம் செய்யப்பட்டு, பிறகு இதயத்திற்கு மசாஜ் மற்றும் ஷாக் அளிக்கப்பட்டது. டாக்டர் பிரகாஷ் சந்த் ஜெயினும் இதில் பங்கெடுத்தார். வசிப்பிடத்தில் இருந்த டாக்டர்கள் சுந்தர், மதன் குமார் ஆகியோரும் அழைக்கப்பட்டு, ஸ்டெர்னோடோமி நடைமுறையில் இணைந்தனர்" என்றார்.

"இதய மசாஜ் நடைமுறைக்கு பொதுவாக 20 நிமிடங்கள் எடுத்துக் கொள்ளப்படும். ஆனால், அவசர நிலையால் 10 நிமிடங்களுக்குள் முடிக்கப்பட்டது. ஸ்டெர்னோடோமி செய்யும் போது, CPR செய்ய முடியாது" எனச் சாட்சியம் அளித்தார் டாக்டர் ரமேஷ் வெங்கடராமன்.

டாக்டர் ராமகிருஷ்ணனின் வாக்குமூலத்தில், "ஜெயலலிதாவின் இதயம் செயல் இழந்ததும் முதலில் இதய மசாஜும் பிறகு ஷாக்கும் தரப்பட்டது. அதன் பின்னர் இரண்டும் மாறிமாறி செய்யப்பட்டன. இந்த முயற்சிகள் பயனற்றுப் போகவே, மாலை 5.30 மணியளவில் எக்மோவுடன் இணைக்க முடிவு செய்யப்பட்டது. நோயாளியை எக்மோவுடன் இணைக்க ஒரு மணி நேரம் ஆகும். ஆனால், 45 நிமிடங்களில் ஜெயலலிதாவின் இதயக் குழாய்கள் எடுக்கப்பட்டு இணைக்கப்பட்டன. கட்டரைப் பயன்படுத்தி ஸ்டெர்னோடோமி செய்யப்பட்ட பிறகே எக்மோவுடன் இணைக்க உரியக் குழாய்கள் இணைக்கப்பட்டன. கட்டர் உதவியுடன் ஸ்டெர்னோடோமி செய்ய 30 நிமிடங்கள் ஆகும்" என்றார்.

"ஜெயலலிதாவுக்கு 45 நிமிடங்கள் CPR வழங்கப்பட்டது. ஸ்டெர்னோடோமி 10 நிமிடங்களுக்குள் செய்யப்பட்டது. அதன் பிறகு 15 நிமிடங்களுக்குள் எக்மோவுடன் இணைக்கப்பட்டது. சருமத்தைக் கிழிக்கும் போதும் கட்டரின் உதவியுடன் வெட்டும் போதும் CPR செய்ய இயலவில்லை" என டாக்டர் சுந்தர் சாட்சியம் அளித்திருக்கிறார்.

இதய மாற்று அறுவை சிகிச்சை நிபுணர் மதன் குமார் சாட்சியத்தில், "CPR பலன் அளிக்கவில்லை என்று கருதிய பிறகே ஸ்டெர்னோடோமி அறுவை சிகிச்சையை டாக்டர்கள் செய்தனர். அதற்கு பத்து நிமிடங்கள் ஆனது. மசாஜ் செய்யும் போது, ஸ்டெர்னோடோமி அறுவை சிகிச்சையை நிறுத்தியும்

ஸ்டெர்னோடோமி செய்யும் போது, மசாஜ் செய்வதை நிறுத்தியும் செய்தனர். இதற்கு, சில நொடிகள் பிடித்தது" என சொன்னார்.

மயக்க மருந்து நிபுணர் மினல் வோராவின் சாட்சியத்தில், "எக்மோ குழுவினருடன் சேர்ந்து ஸ்டெர்னோடோமி செய்ய எடுத்துக் கொண்ட நேரம் 30 நிமிடங்கள். இதயம் முழுமையாகச் செயல்படுவது நிறுத்திய பிறகே ஸ்டெர்னோடோமி செய்தனர். CPR செய்தும் இரத்த ஓட்டத்தில் தானாகச் சுழற்சி ஏற்படவில்லை. ஸ்டெர்னோடோமி செய்த பிறகு CPR செய்ய இயலாது. அந்த நேரத்தில் இதயத்தில் எந்த துடிப்பும் காணப்படவில்லை" என்றார்.

இந்த சாட்சியங்களின் படி CPR செய்து ஷாக் அளித்த பிறகும் ஜெயலலிதாவின் இதயத் துடிப்பில் மறுமலர்ச்சி இல்லை என்பது தெளிவாகிறது. ஸ்டெர்னோடோமி செய்ய முடிவெடுத்து கட்டரைப் பயன்படுத்தி 20 நிமிடங்களில் செய்யப்பட்டும், உடல் அசையவில்லை.

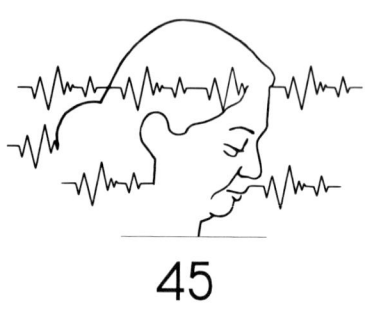

45

எய்ம்ஸ் Vs ஆணையம்!

ஆணையத்துக்கு உதவுவதற்காக உச்ச நீதிமன்றத்தால் நியமிக்கப்பட்ட எய்ம்ஸ் மருத்துவக் குழு, சாட்சிகளின் வாக்குமூலங்களையும் மருத்துவப் பதிவுகளையும் ஆய்வு செய்து, ஆணையத்திற்கு அறிக்கை அளித்தது. 'ஜெயலலிதாவுக்கு அளிக்கப்பட்ட சிகிச்சை சரியான மருத்துவ முறைப்படி இருந்ததுடன், சிகிச்சையில் குறைகள் ஏதும் இல்லை' என்று அறிக்கையில் சொல்லியிருந்தார்கள். அதில், உள்ள முரண்பாடுகளை ஆணையம் சுட்டிக் காட்டியது.

- டாக்டர்கள் ரிச்சர்ட் பியெல், சமின் ஷர்மா, ஸ்டூவர்ட் ரஸ்ஸல் ஆகியோர் *Early Valve Surgery* ஆஞ்சியோ செய்யப் பரிந்துரைத்தனர். இதுபற்றி எய்ம்ஸ் மருத்துவக் குழு அறிக்கையில் எதுவும் குறிப்பிடவில்லை. 'ஆஞ்சியோஸ் அவசியம்' என்ற மூன்று மருத்துவர்களின் கருத்தைப் பொருட்படுத்தாமல், 'அப்போலோ அளித்த சிகிச்சை சரியானது' என்ற முடிவுக்கு எய்மஸ் மருத்துவக் குழு வந்தது. எய்ம்ஸ் மருத்துவக் குழுவிற்கு அனுப்பப்பட்ட மருத்துவர்களின் சாட்சியங்கள் முறையாகக் கருதிப்பார்க்கப் படவில்லை.

- டாக்டர் ரிச்சர்ட் பியெலால் அனைத்துக் கோணங்களிலும் ஆய்ந்து அளிக்கப்பட்ட மிகப் பயனுள்ள ஆறு பக்க அறிக்கையைப் பரிசீலிக்காமல் எந்த நியாயமுமின்றி முற்றிலும் புறக்கணிக்கப்பட்டது.
- அப்போலோ வந்த எய்ம்ஸ் டாக்டர்கள் கில்னானி, நிதீஷ் நாயக் சிகிச்சையை மேற்பார்வை மட்டுமே செய்தார்கள். எந்த மருந்தையும் பரிந்துரைக்கவில்லை. அவர்கள் எதற்காக வந்தனர்?
- டாக்டர் மேத்யூ சாமுவேல் சாட்சியத்தில், 'இதயத்தின் செயல்பாடு பலவீனமாக இருந்தது. அனைத்து முக்கிய உறுப்புகளுக்கும் இரத்த ஓட்டம் கணிசமாகக் குறைந்திருந்தது. பெர்ஃபொரேசனால் இதய நோய் அதிகரித்தது' எனச் சொன்னார். இப்படி சொன்னதை எய்ம்ஸ் மருத்துவக் குழு எதன் அடிப்படையில் அங்கீகரித்தது?
- 40 மி.லி இரத்த கசிவையும் வெஜிடேசன் மற்றும் அதன் விளைவுகளையும் அறிந்திருந்த அப்போலோவால், 28.9.2016 அன்றே குறிப்பிடப்பட்ட பெர்ஃபொரேசன் பற்றிக் கவனிக்காதது ஏன்?
- அப்போலோவுக்கு எய்ம்ஸ் மருத்துவர்கள் ஐந்து முறை வந்தாலும் மேற்பார்வை மட்டுமே செய்தனர். அவர்களால் ஜெயலலிதா மரணத்திற்கான காரணத்தை ஒருமித்தவாறாகக் கூறவில்லை.
- அப்போலோ டாக்டர் சந்திரசேகர், 28.9.2016 அன்று 12-14 மி.மி கொண்ட இரண்டு வெஜிடேசனைக் கண்டறிந்தார். இந்த நோயறிதலை வேறு எந்த டாக்டர்களும் மறுக்கவில்லை. ஜெயலலிதாவின் உயிருக்கு கடுமையான அச்சுறுத்தலை ஏற்படுத்திய இந்த வெஜிடேசன்களுக்கு இதய நோய் நிபுணர்களால் சிகிச்சைக்குத் திட்டமிட்டிருக்க வேண்டும்.
- டாக்டர்கள் செரியன், கிரிநாத், ஸ்ரீதர் ஆகியோர், 'அறுவை சிகிச்சை முதன்மையானதல்ல' என்று கருத்துத் தெரிவித்ததாக எய்ம்ஸ் குழு பதிவு செய்திருக்கிறது. ஆனால், முழு மருத்துவப் பதிவேடுகளையும் ஆராய்ந்தால் அந்த டாக்டர்கள் நோயாளியைப் பரிசோதித்ததாகவோ பரிசோதனை அறிக்கைகளைப் பார்த்ததாகவோ தெரியவில்லை. செரியன், கிரிநாத், ஸ்ரீதர் ஆகியோர் அறுவை சிகிச்சைக்கு எதிராக எக்கருத்தையும் தெரிவிக்கவில்லை.
- இத்தருணத்தில், டாக்டர் ராம் கோபாலகிருஷ்ணனின் சான்றுகள் முக்கியத்துவம் பெறுகின்றன. 28.9.16 அன்று வெஜிடேசன்கள் மற்றும் பெர்ஃபொரேசன்கள் கண்டறியப்பட்டவுடன் 'Early Valve Surgery' தேவை என்று அவர் சொன்னார். அவரது

கருத்து ஏன் அப்போலோவால் ஏற்கப்படவில்லை? ராம் கோபாலகிருஷ்ணனை அதன்பிறகு அப்போலோ ஆலோசிக்க அழைக்கவில்லை.

- இதய செயல் இழப்புக்கு டாக்டர் ஸ்டூவர்ட் ரஸ்ஸலிடம் ஆலோசனை பெறப்பட்டதையும் 'ஆஞ்சியோகிராம் தேவை யில்லை' என்று அப்போலோ டாக்டர் மேத்யூ சாமுவேல் கூறியதையும் பதிவு செய்திருக்கும் மருத்துவக் குழு, ஆஞ்சியோகிராமை பரிந்துரைத்த புகழ்பெற்ற பன்னாட்டு மருத்துவர்களின் கருத்தை நிராகரித்தது சரியான முடிவா... இல்லையா? என்பதை ஆராய்ந்திருக்க வேண்டும். ஆனால், எந்த அம்சங்களையும் குழு பரிசீலிக்கவில்லை. ஆஞ்சியோகிராமை பொறுத்தவரையில் குழுவின் அறிக்கையை ஆணையத்தால் ஏற்க முடியவில்லை.

இப்படி பத்தி வாரியாக எய்ம்ஸ் மருத்துவக் குழுவின் அறிக்கையை ஆணையம் போஸ்ட் மார்ட்டம் செய்தது. இதற்குக் காரணம் எய்ம்ஸ் மருத்துவக் குழுவுக்கும் ஆணையத்திற்கும் இடையே நடந்த பனிப்போர்தான். 'ஜெயலலிதாவுக்கு அளிக்கப்பட்ட சிகிச்சையில் எந்த தவறும் இல்லை' என்று எய்ம்ஸ் மருத்துவக்குழு அளித்த அறிக்கை அப்போலோவுக்கு சாதகமாக இருந்தது. இந்த அறிக்கை ஆணையத்தில் தாக்கல் செய்யப்பட்ட நிலையில், 2022 ஆகஸ்ட் 21-ம் தேதி ஊடகங்களில் கசிந்தது. ஆறுமுகசாமி தனது அறிக்கைக்கு இறுதி வடிவம் கொடுத்துக் கொண்டிருந்த நேரத்தில்தான், எய்ம்ஸ் குழுவின் அறிக்கை லீக் ஆனது. அதற்கு அடுத்த வாரம் விசாரணை அறிக்கையை முதல்வர் ஸ்டாலினிடம் ஆறுமுகசாமி அளித்துவிட்டு, பேட்டி அளித்தார். "எய்ம்ஸ் குழு உங்களிடம் தாக்கல் செய்த அறிக்கை வெளியே வந்துள்ளதே?" என செய்தியாளர்கள் கேள்வி எழுப்பியதும், "அங்கே இருக்கிற ஒருவரால் முடிகிறது. விளம்பர யுக்திக்கு அதனைச் செய்கிறார்" என்று பதில் அளித்த ஆறுமுகசாமி, "எய்ம்ஸ் அறிக்கை செய்தித் தாளில் வெளியான பிறகுதான் நிறைய யோசனைகள் எனக்குப் பிறந்தது. அதனை எல்லாம் கடைசி நேரத்தில் அறிக்கையில் சேர்த்து நிறைவு செய்தேன்" என்றார்.

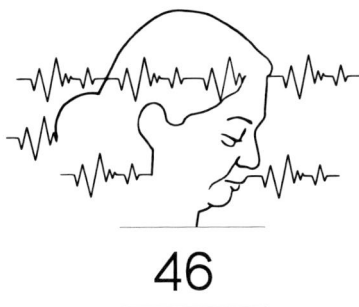

46

ஜெயலலிதாவின் விதியை வழி நடத்தியவர்கள்!

ஆணையத்தின் விசாரணை முடிவுக்கு வந்தது. தீர்ப்பு எழுதும் நேரம். சசிகலாவின் சூழ்ச்சி முதல் ஜெயலலிதாவின் இறப்பு தேதி தில்லுமுல்லு வரை அனைத்தையும் தன் தரப்பு கருத்துகளாக பல பக்கங்களில் நீதிபதி ஆறுமுகசாமி பதிவு செய்தார்.

"எம்.ஜி.ஆர் மறைவுக்குப் பிறகு 25 ஆண்டுகளுக்கும் மேலாக அ.தி.மு.க-வில் தன்னிகரில்லாத தலைவராக ஜெயலலிதா திகழ்ந்தார். போயஸ் கார்டனில் ஜெயலலிதா தனியாக வசித்த போது, தோழி சசிகலா அங்கே இடம் பெயர்ந்தார். அவர்களின் இணக்கத்தால், 'உடன்பிறவா சகோதரிகள்' என அழைக்கப்பட்டனர். சொத்துக் குவிப்பு வழக்கில் பெங்களூரு சிறப்பு நீதிமன்றத்தால் ஜெயலலிதா தண்டிக்கப்பட்டால், கட்சியையும் முதல்வர் பதவியையும் அபகரிக்க சசிகலாவும் அவரது குடும்பத்தினரும் ரகசிய சதித்திட்டம் தீட்டியதாகப் புலனாய்வுத் துறையின் மூலம் தகவல் கிடைக்க, அது பிரிவினைக்கு வழிவகுத்தது. தெஹல்கா பத்திரிகையில் வெளியான சதித்திட்ட செய்தியால், 2011 டிசம்பரில் சசிகலாவும் அவரது உறவினர்களும் ஜெயலலிதாவால் வெளியேற்றப்பட்டனர். இது அதிகாரத்தின் மீதான அதீத ஆசையாகத் தோன்றும். அதன்

பிறகு நடந்த அ.தி.மு.க பொதுக்குழுவில் சசிகலாவையும் அவரது குடும்பத்தினரையும் ஜெயலலிதா கடுமையான வார்த்தைகளால் தாக்கினார். 'சசிகலாவுடன் எவ்விதத் தொடர்பும் இருக்கக் கூடாது' என்று தொண்டர்கள் எச்சரிக்கப்பட்டனர். இந்த நிகழ்வு கற்பனையினும் உண்மை வலிமையானது என்பதை தெளிவாக்குகிறது.

அதன் பிறகு சசிகலா ஜெயலலிதாவிடம் நிபந்தனையற்ற மன்னிப்புக் கேட்டு, 31.3.2012 முதல் போயஸ் கார்டனில் மீண்டும் வசிக்கத் தொடங்கினர். 'அரசியலிலும் கட்சி நடவடிக்கைகளிலும் தலையிடுவதில்லை' என்ற உறுதியைப் பெற்ற பின்னரே, சசிகலாவை ஜெயலலிதா இணைத்துக் கொண்டார். ஆனால், அவரது குடும்பத்தினரை அனுமதிக்கவில்லை. 'அத்தையின் எதிர்பார்ப்புகளுக்கு ஏற்ப சேவை செய்ததால், சசிகலா மீண்டும் அனுமதிக்கப்பட்டார்' என ஜெயலலிதாவின் அண்ணன் மகன் தீபக் சாட்சியம் அளித்தார். சசிகலாவின் அண்ணி இளவரசியோ, 'ஜெயலலிதா என்னுடன் பேசியதில்லை' என சொன்னார். சசிகலாவின் உறவினர் கிருஷ்ணப்பிரியாவின் சாட்சியத்தின்படி, ஜெயலலிதா - சசிகலா உறவு இயல்பானதாகத் தோன்றினாலும், பிளவிற்கு முன்பு இருந்ததைப் போல நட்புரிமை இல்லை. அப்போலோவில் ஜெயலலிதா அனுமதிக்கப்படும் வரை சசிகலா குழப்ப நிலையிலேயே இருந்து வந்தார். அப்போலோவிற்கு பிந்தைய நிகழ்வுகள், சசிகலாவால் ரகசியமாக்கப்பட்டன.

2016 செப்டம்பர் 20-ம் தேதி ஜெயலலிதாவுக்குக் காய்ச்சல் ஏற்பட்டதும் குடும்ப மருத்துவர் சிவக்குமார் சசிகலாவிடம் பாராசிட்டமால் மாத்திரை கொடுக்கச் சொல்லியிருக்கிறார். தொடர்ந்து மூன்று நாட்களாக அதிக காய்ச்சல் இருந்ததால், வழக்கமான இடைவெளியில் பாராசிட்டமால்களை மீண்டும் ஜெயலலிதா எடுத்துக் கொண்டார். அப்போலோ செல்வதற்கு அரை மணி நேரத்திற்கு முன்பும் பாராசிட்டமால் அளிக்கப்பட்டது. உடல்நிலை சரியில்லாத போதிலும் 21.9.2016 அன்று மெட்ரோ ரயில் விழாவில் பங்கேற்க தலைமைச் செயலகத்திற்கு ஜெயலலிதா சென்றார். அவருக்குப் பின்னடைவு ஏற்பட்டது விழாவில் யாருக்கும் தெரியவில்லை. போயஸ் கார்டனில் காரை விட்டு இறங்கும் போது, தன் நிலை தடுமாறி கீழே விழப் போன ஜெயலலிதா, ஒருவழியாகச் சமாளித்து வீட்டிற்குள் சென்றார்.

அடுத்த நாள் 22.9.2016 காலை டாக்டர் சிவக்குமார் போயஸ் கார்டனில் ஜெயலலிதாவின் உடல்நிலையை விசாரித்தார். தனிப்பட்ட மருத்துவரான சிவக்குமார், ஏன் நேரடியாக ஜெயலலிதாவை பரிசோதிக்கவில்லை? வேறு மருத்துவரிடம்

ஆலோசனை பெறவோ மருத்துவமனைக்கு அழைத்துச் செல்லவோ ஏன் அறிவுறுத்தவில்லை? என்பதற்கு சிவக்குமாரிடம் பதில் இல்லை. இது சிவக்குமாரின் அலட்சியம். போதுமான கவனிப்பு, காய்ச்சலுக்கான காரணம், அறிகுறிகளை எல்லாம் கண்டறிந்து, சிகிச்சையைப் பரிந்துரைத்திருக்க வேண்டும். அப்படிச் செய்திருந்தால், 22.9.2016 அன்று காலையிலேயே ஜெயலலிதாவை மருத்துவமனைக்கு அழைத்துச் சென்று சிகிச்சையை முடிவு செய்திருக்க முடியும். சிவக்குமாரைக் குற்றஞ்சாட்டவோ அலட்சியத்திற்காக அவர் மீதான தவறுகளைக் கண்டறியவோ ஆணையத்தால் இயலாது. ஆரம்பக் காலத்தில் டாக்டர் சாந்தாராம் உள்ளிட்ட புகழ் பெற்ற மருத்துவர்கள் ஜெயலலிதாவுக்குச் சிகிச்சை அளித்தனர். பின்னர், சசிகலாவின் உறவினர் வினோதகனும் பிறகு சிவக்குமாரும் மருத்துவம் பார்த்தனர். உயர்மட்டத் தலைவரான ஜெயலலிதாவின் உடல்நலத்தை பேணுவதற்கும் சிகிச்சை அளிப்பதற்குமான பொறுப்பினை சிவக்குமார் செவ்வனே செய்தார் என்பது நிரூபிக்கப்படவில்லை.

மருத்துவமனைக்கு ஜெயலலிதா கொண்டு செல்லப்பட்டதில் எந்த தாமதமும் இல்லை. மிகவும் கவலை அளிக்கும் விஷயம் என்னவென்றால், ஜெயலலிதா சாதாரண நபர் அல்ல. மாநிலத்தின் முதல்வர். அவருக்கு உடல்நலப் பிரச்னைகள் இருப்பது அனைவரும் அறிந்ததே. சிகிச்சை நல்ல பலன் அளித்து, ஜெயலலிதா மீண்டு கொண்டிருந்தார். செப்சிஸ் நோய்த் தொற்றில் மருத்துவர்கள் கவனம் செலுத்தி, Endococcus பாக்டீரியாவைக் கண்டறிந்து, 15 நாட்களுக்குள் குணமாக்கினார்கள். ஆனால், பின்னடைவுக்கு வழிவகுத்த இதய பிரச்னைக்கு சிகிச்சை அளிக்கத் தவறிவிட்டனர்.

28.9.2016 அன்று ஜெயலலிதாவுக்கு இதயத்தில் பெர்ஃபொரேசன் மற்றும் வெஜிடேசன் இருப்பதை டாக்டர் ராம் கோபாலகிருஷ்ணன் கண்டறிந்தார். 'இவை ஆரம்பக்கால அறுவை சிகிச்சைக்கான அறிகுறிகள்' என்று அவர் குறிப்பும் எழுதினார். டாக்டர்கள் ராஜீவ் சோமனும் ஜிகிடிவாடியாவும் அதே கருத்தை எழுதினார். டாக்டர் ரிச்சர்ட் பியெலின் அறிக்கையில், 'அது கவனிக்கப்படாவிட்டால் மாரடைப்பு அல்லது பக்கவாதம் ஏற்படலாம்' என்று குறிப்பிட்டார். ஜெயலலிதாவுக்கு சிகிச்சை அளிக்க அழைக்கப்பட்ட எய்ம்ஸ் மருத்துவர்கள் குழுவில், 'கார்டியோ தொராசிக் அறுவை சிகிச்சை நிபுணரை சேர்க்க வேண்டும்' என்று சுகாதாரத் துறை அமைச்சர் விஜயபாஸ்கர் கேட்கவில்லை. அமெரிக்கா இதய நோய் நிபுணர் ஸ்டுவேர்ட் ரஸ்ஸல் ஆஞ்சியோகிராமிற்கு ஆலோசனை சொன்னார். 'முதல்வர் முன்னேற்றம் அடைந்து வருகிறார்' என அப்போலோ டாக்டர்கள் சொன்னதால், 'ஆஞ்சியோவை

திட்டமிட்ட முறையில் செய்யலாம்' என ஸ்டூவர்ட் ரஸ்ஸல் தெரிவித்தார். 25.11.2016 வரை ஜெயலலிதா ஆஞ்சியோவுக்கு உகந்தவாறாக இருந்தார். 'இதய அறுவை சிகிச்சை அவசியம் தேவை' என்று வெளிநாட்டு மருத்துவர்கள் தெரிவித்தும், அதனை மேற்கொள்ளாமல் புறக்கணிக்கப்பட்டது ஏனென்று அப்போலோவால் விளக்கப்படவில்லை. ஆஞ்சியோகிராம் செய்யத் தேவையான இரத்தத்தில் கிரியேட்டினின் அளவு சரியாக இருந்தும், ஏன் செய்யப்படவில்லை? என்பது கவனிக்கத்தக்கது.

கண் மருத்துவர் பார்த்தசாரதி ஜெயலலிதாவின் விழித்திரையில் 'ராத்ஸ்பாட்' கண்டறியப்பட்டுள்ளதா? என பரிசோதித்தார். ஜெயலலிதாவுக்கு முதுகுவலி காரணமாக டாக்டர் சஜன் கருணாகர் ஹெட்கே வலி நிவாரணி மருந்துகளைப் பரிந்துரைத்து, MRI ஸ்கேன் செய்ய வேண்டும் என்றார். ஆனால், அதிர்ஷ்டவசமாக ஜெயலலிதா மாத்திரையிலேயே குணமடைந்தார். இப்படி சிறிய உபாதைகளைக் கூட உடனடியாக கவனித்து, அப்போலோவால் சிகிச்சை அளிக்கப்பட்டது. ஆனால், ஆஞ்சியோகிராமை மட்டும் ஒத்திவைத்தது. மிகப் பொருத்தமான சிகிச்சைக்குத் தேவையான அனைத்து முயற்சிகளும் அப்போலோவால் செய்யப்பட்டிருக்க வேண்டும். அனைவரையும் புறந்தள்ளி, ஜெயலலிதாவின் நலனுக்கான பொறுப்பை ஏற்க முன்வந்தவர்கள் குறிப்பாக, அப்போலோவில் ஜெயலலிதாவைச் சுற்றியிருந்த, அவரால் சலுகை பெற்ற சிலரே, அவருடைய விதியை வழிநடத்தினர். உடல்நிலை பற்றிய உண்மைகளை வெளிப்படுத்தாததால், சிகிச்சையின் முழு விவரமும் வெளிப்படைத்தன்மையின்றி ரகசியமாக்கப்பட்டது.

ஜெயலலிதாவுக்கு இருந்த மோசமான பல உபாதைகள் குறித்த உண்மை யாருக்கும் தெரிவிக்கப்படாதது ஏன்? பொறுப்பு முதல்வர், அமைச்சரவை சகாக்கள் மற்றும் அதிகாரிகள் ஏன் நம்பத்தக்கவர்களாகக் கருதப்படவில்லை? என்பது எல்லாம் புதிராகவும் திகைப்பூட்டுவதாகவும் உள்ளது. இது சசிகலா மற்றும் அப்போலோ ஆகியோர் தங்கள் நோக்கத்திற்கேற்ப செயல்புரிவதற்கான திட்டத்தின் ஒரு பகுதியே. திட்டங்கள் அனைத்தும் அறிவார்ந்த வகையில் திட்டமிடப்பட்டு வடிவமைக்கப்பட்டிருக்கிறது. அப்போலோவில் இருந்த முதல் நான்கு நாட்கள் தனது நோய்களுக்குத் திறம்பட ஜெயலலிதா சிகிச்சை பெற்றார். ஆனால், மீதமுள்ள நாட்களில் இதயம், நுரையீரல் வீக்கத்திற்கான சிகிச்சை பெற்றிருக்க வேண்டும்.

முக்கிய பிரமுகருக்குச் சிகிச்சை அளிக்கும் பொறுப்பில் உள்ள அதிகாரிகள் நோயாளியின் நோய், உடல்நிலை மற்றும் சிகிச்சையின் போக்கினைத் தெரிவிக்கக் கடமைப்பட்டவர்கள். நோயின்

தன்மையை நோயாளியிடம் தெளிவுபடுத்தி ஒப்புதலைப் பெற வேண்டும். புரிந்து கொள்ளும் நிலையில் நோயாளி இல்லையெனில், அவரது நெருங்கிய உறவினர்களிடம் விளக்கி, ஒப்புதலைப் பெற வேண்டும். இப்படிச் செயல்பட்டிருந்தால் சிகிச்சையின் நடைமுறை தவறு என்று யாரும் எதிர்க்க இயலாது. மருத்துவர்களும் அறுவை சிகிச்சை நிபுணர்களும் முரண்பட்ட கருத்துக்களில் இணைந்து, நோயாளியின் நன்மைக்காகத் தீர்க்கமான முடிவுக்கு வந்திருந்தால், அது நலமாய் இருந்திருக்கும். ஆனால், எதுவும் செய்யவில்லை. முழு சிகிச்சை வழிமுறைகளும் சசிகலா, சுகாதாரத் துறை அமைச்சர் விஜயபாஸ்கர், தலைமைச் செயலாளர் ராம மோகன ராவ், சுகாதாரத் துறை செயலாளர் ராதாகிருஷ்ணன், டாக்டர்கள் ஒய். விஜய சந்திர ரெட்டி, பாபு ஆபிரகாம் ஆகியோரின் சிறப்புக் கவனத்திற்கு உட்பட்டே நடைபெற்றிருக்கிறது.

ஜெயலலிதாவுக்கு அளிக்கப்பட்ட சிகிச்சையை அறிந்து கொள்ளும் நோக்கில், சுகாதாரத் துறை செயலாளர் ராதாகிருஷ்ணனை இந்த ஆணையம் விசாரித்தது. ஆனால், புறக்கணிக்கும் வகையிலான பொறுப்பற்ற அவருடைய பதில் மிகுந்த வருத்தம் அளித்ததுடன், 'எதுவும் முறையாக இல்லை' என்ற சந்தேகத்தை ஏற்படுத்தியது. 'திறன்மிகு சிகிச்சைக்காக முதல்வரை வெளிநாட்டிற்கு அழைத்துச் செல்லாதது ஏன்?' என்ற கேள்விக்கு, 'அந்த நடவடிக்கை இந்திய மருத்துவர்களை அவமானப்படுத்தும் செயலாக இருக்கும்' என்ற ராதாகிருஷ்ணனின் பதில் வியப்பில் ஆழ்த்தியது. தன்முனைப்புடன் செயல்பட வேண்டிய நேரம் இதுவல்ல. முதல்வர் விரைந்து குணமடைவதைப் பற்றி மட்டுமே அனைவரும் அக்கறை கொண்டிருக்க வேண்டும். ராதாகிருஷ்ணன் கூற்றுச் சரி என எடுத்துக் கொண்டாலும், ஜெயலலிதாவுக்குச் சிகிச்சை அளிக்க லண்டன், சிங்கப்பூரில் இருந்து எல்லாம் மருத்துவர்கள், பிசியோதெரபிஸ்ட்கள் அப்போலோ அழைத்து வரப்பட்ட போது இந்திய மருத்துவர்களின் தன்முனைப்பிற்கு அழுத்தம் அளிப்பதாக இல்லையா? வெளிநாடு சிகிச்சையைத் தவிர்ப்பதற்காகத்தான் 'இந்திய மருத்துவர்கள் அவமதிப்பு' என்ற கருத்தை ராதாகிருஷ்ணன் முன்வைத்தார். ஆனால், அது கற்பனையானது; தவறானது என்ற கருத்திற்கு ஆளானார். இது போன்ற தகவல்கள் அப்போதே உடனுக்குடன் தெரிவிக்கப்பட்டிருந்தால், நோய்வாய்ப்பட்ட முதல்வரை உயர் சிகிச்சைக்காக வெளிநாட்டிற்கு அழைத்துச் செல்வதா... இல்லையா? என ஆய்வு செய்ய அரசுக்கு ஒரு வாய்ப்பு கிடைத்திருக்கும். சரியான சிகிச்சை அளிக்கப்பட்டதா? என அமைச்சரவையிலும் பரிசீலிக்கப்பட்டிருக்கும். அரசிடம் நம்பிக்கை கொள்ளாமல் சிகிச்சையின் முழு நடைமுறையும் சசிகலா, அவரது மருத்துவ உறவினர்கள் மற்றும் ஒரு சிலரின் தனிப்பட்ட குழுவின்

கட்டுப்பாட்டில் இருந்துள்ளது. அப்போலோ நிர்வாகத்தின் பெரும் புறக்கணிப்பு இருப்பதாக ஆணையம் கருதுகிறது. முரணான செய்தி என்னவெனில், கால்நடை மருத்துவரான ராதாகிருஷ்ணன் தகுதியின் அடிப்படையில் ஒரு மருத்துவர் என்று கூறாமல் இருப்பதே உகந்தது.

அப்போலோ தலைவர் பிரதாப் சி.ரெட்டி 12.11.2016 அன்று அளித்த பேட்டியில், 'முதல்வரின் நோய் முழுமையாகக் கட்டுக்குள் இருந்தது. மருத்துவமனையில் இருந்து செல்வது முதல்வருடைய முடிவைப் பொறுத்தது' என்றார். இது ஜெயலலிதா ஆபத்தில் இருந்து மீண்டிருக்கிறார்; நலமுடன் இருக்கிறார்; இனி மருத்துவமனையில் இருக்க வேண்டியதில்லை என்றே உணர்த்தியது. ஆனால், மருத்துவப் பதிவுகள் மூலம் தெரியவந்த உண்மை முற்றிலும் வேறானது. பிரதாப் சி.ரெட்டியின் பேட்டி உண்மைக்குப் புறம்பானது என நினைக்கும் போது ஆணையம் வருந்துகிறது. உலகப் புகழ் பெற்ற மருத்துவமனையின் தலைவர் ஊடகங்களுக்கு ஒரு பொறுப்பற்ற கருத்தைத் தெரிவித்திருப்பது அதிர்ச்சியளிக்கிறது. இதுபோன்ற பொய்யான கருத்தை வெளியிடுவதற்கு அவருக்கு ஏதேனும் அழுத்தம் அளிக்கப்பட்டதா? அப்படி யாரிடம் இருந்தேனும் அழுத்தம் இருந்ததாக வைத்துக் கொண்டாலும், அவர் அப்படி ஒரு பொய்யை வெளியிட்டிருக்கக் கூடாது. இதன் பின்னணி என்ன? என்பதும் தெரியவில்லை. எந்த சூழலில் அந்த கருத்தை வெளியிட்டார் என்பதையும் அவர் விளக்கவில்லை. ஆணையத்தின் முன் சாட்சியாகத் தன்னை விசாரிக்க அவர் விரும்பவில்லை. இதுபோன்ற தவறான கருத்தால் மக்கள் அலைக்கழிக்கப் பட்டிருப்பார்கள். பிரதாப் சி.ரெட்டியின் இந்த நடத்தை மிகவும் கண்டிக்கத்தக்கது. இதற்கு முழுமையான விசாரணை தேவைப்படலாம்.

பெங்களூரு ஹோட்டலில் சசிகலா குடும்பத்தினர், முதல்வர் பதவியைக் குறிவைத்து சதித்திட்டம் தீட்டியதாக 2011-ல் தெஹல்கா பத்திரிகையில் செய்தி வெளியான நிலையில், 2016-ல் ஜெயலலிதாவுக்கான சிகிச்சை சசிகலாவின் அறிவுறுத்தல் படி அப்போலோவால் முடிவு செய்யப்பட்டது. சிகிச்சை பற்றி யாருக்கும் தெரியப்படுத்தாமல், ரகசியம் காத்தார்கள். ஜெயலலிதாவின் சிகிச்சைக்காக வெளிநாட்டு மருத்துவர்களை வரவழைத்தது போல் காட்சிப்படுத்தினார்கள். இதயத்தில் இருந்த சிறிய வெஜிடேசனுக்கு கூட அந்த வெளிநாட்டு மருத்துவர்கள் பரிந்துரைத்த ஆஞ்சியோ சிகிச்சையோ வால்வ் அறுவை சிகிச்சையோ செய்யவிடாமல், சசிகலா மிகவும் எச்சரிக்கையுடன் அப்போலோவில் செயல்பட்டதாக ஆணையம் சந்தேகிக்கிறது.

மற்றவர்களை நம்ப வைப்பதற்காகவே இந்த மருத்துவர்கள் வரவழைக்கப்பட்டனர். ஜெயலலிதாவின் உடல்நிலை சரியாக வேண்டும் என்ற எண்ணம் இருந்திருந்தால், அவர்கள் ஒரு தொராசிக் அறுவை சிகிச்சை நிபுணரை நியமித்து சிகிச்சையைத் தொடர்ந்திருப்பர். இந்த மில்லியன் டாலர் கேள்விக்குப் பதில் இல்லை. இப்படி உண்மைகளை வெளிக்கொணர தன்னாலான அனைத்து முயற்சிகளையும் ஆணையம் மேற்கொண்டது. ஆனால், அடையப்பெறவில்லை" என ஆறுமுகசாமி கருத்து தெரிவித்திருந்தார்.

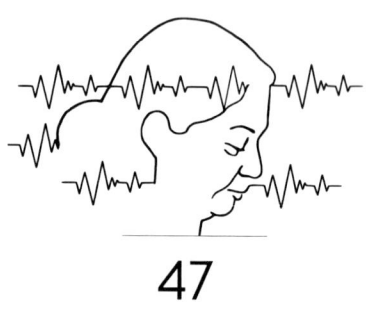

47

வல்லவனின் தந்திரம்!

ஆணைய அறிக்கையில் தனது கருத்துகளாக ஆறுமுகசாமி மேலும் சொன்ன சில விஷயங்கள். "2016 டிசம்பர் 4-ம் தேதி ஜெயலலிதாவுக்கு இதய செயல் இழப்பு ஏற்பட்டு, உடல்நிலை மோசமடைந்த நேரத்தில் மூன்று அறுவை சிகிச்சை நிபுணர்கள் அழைக்கப்பட்டனர். ஸ்டெர்னோடோமி செயல்முறையைத் தொடங்கும் முன்பு ஜெயலலிதாவுக்கு இரத்த ஓட்டம் இல்லை. இதுவே அவர் உயிருடன் இல்லை என்பதைக் குறிக்கிறது. ராஜீவ் காந்தி அரசு பொது மருத்துவமனையின் டீன் டாக்டர் ஜெயந்தியிடம் CPR மற்றும் ஸ்டெர்னோடோமி பற்றிக் கேட்டபோது, 'உடலில் இரத்த ஓட்டம் இருந்தால் ஸ்டெர்னோடோமி சமயத்தில், தோல் வெட்டப்படுகிற போது இரத்தம் வர வேண்டும்' என்றார்.

'4.12.2016 நள்ளிரவு 1 மணிக்கும் 2 மணிக்கும் இடையில் ஜெயலலிதா இதயத்தில் சில நிமிடங்களுக்கு ரிதம் கண்டேன். எக்மோ இணைக்கப்பட்ட பிறகு அவரின் கண் இமைகள் திறந்து மூடின. அப்போது அவர் சுவாசித்தார்' என 5.12.2016 அன்று டாக்டர் மினல் வோரா பின்னிட்டுப் பதிவு செய்திருக்கிறார். டாக்டர் சுதா சேஷய்யனின் சாட்சியத்துடன் ஒப்பிட்டால், இதனை

ஏற்க முடியாது. ஜெயலலிதா உடலுக்கு எம்பாமிங் செய்த சுதா சேஷய்யன், 'எம்பாமிங் செய்வதற்கு 10-15 மணி நேரத்திற்கு முன்பே மரணம் நிகழ்ந்திருக்க வேண்டும்' என்றார். அதாவது, எம்பாமிங் செய்வதற்கு 10 முதல் 15 மணி நேரத்திற்கு முன்பே ஜெயலலிதா இறந்து விட்டார்.

ஜெயலலிதா எக்மோ உடன் இருந்த போது, மரணத்தை அறிவிக்க 5.12.2016 அன்று எய்ம்ஸ் குழுவை அப்போலோ வரவழைத்தது. அப்போதுதான் முதல் முறையாக தொராசிக் அறுவை சிகிச்சை நிபுணரிடம் ஆலோசனை பெற வேண்டும் என்று நினைத்தார்கள். எய்ம்ஸ் மருத்துவர்கள் மாலை 5 மணியளவில் வந்து, நோயாளியின் உடல் வெப்பநிலையைச் சாதாரண வெப்பநிலைக்குக் கொண்டு வரக் கேட்டுக் கொண்டனர். மூன்று மணி நேரம் கழித்துப் பரிசோதித்து, இதய செயல்பாடு எதுவும் காணப்படவில்லை என்று கருத்துத் தெரிவித்து, எக்மோவில் இருந்து நீக்க அறிவுறுத்தினர். மாற்று அறுவை சிகிச்சை செய்யும் எண்ணம் இல்லாத போது, ஏன் சாதாரண உடல் வெப்பநிலைக்குக் கொண்டு வந்தனர்? என்பதை அவர்களால் விளக்க முடியவில்லை.

எக்கோ டெக்னிஷியன் நளினியின் சாட்சியத்தின்படி, 2016 டிசம்பர் 4-ம் தேதி மாலை 3.50 மணிக்கு ஜெயலலிதாவின் மரணம் உறுதி செய்யப்பட்டது. CPR, ஸ்டெர்னோடோமி மற்றும் எய்ம்ஸ் மருத்துவர்கள் குழுவை அழைத்தது எல்லாம் முற்றிலும் நேரத்தை போக்குவது, வீணானது என்பது தெளிவாகிறது. எய்ம்ஸ் மருத்துவரான தேவ கௌரோ வேலாயுதம், 'CPR செய்து 45 நிமிடங்களுக்குப் பிறகும் இதயம் செயல்படவில்லை என்றால், நோயாளி இறந்ததாக அறிவிப்பார்கள்' என்று சொன்னார். ஜெயலலிதாவின் இதயம் மீண்டும் செயல்படாது. அதைச் செயல்படுத்த முடியாது என்று நன்கு அறிந்தும், அவர்கள் ஏதோ ஒரு உள்நோக்கத்துடன் நேரத்தை நீட்டித்தனர். ஜெயலலிதாவுக்கு மூளைச் சாவு ஏற்படாதது போல் சுயநலம் கருதி, தங்களைத் திருப்திப்படுத்துவதற்காக அப்போலோ கேஸ் ஷீட்டில் ஒப்புதல் அளித்திருப்பது தெளிவாகிறது. ஆனால், 28.9.2016 முதல் ஜெயலலிதா இறக்கும் வரை ஒரு சாதாரண ஆஞ்சியோகிராம் செய்ய யாரும் ஏன் நடவடிக்கை எடுக்கவில்லை? என்பதை ஆணையம் புரிந்து கொள்ள முடியாமல் திணறுகிறது. அதற்கான காரணமும் கோப்புகளில் குறிப்பிடப்படவில்லை. யாரிடமும் எந்த அறிக்கையும் இல்லை.

ஜெயலலிதா இறந்த நேரம் முக்கியத்துவம் வாய்ந்தது. 5.12.2016 இரவு 11.30 மணிக்கு இறந்ததாக அதிகாரப்பூர்வமாக அறிவிக்கப்பட்டது. இறுதி நேரத்தில் ஜெயலலிதாவைக் கவனித்துக் கொண்ட பாராமெடிக்கல் பணியாளர்களின் சாட்சியங்களுக்கும்

இறப்பு நேரத்திற்கும் பெருமளவில் வேறுபாடு உள்ளது. 4.12.2016 அன்று பிற்பகல் 3.50 மணிக்கு முன்பே ஜெயலலிதாவுக்கு இதய செயல் இழப்பு ஏற்பட்டது. 'இதயத்தில் மின்சார செயல்பாடும் இரத்த ஓட்டமும் இல்லை' என்பதே அவரைக் கண்காணித்து வந்த செவிலியர்கள், தொழில்நுட்ப வல்லுநர்கள், மருத்துவர்களின் தெளிவான சாட்சியங்களாகும். எக்கோ கார்டியோகிராம் அதனுடன் தொடர்புடைய நோயறிதல் நடைமுறைகளால் கூட ஜெயலலிதா உயிர் பெறத் தகுதியற்றவராக அறிவிக்கப்பட்டார். அப்படி இருக்கும் போது, ஜெயலலிதாவுக்கு தாமதமாக 4.20 மணிக்கு அப்போலோவில் கருவி சுத்தம் செய்பவர்கள் மூன்று பேரால் CPR செய்யப்பட்டது. உடலில் மின் முறை, இரத்த ஓட்டம் நின்ற பிறகும் CPR செயல்முறை தொடங்கப்பட்டது.

ஜெயலலிதாவின் அண்ணன் மகன் தீபக்கின் சாட்சியத்தின் படி, மரண நேரத்தை மிகவும் துல்லியமாக நிர்ணயிக்க முடியும். மருத்துவமனையின் நிகழ்வுகளையும் சிகிச்சைகளையும் அவ்வப் போது முழுமையாகத் தெரிந்த ஜெயலலிதாவின் ஓட்டுநர் ஐயப்பன், உதவியாளர் பூங்குன்றன் ஆகியோரின் தகவல் அடிப்படையில், 4.12.2016 (சஷ்டி திதி தமிழ் பஞ்சாங்கம்) அன்று மதியம் 3 முதல் 3:30 மணி வரை என இறந்த நேரத்தைக் கருத்தில் கொண்டு, முதலாம் ஆண்டு நினைவை தீபக் அனுசரித்தார்.

டிசம்பர் 04, 2016 பஞ்சாங்கம் • கார்த்திகை 19

துன்முகி வருடம் கார்த்திகை 19, ஞாயிற்றுக்கிழமை, December 04, 2016 பஞ்சாங்கம் -

திதி : 02:26 AM வரை பஞ்சமி பின்னர் சஷ்டி

நட்சத்திரம் : உத்திராடம் 09:07 AM வரை பிறகு திருவோணம்

யோகம் : துருவம் 05:45 AM வரை, அதன் பின் வியாகாதம்

கரணம் : பவம் 01:58 PM வரை பிறகு பாலவம் 02:26 AM வரை பிறகு கௌலவம்.

இன்றைய பஞ்சங்கம்   தமிழ் காலண்ட

டிசம்பர் 04 ஞாயிற்றுக்கிழமை

ஆணையத்தின் பார்வையில் ஜெயலலிதா, 4.12.2016 அன்று பிற்பகல் 3:50 மணிக்குக் காலமானார். CPR மற்றும் ஸ்டெர்னோடோமி பயனற்றவை என்பதுடன், அவரது மரணத்தை அதிகாரப்பூர்வமாக அறிவிக்கத் தாமதத்திற்கான தந்திரமாகப் பயன்படுத்தப்பட்டன.

ஓ.பன்னீர்செல்வம், ஜெயலலிதாவின் நெருங்கிய வட்டாரத்தைச் சேர்ந்தவர். அனைத்து நிகழ்வுகளையும் அறிந்திருந்தார். ஜெயலலிதா மறைவுக்குப் பிறகு சிறிதும் காலத்தைத் தாழ்த்தாமல் முதல்வர் பதவிக்குத் தன்னைப் பொருத்திக்கொள்ளத் தயார் நிலையில் இருந்து, ஜெயலலிதாவின் வாரிசாக அவர்

தன்னை நிலைநிறுத்திக் கொண்டது தற்செயலான நிகழ்வல்ல. அதிகார மையத்தின் மர்மமான சூழ்ச்சிகளால் புதிதாகக், கிடைத்த பதவி, அவருக்கு நீண்டகாலம் நீடிக்கவில்லை. ஏமாற்றத்தினால் கோபமடைந்த பன்னீர்செல்வம், அரசியல் லாபத்தை அடையும் நோக்கில், 2017 பிப்ரவரியில் 'தர்மயுத்தம்' தொடங்கினார். ஒரு அமைதியான பார்வையாளராக இருந்த பன்னீர்செல்வம், அப்போலோவில் என்ன நடந்தது? சிகிச்சை முறையில் என்ன நடந்தது? என்பதை அவர் முழுமையாக அறிந்திருந்தார். தனது முதல்வர் பதவியை இழந்த பிறகு 'தர்மயுத்தத்தை' நாடி, ஜெயலலிதா மரணத்துக்கு சி.பி.ஐ விசாரணையைக் கோரினார். ஆனால், விதிப்படி துணை முதல்வர் பதவிக்குத் தன்னைப் பொருத்திக் கொள்ள வேண்டியிருந்தது. இதுவும் வல்லவனின் தந்திரமாக இருக்கலாம். அவர் விரும்பியதில் ஒரு பகுதி மட்டுமே கிடைத்திருப்பினும், மாற்றத்தின் மாறாத தன்மையாக, ஜெயலலிதா மறைவில் மறைந்துள்ள மர்மம் பற்றிய பொது மக்களின் சந்தேகங்கள், வதந்திகள் அடிப்படையில் ஆணையம் அமைக்கப்பட்டது என்று குறிப்பிட்டார்" எனக் கருத்து தெரிவித்திருக்கிறார் ஆறுமுகசாமி.

ஆணையம் விசாரணை நடத்திக் கொண்டிருந்த போது, 2017-ல் திருவாரூரில் நடைபெற்ற நிகழ்ச்சியில் பேசிய சசிகலாவின் சகோதரர் திவாகரன், 'ஜெயலலிதா ஆபத்தான நிலையில் இருக்கும் செய்தியறிந்து அப்போலோ சென்றேன். டிசம்பர் 4-ம் தேதி மாலை 5.15 மணிக்கே ஜெயலலிதா இறந்துவிட்டார். ஆனால், மெஷின்களோடு அவரை வைத்திருந்தார்கள். 'இறந்தவரை மெஷின் பாதுகாப்பில் ஏன் வைத்திருக்கிறீர்கள்?' என்று கேட்டேன். 'தமிழகம் முழுவதும் உள்ள அப்போலோ மருத்துவமனைகளுக்குப் பாதுகாப்பு அளித்தால் மட்டுமே மரணத்தை அறிவிக்க முடியும்' என்று அப்போலோ நிர்வாகம் சொன்னது" என்றார். ஜெயலலிதாவின் மரணத்தையே ஒருநாள் தள்ளி அறிவித்து மக்களை முட்டாளாக்கினார்கள்.

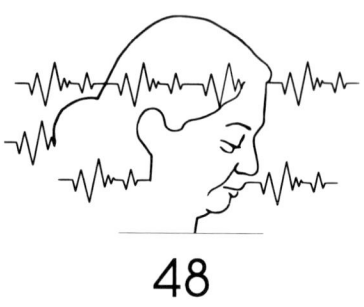

48
நரிகள் கொன்றுவிடும்!

ஆறுமுகசாமி ஆணையத்தின் இறுதித் தீர்ப்பு என்ன? அவர் அரசுக்கு அளித்த பரிந்துரைகள் எவை?

"உடல் பருமன், உயர் இரத்த அழுத்தம், கட்டுப்பாடற்ற நீரிழிவு நோய், ஹைப்போ தைராய்டு, நாள்பட்ட வயிற்றுப்போக்குடன் எரிச்சல் கொண்ட குடல் நோய்க்குறி மற்றும் மூச்சுக் குழாய் அழற்சி ஆகியவற்றால் ஏற்கெனவே ஜெயலலிதா பாதிக்கப்பட்டிருந்தார். மருத்துவமனையில் அனுமதிக்கப்படுவதற்கு முன்பு, மூன்று நாட்களாக அவருக்கு அதிக காய்ச்சல் இருந்தது. வீட்டில் மயங்கி விழுந்த ஜெயலலிதாவுக்கு அப்போலோ ஆம்புலன்ஸில் வந்த மருத்துவக் குழு மாஸ்க் மூலம் ஆக்ஸிஜன் வழங்கி, முதலுதவி அளித்தது. அப்போலோவிற்கு ஜெயலலிதா அழைத்து வரப்பட்டார். ICCU-வுக்கு மாற்றப்பட்ட போது அவருக்கு சுயநினைவு வந்தது. சற்றும் தாமதிக்காமல் கவனத்துடன் ஜெயலலிதாவை அப்போலோவிற்கு அழைத்துச் செல்ல சசிகலா உட்பட வீட்டில் இருந்தவர்களின் ஈடுபாட்டில் அசாதாரணமான, இயற்கைக்கு மாறான நடத்தை எதையும் ஆணையம் கண்டறியவில்லை.

அப்போலோவில் சசிகலா உறவினர்களால் பத்து அறைகள்

ஆக்கிரமிக்கப்பட்டிருந்தன. ஜெயலலிதாவுக்கு சிறுநீர்த் தொற்றால் செப்சிஸ் ஏற்பட்டிருப்பது உடனே கண்டறியப்பட்டது. *Enterococcus Faecalis* நோய்த் தொற்றுக்கு சிகிச்சையும் அளிக்கப்பட்டது. 27.9.2016 அன்று இரவு மூச்சுத்திணறல் ஏற்பட்டதால் ஜெயலலிதா வென்டிலேட்டரில் பொருத்தப்பட்டார். மறுநாள் காலை TEE பரிசோதனை செய்யப்பட்டதில், அவரது இதயத்தில் இரண்டு வெஜிடேசன், பெர்ஃபொரேசன் மற்றும் டயஸ்டாலிக் செயல் இழப்பு இருப்பதையும் அதனால் *Regurgitation* ஏற்பட்டதையும் கண்டறிந்தனர். இந்த நோய்களின் தொடர்ச்சியாக ஜெயலலிதாவுக்கு நுரையீரல் வீக்கம் ஏற்பட்டது. 'TEE செய்ததில் இருந்து 20-40 மி.லி இரத்தக் கசிவு கண்டறியப்பட்டது' என டாக்டர்கள் சந்திரசேகர், ஒய்.விஜயசந்திர ரெட்டி, ஸ்ரீதர், சாந்தி ஆகியோர் குறிப்பிட்டனர். டாக்டர்கள் ரிச்சர்ட் பியெல், ஸ்டூவர்ட் ரஸ்ஸல், சமின் ஷர்மா ஆகியோர் ஆஞ்சியோவுக்கு பரிந்துரைத்தனர். ஆனால், ஜெயலலிதாவின் கடைசி மூச்சு வரை அது நடக்கவில்லை.

டாக்டர் ரமேஷ் வெங்கடராமன் சாட்சியத்தில், 'நுரையீரலின் இருபுறமும் திரவம் சேர்ந்திருந்தது. 10.10.2016 முதல் 13.10.2016 வரை தினமும் 1200, 1070, 1040 மற்றும் 600 மி.லி திரவம் வெளியேற்றப்பட்டது' எனத் தெரிவித்தார். விசித்திரமானது என்னவெனில், அந்த வெஜிடேசனால்தான் நுரையீரல்களில் ஒரு லிட்டருக்கும் மேல் திரவச் சுரப்பு சேர்ந்திருந்தது. டாக்டர் பிரசன்னா, 'முதல்வருக்கு நுரையீரலில் இருந்து திரவம் எடுத்த போது, மிகவும் வலி உள்ளதாக சொன்னார்' என்றார். இரண்டு நுரையீரல்களில் இருந்து தினமும் 1000 மிலி அளவுக்குப் பெருமளவில் திரவம் வெளியேற்றப்படுவதை கருத்தில் கொண்டாவது, உறவினர் இல்லாத ஜெயலலிதா மீது அனுதாபம் ஏற்பட்டிருக்க வேண்டும். அப்போலோ தலைவர் பிரதாப் சி.ரெட்டியால் வெளியிடப்பட்ட செய்திக் குறிப்பில், செப்சிஸ் நோய் கட்டுப்பாட்டில் இருப்பதாகக் குறிப்பிடப்பட்டுள்ளது. ஆனால், வெஜிடேசன் மற்றும் பெர்ஃபொரேசன் பற்றிச் சொல்லவில்லை. அதற்கான காரணம் தெரியவில்லை.

உண்மையை எடுத்துரைக்கும் சந்தர்ப்பங்கள் ஒளி வெள்ளம் போல் உள்ளன. அமெரிக்காவின் புகழ்பெற்ற கார்டியோ அறுவை சிகிச்சை நிபுணர் சமின் ஷர்மா 25.11.2016 அன்று சுயநினைவுடன் இருந்த ஜெயலலிதாவைப் பரிசோதித்து, மருத்துவ பதிவேடுகளையும் ஆய்வு செய்தார். ஜெயலலிதாவுடன் விவாதித்து, முன்மொழியப்பட்ட சிகிச்சைக்கு ஜெயலலிதாவும் ஒப்புதல் அளித்தார். 'இதயத்தில் வளர்ந்த வெஜிடேசனை கருத்தில் கொண்டு, உயிர் காக்கும் இதய அறுவை சிகிச்சை மேற்கொள்ளப்பட வேண்டியது அவசியம்' என சமின் ஷர்மா சொன்னார். புத்திசாலிப் பெண்மணியான

ஜெயலலிதா, முக்கியத்துவம் கருதி முடிவு செய்யப்பட்ட இதய அறுவை சிகிச்சைக்கு ஒத்துக் கொண்டிருப்பார். 'அறுவை சிகிச்சை தேவையில்லை' என்ற ரிச்சர்ட் பியெலின் வாய்மொழி கருத்தை மட்டுமே டாக்டர் பாபு ஆபிரகாம் மேற்கோள் காட்டி, இதய அறுவை சிகிச்சை செய்ய வேண்டிய அவசியமில்லை என்று முடிவு மாற்றப்பட்டது. முடிவை மாற்றுவதற்கான உரிமை, மருத்துவரை தவிர சசிகலாவும் பெற்றிருந்தார். நெருக்கடியின் போது முடிவெடுக்கும் திறன் பெற்றவர்கள், அறுவை சிகிச்சையைத் தொடராமல் தவறிழைத்திருக்கலாம். இது சமின் ஷர்மாவின் கருத்துப்படி ஜெயலலிதாவின் உயிரைக் காப்பாற்றும் விளைவை ஏற்படுத்தியிருக்கலாம். அன்றே சமின் ஷர்மா ஆஞ்சியோ செய்ய தயாராக இருந்து, அதை ஜெயலலிதாவும் ஏற்ற பிறகு, இந்த மாற்றம் பின்னிட்டு யோசனையாக வந்திருக்கிறது. நுரையீரல் நிபுணரான பாபு ஆபிரகாம் ஏன் டாக்டர் ரிச்சர்ட் பியெலை அழைக்க வேண்டும்? என்பதற்கான எந்த ஆதாரமும் இல்லை. ஆஞ்சியோவைத் தவிர்ப்பதற்காக, சில அதிகாரம் பெற்றோருக்கு பாபு ஆபிரகாம் உதவியிருக்கிறார். 'அறுவை சிகிச்சையைத் தள்ளிப் போடலாம்' என்று ரிச்சர்ட் பியெல் சொன்னதாக பாபு ஆபிரகாம் ஒரு தந்திரம் செய்து, சமின் ஷர்மாவுக்கு ஆலோசனை வழங்கினார்.

நோயாளியின் உறவினர்தான் சமின் ஷர்மாவை அழைத்து வந்ததாக பாபு ஆபிரகாம் சொன்னார். சசிகலா வாக்குமூலத்தில் சமின் ஷர்மாவை ஏற்பாடு செய்தவர் யார்? என்று குறிப்பிடவில்லை. குறுக்கு விசாரணையில் டாக்டர் ஸ்ரீதர், சுகாதாரத் துறை செயலாளர் ராதாகிருஷ்ணன் ஆகியோர், 'சமின் ஷர்மாவை சசிகலாவின் உறவினர்கள்தான் அழைத்து வந்தனர்' என சொன்னார்கள். இது சசிகலாவின் உறவினர் டாக்டர் சிவக்குமாருக்கு மட்டுமே தெரியும். ஆனால், சமின் ஷர்மாவை ஏற்பாடு செய்தவரின் பெயரை அவர் குறிப்பிடவில்லை. அதனைக் கண்டறிவதற்காக ஆணையம் அனைத்து விவரங்களையும் அளித்து, தமிழ்நாடு ஸ்பெஷல் பிராஞ்ச் சி.ஐ.டி-க்கு (SBCID) கடிதம் அனுப்பியது. ஆனால், 'அலுவலகத்தில் எந்த விவரமும் இல்லை' என அவர்கள் பதில் அளித்தார்கள். விமான நிலையத்தில் இருந்து கூட அவர்கள் எளிதாகக் கண்டுபிடித்திருக்கலாம். சசிகலா சம்பந்தப்பட்டதால், SBCID ஏன் எதையும் வெளிப்படுத்தவில்லை? என்பதைப் புரிந்து கொள்ள இயலவில்லை.

ஆஞ்சியோவை ஒத்திவைக்க ரிச்சர்ட் பியெல் தொலைபேசியில் பரிந்துரைத்ததாக டாக்டர் பாபு ஆபிரகாம் சொன்னார். இந்த முடிவு, ரிச்சர்ட் பியெலின் முந்தைய கருத்துடன் நேரடியாக முரண்படுகிறது. நிகழ்ந்தவற்றை யூகங்களால் வரையறுக்க இயலாது.

ஆனால், சூழ்நிலைகளில் இருந்து பெறப்படும் நியாயமான அனுமானம் என்னவெனில், சரியான நேரத்தில் ஆஞ்சியோ செய்யப்படாமல் இருக்க, சசிகலாவால் திறமையாக உத்தி கையாளப்பட்டுள்ளது. 'முதல்வரை சிகிச்சைக்காக வெளிநாட்டிற்கு அழைத்துச் செல்லத் தயார்' என்று ரிச்சர்ட் பியெல் சொல்லியும் அது ஏன் நடக்கவில்லை? ஆஞ்சியோ செய்வதைப் பற்றி சமின் ஷர்மா விளக்கி ஜெயலலிதாவும் ஒப்புக்கொண்ட பிறகு அது ஏன் நடக்கவில்லை? அப்போலோவில் சிறந்த சிகிச்சை அளிக்கப்படுவதாக சொன்னதைத் தவிர, வேறு எந்த ஆதாரங்களும் ஆணையத்தின் முன் வைக்கவில்லை. ஜெயலலிதா இறந்த நேரம் 5.12.2016 இரவு 11.30 மணி என அப்போலோவால் அறிவிக்கப்பட்டது. ஆனால், எக்கோ டெக்னிஷியன் நளினி, ஜெயலலிதாவின் அண்ணன் மகன் தீபக் ஆகியோரின் சாட்சியங்களின்படி அவர் இறந்த நேரம் 4.12.2016 மதியம் 3 முதல் 3.50 மணிக்குள்.

இவை அனைத்தையும் கருத்தில் கொண்டு, சசிகலாவைக் குற்றம் சாட்டுவதைத் தவிர, ஆணையம் வேறு எந்த முடிவுக்கும் வர இயலாது. சசிகலா, டாக்டர் சிவக்குமார். அன்றைய சுகாதாரத் துறைச் செயலாளர் ராதாகிருஷ்ணன் மற்றும் அப்போதைய சுகாதாரத் துறை அமைச்சர் விஜயபாஸ்கர் ஆகியோர் குற்றம் செய்தவர்களாக ஆணையம் முடிவு செய்து, விசாரணைக்குப் பரிந்துரைக்கிறது. டாக்டர்கள் ஒய்.விஜயசந்திர ரெட்டி, பாபு ஆபிரகாம் ஆகியோர், மும்பாய், இங்கிலாந்து, அமெரிக்கா மருத்துவர்களை அழைத்து, ஆஞ்சியோ அறுவை சிகிச்சை செய்வதற்கான கருத்தைப் பெற்றார்கள். ஆனாலும் ஒரு தனிப்பட்ட நபரின், கட்டாயத்தினால் சட்டவிரோதமாக இலக்கை அடைவதற்காக அதை வெற்றிகரமாகச் செயல்படுத்தினர். எனவே அவர்களையும் விசாரணைக்கு உத்தரவிட வேண்டும். படிவங்களில் கையெழுத்திடுவது பற்றி தலைமைச் செயலாளர் ராம மோகன ராவ் அரசுக்குக் கடிதம் வாயிலாகத் தெரிவிக்கவில்லை என்பதைத் தவிர, அவருக்கு எதிராக குறைகள் எதுவும் இல்லை. நிச்சயமாக, இது ஒரு முக்கியஸ்தரால் செய்யப்பட்ட மாபெரும் குற்றமாகும். இது முதல்வரது உயிர் தொடர்பானது என்பதால், அதற்கான விளைவுகளை நிச்சயம் பெறுவார் என்பதால் விசாரணைக்கு பரிந்துரைக்கப்படுகிறது. உண்மைகளைத் தெரிவிப்பதற்கான அதிகாரம் பெற்ற நபராக அப்போலோ தலைவர் பிரதாப் சி.ரெட்டி இருந்தும், 'முதல்வர் எந்த நேரத்திலும் டிஸ்சார்ஜ் செய்யப்படலாம்' என்ற பொய்யான கருத்தை வெளியிட்டார். தனது அறையில் அடிக்கடி விளக்கக் கூட்டத்தை நடத்திய போதிலும், ஜெயலலிதாவின் உடல்நலக்குறைவு, அளிக்கப்பட்ட சிகிச்சை குறித்த உண்மையை வெளிப்படுத்தத் தவறியதால் அவரையும்

விசாரிக்கப்பட வேண்டிய நபராக ஆணையம் கருதுகிறது. உலகப் பொதுமறையாம் பொய்யாமொழிப் புலவரின் இருவரிகளை இங்குப் பொருத்தமான மேற்கோள்களாகக் கருதி ஆணையம் நினைவூட்டுகிறது.

நோய் நாடி நோய் முதல் நாடி அது தணிக்கும்
வாய் நாடி வாய்ப்பச் செயல்.

நோய் என்ன? நோய்க்கான காரணம் என்ன? நோய் தீர்க்கும் வழி என்ன? இவற்றை முறையாக ஆராய்ந்து, சிகிச்சை செய்ய வேண்டும் (உடல் நோய்க்கு மட்டுமின்றிச் சமுதாய நோய்க்கும் இது பொருந்தும்).

காலாழ் களரில் நரியடும் கண்ணஞ்சா
வேலாள் முகத்த களிறு.

வேல் ஏந்திய வீரரைக் கோர்த்தெடுத்த கொம்பு உடைய யானையையும், கால் ஆழும் சேற்று நிலத்தில் அகப்பட்டபோது நரிகள் கொன்றுவிடும்" என ஆறுமுகசாமி குறிப்பிட்டார்.

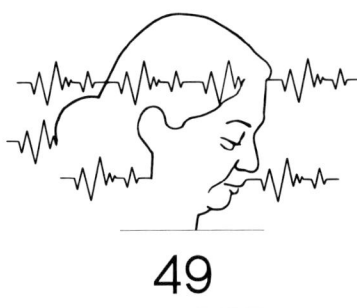

49

ஜெயலலிதாவுக்கு ஒரு பெண்ணால் ஆபத்து!

'ராஜீவ் காந்தி உயிருக்கு ஆபத்து. மரணம் அவரை நெருங்கிக் கொண்டிருக்கிறது!' - ஸ்ரீபெரும்புதூரில் மனித வெடிகுண்டுக்கு ராஜீவ் காந்தி பலியாவதற்கு ஒரு மாதம் முன்பு இப்படிச் சொன்னவர் ஜோதிடர் லட்சுமண்தாஸ் மதன்.

'பாபாஜி' என்ற பத்திரிகையின் ஆசிரியரான லட்சுமண்தாஸ் மதன், பிரபல ஆங்கிலப் பத்திரிகைகளிலும் எழுதி வந்தார். 'ஆந்திராவில் என்.டி.ராமராவ் இந்தத் தேதியில் ஆட்சியைப் பிடிப்பார். இத்தனை மணிக்குப் பதவி ஏற்பார்' என்பதையெல்லாம் தேர்தலுக்கு முன்பே கணித்த கில்லாடி. இந்தியாவின் பிரபல அரசியல்வாதிகள் பலர் அவரிடம் ஆலோசனைக் கேட்டு வந்தார்கள். முன்னாள் பிரதமர் சந்திரசேகர், முன்னாள் மத்திய அமைச்சர்கள் அர்ஜுன் சிங், வாழப்பாடி ராமமூர்த்தி என அவரிடம் ஜோதிடம் பார்த்த வி.ஐ.பி-க்கள் பட்டியல் நீளும். அந்த வகையில் எழுத்தாளர் வலம்புரி ஜானும் லட்சுமண்தாஸ் மதனுக்குப் பழக்கம்.

ஜோதிடத்தில் தீவிர நம்பிக்கைக் கொண்ட ஜெயலலிதா, தன் ஜாதகத்தின் சாதக பாதக பலன்களை அறிந்துகொள்ள விரும்பினார். அதற்கு வலம்புரி ஜானின் உதவியை நாடினார். வலம்புரி ஜானும்

ஜெயலலிதாவும் எம்.ஜி.ஆரால் நாடாளுமன்ற ராஜ்யசபாவுக்கு அனுப்பப்பட்டிருந்த காலம் அது. ஒருமுறை வலம்புரி ஜானிடம் ஜெயலலிதா பேசிக் கொண்டிருந்தபோது, ஜாதகம் பக்கம் பேச்சுப் போனது. பல ஜோதிடர்கள் பற்றி விவாதம் போய்க் கொண்டிருந்த நிலையில் தனது ஜாதகத்தை வலம்புரி ஜானிடம் தந்து, “இந்தியாவில் தலைசிறந்த ஜோதிடரிடம் பலன் கேட்டுத் தாருங்கள்” எனச் சொன்னார் ஜெயலலிதா. ‘பலன் சரியாகச் சொல்லப்படுகிறதா’ என்பதை அறிந்து கொள்வதற்காக தன் பெயருக்குப் பதிலாக வேறு பெயரை எழுதி வலம்புரி ஜானிடம் தன்னுடைய ஜாதகத்தைக் கொடுத்தார் ஜெயலலிதா.

அந்த ஜாதகத்தை லட்சுமண்தாஸ் மதனிடம் காட்டினார் வலம்புரி ஜான். ‘ஜெயலலிதாவின் ஜாதகம் இது’ எனத் தெரிந்து கொள்ளாமலேயே ஜாதகக் கட்டங்களை எல்லாம் அலசி ஆராய்ந்து, மனதில் கணக்குப் போட்டுக் கொண்டிருந்தார் லட்சுமண்தாஸ் மதன். ஜெயலலிதாவின் கலை உலகம், அரசியல் வாழ்க்கை ஆகியவற்றைத் துல்லியமாகச் சொன்னார். அதன் பிறகுதான் “இந்த ஜாதகக்காரரர் இப்போது எம்.பி.-யாக இருக்கிறார்” என்ற தகவலை வலம்புரி ஜான் சொன்னார். அப்போது லட்சுமண்தாஸ் மதன் சொன்ன விஷயங்கள் இவை:

- எம்.பி பதவியை விடவும் பெரிய பதவிக்கு ஜெயலலிதா வருவார்.
- ஜெயலலிதாவுக்கு ஒரு பெண்ணால் ஆபத்து உண்டு.
- எந்த அளவுக்கு ஜெயலலிதா புகழோடு இருக்கிறாரோ, அந்த அளவுக்கு மக்கள் அவரைத் தூற்றுவார்கள்.
- மயக்கம் தரும் போதைப் பொருட்களைப் பொறுத்தமட்டில் ஜெயலலிதா எச்சரிக்கையாய் இருக்க வேண்டும்.

லட்சுமண்தாஸ் மதன் சொன்னதை அப்படியே ஜெயலலிதாவின் காதில் போட்டார் வலம்புரி ஜான். இந்த சம்பவங்கள் எல்லாம் 1985-1986 காலகட்டத்தில் நடந்தவை. எம்.ஜி.ஆர் மறைவுக்கு பிறகு ஜெயலலிதாவோடு வலம்புரி ஜானுக்கு மோதல் ஏற்பட்டது.

‘ஒரு பெண்ணால் ஜெயலலிதாவுக்கு ஆபத்து வரும்’ என லட்சுமண்தாஸ் மதன் கணித்ததைப் பார்த்து, ‘அந்தப் பெண் எம்.ஜி.ஆரின் மனைவி ஜானகி அம்மாள்தான்’ என ஜெயலலிதா நினைத்தார். ஜெயலலிதாவை அரசியலுக்குக் கொண்டு வந்தவர் எம்.ஜி.ஆர்-தான். இது ஜானகி அம்மாளுக்குப் பிடிக்கவில்லை. அதனால், ஜானகி அம்மாளுக்கும் ஜெயலலிதாவுக்கும் இடையே பனிப்போர் நடந்து கொண்டிருந்தது. எம்.ஜி.ஆர் மறைந்த பிறகு கட்சி இரண்டாக உடைந்த நேரத்தில்கூட அது ஜானகி. ஜெயலலிதா அணிகளாக பிரிந்து கிடந்தது.

"ஜெயலலிதாவுக்கு ஜானகி அம்மாவால் எந்த ஆபத்தும் வரவில்லை. ஜெயலலிதாவுக்குக் கூடவே இருக்கிற ஒரு பெண்ணால் ஆபத்து உண்டு. அது எந்தப் பெண் என்பதைத் தமிழ்நாட்டில் ஆறாம் வகுப்பு சிறுவர்களும் அறிவார்கள்" என தனது 'வணக்கம்' புத்தகத்தில் வலம்புரி ஜான் குறிப்பிடுகிறார். இப்படி, பல ஆண்டுகளுக்கு முன்பே சொன்ன வலம்புரி ஜான் இப்போது உயிருடன் இல்லை. ஜெயலலிதா மரணத்துக்கான பழியை சசிகலா தாங்கி நிற்கிறார். நீதிபதி ஆறுமுகசாமி ஆணையம் அதனை அம்பலப்படுத்திவிட்டது. இதைப் பல ஆண்டுகளுக்கு முன்பே சொன்ன தீர்க்கதரிசி வலம்புரி ஜான்.

ஜெயலலிதாவைப் போலவே சசிகலாவுக்கும் ஜோதிடத்தில் தீவிர நம்பிக்கை உண்டு. வடுகப்பட்டி தர்மராஜன்தான் அந்தக் காலகட்டத்தில் சசிகலாவுக்கு ஆஸ்தான ஜோதிடர். 20 ஆண்டுகளுக்கு முன்பு சசிகலாவின் ஜாதகத்தைக் கணித்த வடுகப்பட்டி தர்மராஜன், 'சசிகலா ஒரு காலத்தில் முதலமைச்சராகவும் ஆகிவிடுவார்' என்றார்.

ஜெயலலிதா இறந்த 26-வது நாளில் அ.தி.மு.க-வின் பொதுச் செயலாளர் ஆனார். 62-வது நாளில் முதல்வர் பன்னீர்செல்வத்தை ராஜினாமா செய்யச் சொல்லிவிட்டு, அடுத்த முதல்வராக சசிகலா மணிமகுடம் சூட்டிக் கொள்ள முற்பட்டார். சொத்துக் குவிப்பு வழக்கில் சிறைக்குப் போனதால், முதல்வர் ஆசை நிராசையானது. "ஜெயலலிதா மரணமும் சசிகலாவின் முதல்வர் நாற்காலி முயற்சிகளும் ஒரே நேர்க்கோட்டில் எப்படி அமைந்தது?" என்ற சந்தேகம், கேள்வியாக எழுந்து நின்றது. 'சசிகலா குடும்பம் நீக்கப்பட்டு ஜெயலலிதாவுடன் மீண்டும் 2012-ல் இணைந்த பிறகு அவர்களிடையே சுமுக உறவு இல்லை' என்று ஆறுமுகசாமி பதிவு செய்திருப்பதையும் இங்கே பொருத்திப் பார்க்க வேண்டும். 'ஜெயலலிதா மரணத்துக்கு சசிகலா உள்ளிட்ட 4 பேர் குற்றம் செய்தவர்கள்' என ஆணையம் அம்பலப்படுத்தியது. சசிகலா 'சதி'கலாவாக மாறிப் போனார்.

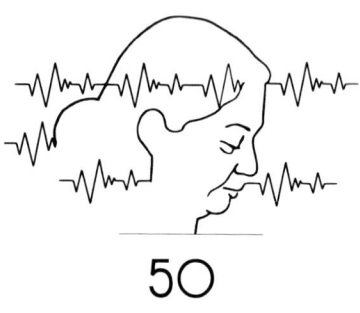

50

ஆக்ஷன்... ரியாக்ஷன்!

ஆணைய அறிக்கை வெளியான பிறகு சசிகலா நீண்ட விளக்கம் ஒன்றை அளித்தார். அதில், "அரசியலில் இருந்து என்னை ஓரம்கட்ட எத்தனையோ வழிகளைத் தேர்ந்தெடுத்திருக்கலாம். அதற்கு அம்மாவின் மரணத்தைச் சர்ச்சை ஆக்கியதுதான் கொடுமை. விசாரணை ஆணையம் அமைத்து, அதன் அறிக்கையும் அரசியலாக்கி விட்டார்கள். தன் அதிகார வரம்பை மீறி, தேவையற்ற அனுமானங்களைச் சொல்லி, ஆணையம் என் மீது பழி போட்டிருப்பது எந்த விதத்தில் நியாயம்? அம்மா உடனான உறவு குறித்து யாரையோ திருப்திப்படுத்த, யாருடைய அரசியல் ஆதாயத்திற்கு உதவுகின்ற நோக்கத்தில் சர்ச்சைக்குரிய கருத்தை ஆணையம் குறிப்பிட வேண்டிய அவசியம் என்ன? அம்மாவும் நானும் 30 ஆண்டுகளுக்கும் மேலாக அனைவரும் பொறாமைப்படும் அளவுக்கு ஒருவருக்கொருவர் துணையாக ஒரே வீட்டில் வாழ்ந்திருக்கிறோம். எங்களை எப்படியாவது பிரித்து, அரசியல் ஆதாயம் தேட முயன்றார்கள். அதன் உண்மையை அறியவே இருவரும் சிறிது காலம் பிரிந்து இருந்து என்ன நடக்கிறது? என்று பார்த்தோம். இந்த சதியின் பின்னணி பற்றித் தெரிந்ததும் மீண்டும் அம்மாவோடு இருந்து வந்தேன். '2012 முதல் இருவருக்கும்

இடையிலான உறவு சரியில்லை' என்று ஆணையத்திற்கு எப்படித் தெரியும்? பொய்யான, அபத்தமான கருத்தை ஆணையம் தெரிவிக்க உள்நோக்கம் என்ன?

அம்மாவும் நானும் ஒரு தாய் வயிற்றில் பிறக்காமல் இருந்திருக்கலாம். ஆனால், என்றைக்கும் நல்ல சகோதரிகளாக வாழ்ந்தோம். அம்மாவின் மரணத்தில் எந்த சந்தேகமும் கிடையாது. அவருக்கு முறையான சிகிச்சைகள் அளிக்கப்பட்டது. நன்றாகக் குணமடைந்து வீட்டிற்குத் திரும்ப இருந்த நிலையில்தான், துரதிருஷ்டவசமாக இறந்தார். அம்மாவின் சிகிச்சையில் நான் தலையிட்டதில்லை. கருத்துக்களைச் சொல்லும் அளவுக்கு மருத்துவம் படித்ததில்லை. பரிசோதனைகள், மருந்துகள், சிகிச்சைகள் ஆகியவற்றை மருத்துவ குழுவினர்தான் முடிவெடுத்தார்கள். என் ஆலோசனைகளைப் பெற்று, சிகிச்சை அளிக்கக்கூடிய அளவில் அப்போலோ ஒரு சாதாரண மருத்துவமனை கிடையாது. ஏற்கெனவே அப்போலோவில் அக்காவுக்குப் பரிசோதனைகள் செய்திருந்ததால், அப்போலோவில் சேர்த்தோம். வெளிநாட்டுச் சிகிச்சை அளிக்க என்றுமே நான் தடையாக இருந்ததில்லை. 'ஆஞ்சியோ சிகிச்சைக்கு எந்த தேவையும் ஏற்படவில்லை' என்று எய்ம்ஸ் உள்ளிட்ட டாக்டர்கள் முடிவு எடுத்தார்கள். யூகத்தின் அடிப்படையில் ஆணையம் சொல்வதை எல்லாம் மக்கள் ஏற்கமாட்டார்கள். ஆணையத்தின் குற்றச்சாட்டுகளை முற்றிலுமாக மறுக்கிறேன்" என்றார்.

சில மாதங்கள் கழித்து நடந்த கிறிஸ்துமஸ் விழாவில் சசிகலா பங்கேற்ற போது செய்தியாளர்களுக்கு அளித்த பேட்டியில், "எய்ம்ஸ், அப்போலோ, தமிழக அரசு மருத்துவர்கள் என்று மூன்று தரப்பினர் அம்மா உடல்நிலை குறித்து அறிக்கை தந்தனர். எய்ம்ஸ் மருத்துவர்கள் எங்கள் கட்டுப்பாட்டில் உள்ளவர்களா? அவர்கள் மத்திய அரசின் கட்டுப்பாட்டில் உள்ளவர்கள். 'சிகிச்சைக்கு வெளிநாடு செல்லலாம்' என அம்மாவிடம் கேட்டபோது. 'வேண்டாம்' என்று மறுத்தார். 'தமிழகத்திலேயே நல்ல மருத்துவம் கிடைக்கிறது. சிகிச்சையில் நல்ல முன்னேற்றம் இருக்கிறது' என அம்மா சொன்னார். இறக்கும் அன்று, மாலையில்கூட தொலைக்காட்சியைப் பார்த்து கொண்டிருந்தார். அம்மா இறந்த தேதி டிசம்பர் 5-தான் அதில், எந்த மாற்றமும் இல்லை. டிசம்பர் 19-ம் தேதி அம்மாவை வீட்டிற்கு அழைத்துச் செல்லலாம் என்று இருந்தோம். அதற்கு முன்பு 'டிசம்பர் 15-ம் தேதி மருத்துவர்கள், செவிலியர்களுக்குப் பரிசு கொடுக்க வேண்டும்' என்று அம்மா சொன்னார். செவிலியர்களுக்குக் கொடுக்க வளையல் உள்ளிட்டவற்றை அவரே தேர்வு செய்தார். அதனை டிசம்பர் 15-ம் தேதி ஒப்படைக்குமாறு நகைக்கடை நிறுவனத்திடமும் உத்தரவிட்டார்" என்றார்.

ஆணையத்தில் சசிகலா அளித்த வாக்குமூலத்தில், "டிஸ்சார்ஜ் ஆகி போயஸ் கார்டனுக்கு போக 29.12.2016-ம் தேதியை நல்ல நாள் என அக்கா முடிவெடுத்தார்' எனச் சொல்லியிருந்தார். ஆணைய அறிக்கை வெளியான பிறகு டிசம்பர் 19-ம் தேதியை குறிப்பிட்டார். இப்படி இரண்டு தேதிகளைச் சொல்லி சசிகலா குழப்பினார். வாக்குமூலத்தில் சொன்ன சில விஷயங்கள் பொய் என்பது பிறகு அம்பலமானது. ஆணைய அறிக்கையை எதிர்த்து சசிகலா வெளியிட்ட அறிக்கையில், "எங்களை எப்படியாவது பிரித்து, அரசியல் ஆதாயம் தேட முயன்றார்கள். அதன் உண்மையை அறியவே இருவரும் சிறிது காலம் பிரிந்து இருந்து என்ன நடக்கிறது? என்று பார்த்தோம்" என்று சொன்னார். அதாவது இருவரும் சேர்ந்து பிரிவு நாடகத்தை நடத்தினார்கள் என்பதுதான் சசிகலா சொல்லும் செய்தி. ஆனால், ஆணையத்தில் அளித்த வாக்குமூலத்தில், "சோ அளித்த தவறான தகவல்களால் அக்கா என்னை தியாகராயர் நகரில் இருக்க சொன்னார். எனக்கு எதிராகப் பரப்பிய செய்திகளை அக்கா பொய் எனக் கண்டறிந்தார். 'சசி குடும்பத்தார் பற்றி நீங்கள் தந்த தகவல்கள் பொய். எனவே சசியை அழைக்க முடிவெடுத்துள்ளேன்' என சோவிடம் அக்கா சொன்னார். மன்னிப்பு கடிதம் எழுதி வாங்கி சேர்த்துக் கொண்டார்" என சொல்லியிருந்தார். மன்னிப்பு கேட்டு 2012 மார்ச் 28-ம் தேதி சசிகலா வெளியிட்ட அறிக்கையில், "என் உறவினர்கள் எனது பெயரைத் தவறாக பயன்படுத்தி விரும்பத்தகாதச் செயல்களில் ஈடுபட்டனர். அக்காவுக்கு எதிரான சில சதித் திட்டங்கள் தீட்டப்பட்டன. கனவிலும் அக்காவுக்கு நான் துரோகம் நினைத்ததில்லை" என்றார். இப்படி பல கோணங்களில் சசிகலா திரைக்கதை எழுதினார்.

ஆறுமுகசாமி ஆணைய அறிக்கை வெளியான பிறகு மற்றவர்கள் என்ன சொன்னார்கள்?

தீபா: "அத்தை தனி நபராக வாழ்ந்தபோது, சசிகலாவின் குடும்பம் மொத்தமும் அவருடன் இருந்தது. ரத்த சொந்தங்களோ, உறவினர்களோ அத்தையுடன் இல்லை. யாரையுமே சசிகலா குடும்பம், அத்தையுடன் நெருங்கவிடவில்லை. அத்தையைச் சுற்றி சதித்திட்டம் இருந்ததைக் கணக்கில் எடுத்துக் கொள்ள வேண்டும். பல சந்தேகங்கள் இருப்பதால் மரணத்தை சி.பி.ஐ. விசாரிக்க வேண்டும்"

டி.டி.வி தினகரன்: "அரசியல் காரணத்திற்காக அமைக்கப்பட்ட ஆணையம் இது. அம்மாவின் மரணம் இயற்கையானதுதான். மரணம் குறித்த சர்ச்சையை ஏற்படுத்தியதே தி.மு.க-தான்"

விஜயபாஸ்கர்: "அம்மா என்னை ஆளாக்கிய தெய்வம். அவர் மீண்டு வர வேண்டும் என வேண்டிய தொண்டர்களில்

நானும் ஒருவன். ஆணையத்தின் அறிக்கை வெந்த புண்ணில் வேலை பாய்ச்சியிருக்கிறது. ஒரு அமைச்சராக மனசாட்சிக்கு விரோதமின்றி நடந்து கொண்டேன். அடிப்படை ஆதாரமற்ற கருத்துக்களை சட்டப்படி எதிர்கொள்வேன். ராதாகிருஷ்ணன் எவ்வளவு நேர்மையானவர் என்பது உலகிற்கே தெரியும். ஆனால், அவரையும் ஆணையம் கடுமையாக விமர்சித்துள்ளது"

பன்னீர்செல்வம்: "ஆணைய அறிக்கையின் அடிப்படையில் சில பேர் நீதிமன்றத்துக்குப் போவதற்கு முயல்கிறார்கள். ஆகவே வழக்கு முடியும் வரை கருத்து கூற விரும்பவில்லை"

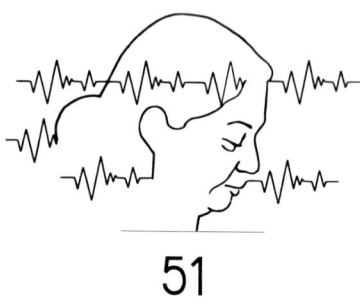

51

குற்றவாளிகள் தண்டிக்கப்படுவார்களா?

ஆறுமுகசாமி விசாரணை கமிஷன் அறிக்கை 2022 ஆகஸ்ட் 27-ம் தேதி முதல்வர் ஸ்டாலினிடம் அளிக்கப்பட்டது. அக்டோபர் 18-ம் தேதி அது சட்டமன்றத்தில் தாக்கல் செய்யப்பட்டது. அப்போலோவில் ஜெயலலிதா இருந்த போது, "அம்மா இட்லி சாப்பிட்டார்; செவிலியர்களுடன் பந்து விளையாடினார்; விரைவில் வீடு திரும்புவார்" என அ.தி.மு.க நிர்வாகிகள் கம்பி கட்டும் கதைகளைச் சொன்னார்கள். ஆனால், 'மருத்துவமனையில் ஜெயலலிதா இருளில் இருந்தார்' என்பது ஆணைய அறிக்கையில் அம்பலமானது.

- ஜெயலலிதாவுக்கும் சசிகலாவுக்கும் சுமுக உறவு இல்லை.
- சர்க்கரை நோயாளி ஜெயலலிதாவுக்கு சாக்லேட், இனிப்புகள் தாராளம். அவருக்குக் கொடுக்கப்பட்ட ஐஸ்கிரீம் உள்ளிட்ட உணவால் அவரது உடல்நிலை மோசமானது.
- எய்ம்ஸ் மருத்துவக் குழு 5 முறை அப்போலோவுக்கு வந்தும் ஜெயலலிதாவுக்கு முறையான சிகிச்சை அளிக்கவில்லை.
- ஜெயலலிதா மயக்கமான பின்னர் நடந்த நிகழ்வுகள் அனைத்தும் ரகசியமாக்கப்பட்டன.

- ஆஞ்சியோ பரிந்துரைக்கப்பட்டும், அதனை அப்போலோ வழங்காத வகையில் சசிகலா உள்ளிட்ட 5 பேர் திட்டமிட்டுச் செயல்பட்டனர்.
- முதல்வர் உயிரை காப்பாற்றி இருக்கலாம். அவர் இறந்த தேதியே தவறு. ஜெயலலிதா இறப்பை மறைத்து, அறிவிப்பை தாமதப்படுத்தத் தந்திர நடவடிக்கை.
- 3.50 மணிக்கு இறந்த ஜெயலலிதாவின் உடலுக்கு 4.20 மணிக்கு சி.பி.ஆர் சிகிச்சை அளித்தார்கள்.
- ஜெயலலிதா உடல்நிலை பற்றி அப்போலோ தலைவர் பிரதாப் சி.ரெட்டி பொய் சொன்னார்.
- ஜெயலலிதா மறைந்தவுடன் பன்னீர்செல்வம் முதல்வரானது தற்செயலான நிகழ்வல்ல.
- ஜெயலலிதா மறைவில், சசிகலா டாக்டர் சிவக்குமார், ராதாகிருஷ்ணன், விஜயபாஸ்கர் ஆகியோர் குற்றவாளிகள்.

இப்படி ஆறுமுகசாமி அறிக்கையில் வெளியான விஷயங்கள், அரசியலில் அதிர்வலைகளை ஏற்படுத்தின. இந்த அறிக்கை மீது அன்றைய ஸ்டாலின் அரசு எடுத்த நடவடிக்கை என்ன? தலைமைச் செயலாளர் இறையன்பு வெளியிட்டிருந்த அரசாணையில், 'சசிகலா, சிவக்குமார், விஜயபாஸ்கர், ராதாகிருஷ்ணன் ஆகியோர் மீது தவறு காணப்படுவதால் அவர்கள் மீது விசாரணை நடத்தப்பட வேண்டும். ராம மோகன ராவ், டாக்டர்கள் ஒய்.விஜயசந்திர ரெட்டி, பாபு ஆபிரகாம், பிரதாப் சி.ரெட்டி ஆகியோரும் விசாரிக்கப்பட வேண்டும் என்று ஆணையம் தீர்மானித்துள்ளது. ஆணையத்தின் பரிந்துரையில் குறிப்பிட்டுள்ள நபர்கள் மீது தகுந்த நடவடிக்கை எடுப்பதற்காகச் சட்ட நிபுணர்களின் கருத்தைப் பெற்று, பரிசீலிக்கப்படும். ஆணையத்தின் அறிக்கை, மக்கள் நல்வாழ்வுத் துறையின் செயலாளருக்கு அளிக்கப்பட்டு, அதில் நடவடிக்கை எடுப்பதற்கான முன்னெடுப்புகளை துறை மேற்கொண்டு வருகிறது' எனக் குறிப்பிட்டிருந்தார்.

குற்றம் சாட்டப்பட்டவர்கள் எப்போது தண்டிக்கப்படுவார்கள்? ஆணைய அறிக்கையால் பலன் கிடைக்குமா? என்ற கேள்விகளுக்கு விடை தேட விசாரணை கமிஷன்களின் அதிகாரத்தை தெரிந்து கொள்ள வேண்டும். விசாரணை ஆணையங்கள் சட்டம், 1952-ம் ஆண்டு உருவாக்கப்பட்டது. அந்த சட்டத்தின்படி மத்திய, மாநில அரசுகள் விசாரணை ஆணையங்களை அமைக்கின்றன. தேசிய மற்றும் மாநில அளவில் பெரும் தாக்கத்தையும் சந்தேகத்தையும் ஏற்படுத்தும் பிரச்னைகள், சம்பவங்களின் உண்மைகளைக் கண்டறிவதற்காக விசாரணை ஆணையங்களை மத்திய, மாநில

அரசுகள் அமைக்கின்றன. விசாரணை நடத்தி, குற்றத்தைக் கண்டறியும்பட்சத்தில், அது தொடர்பான பரிந்துரைகளை ஆணையம் அரசுக்கு வழங்க முடியுமே தவிர, குற்றவாளிகள் எனச் சுட்டிக்காட்டும் நபர்களுக்குத் தண்டனை ஏதும் வழங்க ஆணையத்திற்கு அதிகாரம் கிடையாது. ஆணையம் தனது அறிக்கையில் பரிந்துரைக்கும் விஷயங்களை அரசாங்கம் ஏற்கலாம் அல்லது நிராகரிக்கலாம். ஆணையத்தின் பரிந்துரைகளை ஏற்றுத்தான் ஆக வேண்டும் என்ற கட்டாயம் ஏதும் அரசுக்கு கிடையாது.

ஆணையத்தின் பரிந்துரைகளை அரசு ஏற்று, சம்மந்தப்பட்ட நபர்களைத் தண்டிக்க வேண்டும் என்றால், முறைப்படி குற்றவியல் நடைமுறை சட்டத்தின் கீழ் நடவடிக்கை எடுத்தால் மட்டுமே குற்றவாளிகளைத் தண்டிக்க வழி பிறக்கும். அப்படி நடவடிக்கை எடுத்து, அந்த வழக்கு நீதிமன்றங்களுக்குச் சென்றாலும் விசாரணை ஆணையத்தின் பரிந்துரைகளை ஒரு ஆதாரமாகவோ அல்லது சாட்சியமாகவோ காட்டினாலும் அதனை நீதிமன்றம் ஏற்றுக்கொள்ள வேண்டிய அவசியம் இல்லை.

விசாரணை கமிஷனுக்கு சட்ட அங்கீகாரமோ, அதிகாரமோ இருக்கிறதா? என்பதை உச்ச நீதிமன்ற தீர்ப்பு ஒன்றே தெளிவாக சொல்லியிருக்கிறது. பல ஆண்டுகளுக்கு முன்பு கேரளாவில் மார்க்சிஸ்ட் கட்சியைச் சேர்ந்த அமைச்சர் ராகவன் மீதான வெடிகுண்டு தாக்குதல் வழக்கை விசாரிக்க நீதிபதி பத்மநாப நாயர் தலைமையில் ஒரு விசாரணை கமிஷன் அமைக்கப்பட்டது. அந்த கமிஷனின் பரிந்துரைகளை எதிர்த்த வழக்கு, சுப்ரீம் கோர்ட் விசாரணைக்கு வந்தது. சுப்ரீம் கோர்ட் தன்னுடைய தீர்ப்பில், 'ஒரு குறிப்பிட்ட சம்பவம் தொடர்பாக என்ன நடந்தது என்று அரசும் காவல் துறையும் தெரிந்து கொள்ள விசாரணை கமிஷனின் அறிக்கைகளும் கண்டுபிடிப்புகளும் பயன்படுமே தவிர, அந்த அறிக்கையை நீதிமன்ற விசாரணைக்கு ஓர் ஆவணமாகவோ அல்லது சாட்சியமாகவோ அல்லது ஒரு நபரின் மீதான குற்றச்சாட்டை நிரூபிக்கத் தடயமாகவோ பயன்படுத்த முடியாது' என்று அறிவித்தது. ஆக, விசாரணை கமிஷன் அறிக்கைகளின் அதிகார வரம்பு இவ்வளவுதான்.

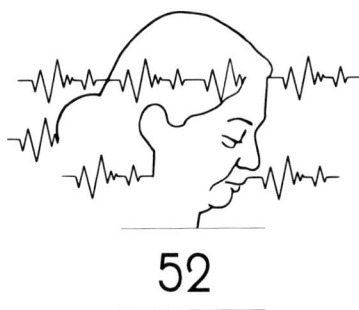

52

ஆணையம்... அப்போலோ... அப்பப்பா கணக்கு!

நீதிபதி ஆறுமுகசாமி விசாரணை ஆணையத்திற்கு எவ்வளவு செலவானது? நீதிபதி மற்றும் அலுவலர்களின் அடிப்படை சம்பளம், மருத்துவப் படி, வீட்டு வாடகைப் படி, நகர ஈட்டுப்படி, அகவிலைப்படி, பயணச் செலவுகள், தொலைபேசிக் கட்டணம், சில்லறை செலவுகள், தபால் செலவு, வாகனங்கள் வாங்குதல் மற்றும் பராமரிப்பு, அரசு வழக்கறிஞர்கள் கட்டணம், ஒப்பந்த ஊதியம், வாகனங்களுக்கு பெட்ரோல், கம்பியூட்டர், ஸ்டேஷனரி என ஒரு விசாரணை ஆணையத்தை நடத்த ஏகப்பட்ட செலவுகள் இருக்கின்றன. இந்த வகையில் ஆறுமுகசாமி ஆணையத்துக்கு ஒவ்வொரு ஆண்டும் செலவிடப்பட்ட தொகை விவரத்தை பிரத்யோகமாக தோண்டி எடுத்தேன்.

ஆணையத்திற்கு எதிராக உயர் நீதிமன்றத்திலும் உச்ச நீதிமன்றத்திலும் அப்போலோ வழக்கு தொடர்ந்ததால், அரசின் சார்பில் ஆஜரான வழக்கறிஞர்களுக்கு பீஸ் தரப்பட்டது. அதன்படி சீனியர் வழக்கறிஞர்கள் கே.வி.விஸ்வநாதனுக்கு 5.50 லட்சம் ரூபாயும் வீ.கிரிக்கு 3.50 லட்சம் ரூபாயும் துஷ்யந்த் துவேவுக்கு 1.21 கோடி ரூபாயும் கூடுதல் அட்வகேட் ஜெனரலுக்கு 4.31 லட்சம் ரூபாயும்

என மொத்தமாக ஒரு கோடியே 34 லட்சத்து 31 ஆயிரம் ரூபாய் பீஸ் கொடுத்திருக்கிறார்கள்.

ஆண்டு	-	செலவு
2017-2018	-	30,05,000
2018-2019	-	83,06,000
2019-2020	-	1,08,31,000
2020-2021	-	1,03,25,000
2021-2022	-	1,04,53,000
2021-2022	-	51,92,000

ஆறு நிதியாண்டுகளில் மொத்தமாகக் கணக்கிட்டால் 4 கோடியே 81 லட்சத்து 12 ஆயிரம் ரூபாய் செலவிட்டிருக்கிறார்கள். கடைசி இரண்டு ஆண்டுகளுக்கான செலவை மட்டுமே தி.மு.க ஆட்சி செய்தது.

சேப்பாக்கம் எழிலகத்தில் உள்ள பழமையான கலச மஹாலில்தான் ஆணையம் இயங்கியது. நீதிபதி அறை, பதிவாளர் அறை, நீதிமன்ற அறை மற்றும் அலுவலகம் அமைக்கும் பணிக்காக 14 லட்சத்து 46 ஆயிரம் ரூபாய் தனியாக செலவிடப்பட்டுள்ளது. இந்த பணம் அத்தனையும் அரசின் வரிப்பணம்தான்.

உணவு 1.17 கோடி, டாக்டர் ரிச்சர்டு பியெல் 92.07 லட்சம், பிசியோதெரபி 1.29 கோடி, ஜெயலலிதா தங்கிய அறையின் வாடகை 24.19 லட்சம், சசிகலா குடும்பத்தினர் தங்கிய அறைகளின் வாடகை 1.24 கோடி என அப்போலோவில் ஜெயலலிதாவுக்கு அளிக்கப்பட்ட சிகிச்சை செலவு மொத்தம் 6.85 கோடி ரூபாய் என்றால், அவரது மரணத்தை விசாரித்த ஆறுமுகசாமி ஆணையத்துக்கு 4.81 கோடி ரூபாய் செலவிடப்பட்டுள்ளது.

அப்போலோ பில் வெளியான போது, “என்னது ஜெயலலிதா 1.17 கோடி ரூபாய்க்குச் சாப்பிட்டாரா” எனத் தமிழகம் வாய் பிளந்தது. "அம்மா உணவகத்தில் ஊருக்கே இட்லி ஒரு ரூபா. அப்போலோவுல அம்மாவுக்கே இட்லி ஒரு கோடி ரூபா. அடேய் மலைமுழுங்கி அப்பலோடக்கருங்களா. நல்லா சொல்லுறீங்க கணக்கு!" என்று நடிகை கஸ்தூரி ட்வீட்டரில் கிண்டலடித்தார். ஒரு நோயாளி எப்படி கோடிக்கணக்கிற்கு உணவுகளை உட்கொண்டிருக்க முடியும்? பாதி நாட்கள் ஜெயலலிதாவுக்கு குளூகோஸ் மட்டுமே ஏற்றப்பட்டிருக்கும். உணவுக்காக 1.17 கோடி ரூபாய் செலவிட்டதாக வெளியான கணக்கு பெரும் சர்ச்சையை ஏற்படுத்தியது. இதனால், அந்த தொகை ஜெயலலிதாவின் உணவு

APOLLO HOSPITALS ENTERPRISE LIMITED

CIN : L85110TN1979PLC008035

Apollo HOSPITALS TOUCHING LIVES

Name: Ms. JAYALALITHAA J

UHID No.AC01.0002081866
BILL No. CMH-ICR-52738

BILL SUMMARY

In INR

S. No	Date	Bill No	Service	Amount
1	14-Dec-16	CMH-ICR-52738	**Patient Bill Health care services**	
			Consultation	7,100,000
			Equipment (Ventilator, Infusion Pump,Syringe Pump)	710,960
			Invasive procedure (Plateletpheresis - Blood unit)	88,000
			Investigation	1,925,700
			Non invasive procedure (Packed cells, Cryoprecipitate etc)	290,658
			Non Pharmacy Material	107,710
			OT Charges	39,500
			Patient Preferred Service	51,220
			Physiotheraphy	23,500
			Professional Charges	220,000
			Profile	594,238
			Room Rent	2,419,800
			Cathlab Consumables	69,792
			OT Consumables	445,938
			OT Pharmacy	110,667
			Ward Consumables	19,125
			Ward Pharmacy	3,823,389
			Nursing and Hospital Utilities	1,110,000
			Total Service Amount	**19,200,196**
2	14-Dec-16	CMH-ICR-52738/A	**Professional charges**	
			Amount Paid to Dr Richard Beale	9,207,844
			Amount Paid to Mount Elizabeth	12,909,319
			Total Professional Charges	**22,117,163**
3	14-Dec-16	CMH-ICR-52738/B	**Room rent / Food and beverages / Engineering services**	
			Room rent	12,479,100
			Food and beverages Services	11,704,925
			Engineering services	3,068,200
			Total Service Amount	**27,252,225**
			Total	**68,569,584**

(Rupees Six Crores Eighty Five Lakhs Sixty Nine Thousand Five Hundred and Eighty Four only)

		Receipt No		Amount
4	13-Oct-16	12685092	Received cheque	4,113,304
5	15-Jun-17	Cheque no: 001768	Received cheque from AIADMK party	60,000,000
			Total	**64,113,304**
			Outstanding Amount	**4,456,280**

செலவு மட்டும் கிடையாது. அது சார்ந்து செலவிடப்பட்ட உணவு தொகை என்ற பிரேக்-அப் தகவல் வெளியானது. அதில், ஊடகங்களுக்கு 48.43 லட்சம் ரூபாய் செலவிடப்பட்டிருந்தது. அப்போலோவில் செய்தி சேகரிக்க ஷிப்ட் முறையில் பணியாற்றிய பத்திரிகையாளர்களுக்கு வழங்கப்பட்ட சாப்பாட்டுச் செலவு என்பதுதான் அதன் அர்த்தம். அப்போலோவில் பாதுகாப்பு அளித்த போலீஸ்காரர்கள், தலைமைச் செயலக அதிகாரிகள், வி.ஐ.பி-கள், அவர்களின் எஸ்கார்டுகள் என அனைவருக்குமான உணவுச் செலவும் இதில் அடக்கம். சசிகலா குடும்பத்தினர் அங்கேதான் தங்கியிருந்தார்கள். அமைச்சர்கள், அதிகாரிகள் அடிக்கடி விசிட் அடித்தார்கள். அவர்களுக்கான உணவு, தேநீர் அனைத்தும் இந்தச் செலவில் சேர்க்கப்பட்டிருக்கலாம் சராசரியாக ஒரு நாளைக்கு மட்டும் 1.56 லட்சம் ரூபாய் உணவுக்காகச் செலவழித்திருக்கிறார்கள்.

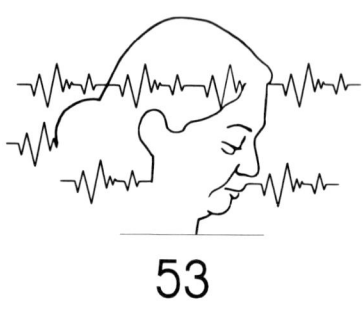

53

ராஜாஜி ஹாலில் ராஜபாட்டை!

அப்போலோவில் அனுமதிக்கப்பட்ட ஜெயலலிதாவை சசிகலா குடும்பத்தினர் தவிர மற்றவர்கள் சந்திக்க முடியாத நிலை உருவாக்கப்பட்டது. அதே அப்போலோவில், 1984-ல் எம்.ஜி.ஆர் உடல்நலக் குறைவால் அனுமதிக்கப்பட்ட நேரத்தில், "தலைவரைப் பார்க்க என்னை விடவில்லை" எனக் கொந்தளித்தார் அன்றை அ.தி.மு.க எம்.பி ஜெயலலிதா. 32 ஆண்டுகள் கழித்து, அதே ஜெயலலிதாவை அதே அப்போலோவில் பார்க்க சசிகலா குடும்பத்தினர் 144 போட்டார்கள். அப்போலோவில் ஜெயலலிதாவின் அதிகாரப்பூர்வமற்ற கேர் டேக்கராக மாறினார் சசிகலா. ஆட்சியிலும் கட்சியிலும் உச்சபட்ச அதிகாரம் செலுத்தி கொண்டிருந்த சசிகலா, அப்போலோவையும் ஆட்டிப்படைத்தார் என்பது ஆறுமுகசாமி ஆணையத்தில் வெட்டவெளிச்சமானது. சசிகலா குடும்பத்தினர் அப்போலோவுக்கு வந்து போனார்கள். ஆனால், மந்திரிகள், கட்சி நிர்வாகிகள், பிரமுகர்கள் என ஒருவர்கூட, சிகிச்சை பெற்று வந்த ஜெயலலிதாவைப் பார்க்க முடியவில்லை.

ராஜாஜி ஹாலில் எம்.ஜி.ஆரின் உடல் அருகே ஜெயலலிதா இருந்த போது, ஒட்டிய கன்னங்களுடன் உடன் நின்று கொண்டிருந்தவர்

சசிகலா. அதே ராஜாஜி ஹாலில் ஜெயலலிதாவின் உடலுக்கு அருகே ஒன்மேன் ஆர்மியாக சசிகலா இருந்தார். போயஸ் கார்டனை சசிகலாவின் குடும்பம், ஆக்டோபஸாக வளைத்துகொண்டது போல ராஜாஜி ஹாலில் ஜெயலலிதாவின் உடலைச் சுற்றி அரண் அமைத்தார்கள். 2011-ம் ஆண்டு நீக்கப்பட்ட நடராசன், திவாகரன், பாஸ்கரன், சுதாகரன், தினகரன் உள்ளிட்ட யாரையும் போயஸ் கார்டனுக்குள், தான் உயிருடன் இருந்த வரை ஜெயலலிதா அனுமதிக்கவே இல்லை. ஆனால், 5 ஆண்டுகள் கழித்து, ராஜாஜி ஹாலில் கிடத்தப்பட்டிருந்த ஜெயலலிதா உடல் அருகே எல்லோரும் ஒன்று கூடினார்கள். விரட்டியடிக்கப்பட்டவர்களால் ராஜாஜி ஹால் வளைக்கப்பட்டிருந்து. அமைச்சர்களையோ கட்சியின் முக்கியப் பிரமுகர்களையோ ஜெயலலிதாவின் உடலுக்கு அருகில் நிற்கவிடவில்லை. அன்றைக்கு முதலமைச்சராக இருந்த பன்னீர்செல்வமே ராஜாஜி ஹாலின் படிக்கட்டுகளில் சரிந்து கிடந்தார். ஜெயலலிதாவின் சொந்தங்களைக்கூட சில வினாடிகளுக்கு மேல் அங்கே நிற்க அனுமதிக்கவில்லை.

சசிகலாவின் கணவர் நடராசன், சசிகலாவின் சகோதரர் திவாகரன், சசிகலாவின் அக்கா வனிதாமணியின் மகன்கள், தினகரன், பாஸ்கரன், சுதாகரன், சசிகலாவின் அண்ணன் விநோதகனின் மகன் மகாதேவன், திவாகரனின் மகன் ஜெய் ஆனந்த், சசிகலாவின் அண்ணன் சுந்தரவதனின் மகன் டாக்டர் வெங்கடேஷ், மகள் அனுராதா, மற்றொரு மகள் பிரபா, சசிகலாவின் அண்ணி இளவரசி, அவருடைய மகள் கிருஷ்ணப்பிரியா, மகன் விவேக் ஜெயராமன், விவேக் ஜெயராமனின் மனைவி கீர்த்தனா உள்ளிட்டோர்கள்தான் ஜெயலலிதாவின் உடலைச் சுற்றிலும் நின்று கொண்டிருந்தார்கள். சசிகலா குடும்பத்தின் மூன்றாம் நான்காம் தலைமுறையும் தலையெடுத்திருந்தது.

ஜெயலலிதாவுக்கு அஞ்சலி செலுத்த வந்த அகில இந்தியத் தலைவர்களும் மாநில முதலமைச்சர்களும் அரசியல், சினிமா பிரபலங்களும் சசிகலாவிடம்தான் துக்கத்தைப் பகிர்ந்து கொண்டனர். அந்தளவுக்கு முக்கியத்துவம் பெற்றவராக சசிகலா தன்னை காட்டிக் கொண்டார். 'ஜெயலலிதா மட்டுமல்ல, அ.தி.மு.க-வும் எங்களுக்குத்தான் சொந்தம்' என்பது போலக் காட்சிகள் அரங்கேறின. ஜெயலலிதாவின் உடல் அடக்கம் செய்யப்பட்ட பிறகு பேசிய நடராசன், "ஜெயலலிதா தலைமை வகித்த கட்சியையும் ஆட்சியையும் அவர் வழியில் நாங்கள் கட்டிக் காப்போம்" என்று சொன்ன வார்த்தைகளில் அது வெளிப்பட்டது.

"ஜெயலலிதா மரணத்தில் மர்மம் இருக்கிறது; சசிகலா ஏதோ செய்துவிட்டார்; எதையோ மறைக்கிறார்கள் போன்ற சந்தேகங்கள்

பரவலாக எழுந்தன. அதைப் போக்க வேண்டியது சசிகலாதான். கட்சியையும் ஆட்சியையும் நேரடியாகவே சசிகலா இயக்கினார். அரசின் டெண்டர்கள் அவர் இல்லாமல் நடக்காது. கூட்டணிக் கட்சிகளுக்கு எத்தனை தொகுதிகள் என்பதை சசிகலா குடும்பமே தீர்மானித்தது. அவர்களுக்கு வேண்டப்பட்டவர்களுக்கு மட்டுமே தேர்தலில் போட்டியிடும் வாய்ப்புகள் வழங்கப்பட்டன. சசிகலா கை காட்டுகிறவர்கள்தான் அமைச்சர்கள் ஆனார்கள். மந்திரிகளை எந்திரிக்க வைத்தார்கள். அமைச்சர்களை முன்னாள் அமைச்சர்கள் ஆக்கினார்கள். இவ்வளவையும் செய்தவர்கள், ஜெயலலிதாவின் மரணத்தின் மர்மத்துக்கு மட்டும் எப்படிப் பொறுப்பேற்காமல் இருக்க முடியும்?" என விமர்சனம் எழுந்தது.

ஜெயலலிதா மரணத்துக்குப் பிறகு சசிகலாவின் அரசியல் என்ட்ரி கொலைப்பழியோடுதான் தொடங்கியது. சாதாரண அரசியல் குற்றச்சாட்டுகளைப்போல ஜெயலலிதாவின் மரணத்தைக் கடந்து செல்ல முடியவில்லை. "நன்கு உடல்நலம் தேறிவந்த நம் அம்மா, தலையில் இடி விழுந்ததைப் போல நம்மை விட்டுப் பிரிந்துவிட்டார். பாசத் தாயை, நம்மிடம் இருந்து இறைவன் பறித்துக் கொண்டான்" என்று சசிகலா உருகிய போது, எல்லாம் நடிப்பாகத்தான் தெரிந்தது. ஆறுமுகசாமி ஆணையத்தின் அறிக்கை வெளியான போது, அது உண்மையானது.

டி.வி பார்த்தார்; கிச்சடி சாப்பிட்டார்; பந்து தூக்கிப் போட்டார்; நர்ஸ்களுக்குப் பரிசு கொடுத்தார் 'போயஸ் கார்டன் வந்தால் காபி எப்படிப் போடணும் எனச் சொல்லித் தருகிறேன்' என்றார்; டாக்டர்களுக்கே அறிவுரை கூறினார் என்றெல்லாம் அப்போலோவில் ஜெயலலிதா இருந்தபோது திரைக்கதை எழுதப்பட்டன. 'கார்டியாக் அரெஸ்ட் வருவதற்கு முன்பு வரை நன்றாக இருந்தார்' என்றே நம்ப வைக்கப்பட்ட ஜெயலலிதாவை, யாருக்குமே காட்டாமல் சசிகலா மறைத்து வைத்திருக்க வேண்டிய அவசியம் என்ன? 'ஜெயலலிதா நன்றாகத்தான் இருந்தார்' என்பதற்கு ஆதாரமாக ஒரு போட்டோவையோ வீடியோவையோ அன்றைக்கு ஏன் வெளியிடவில்லை? வீடியோ கடை நடத்தி, வீடியோக்களை எப்படித் தயாரிக்க வேண்டும் என்கிற அறிவு பெற்ற சசிகலாவுக்கு, கேசட் வெளியிட சொல்லித்தர வேண்டுமா? அதனைச் செய்யாமல், இரண்டு சொட்டு கண்ணீர் கொலைப்பழியை நீக்கிவிடும் என சசிகலா நம்பினார்.

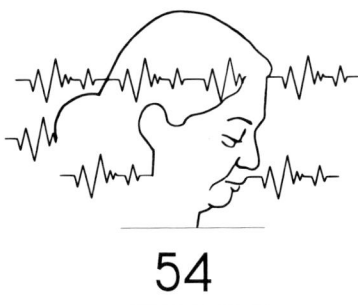

54

ஆணையத்தின் மீது வீசப்பட்ட அஸ்திரங்கள்!

ஆறுமுகசாமி ஆணையத்தின் மீது விமர்சனங்கள் எழுந்தன. "ஜெயலலிதா மரணத்தின் மர்மத்தை விசாரித்த ஆணையமே மர்மம் நிறைந்ததாக இருந்தது" என பேச்சு கிளம்பியது.

2017-ல் நடைபெற்ற ஆர்.கே. நகர் இடைத் தேர்தலுக்கு முந்தைய தினத்தில் டி.டி.வி.தினகரனின் ஆதரவாளர் வெற்றிவேல், ஜெயலலிதா சிகிச்சை பெற்ற காட்சி எனச் சொல்லி ஒரு வீடியோவை திடீரென வெளியிட்டார். உடனே, ஆணையத்தின் செயலாளர் பன்னீர்செல்வம், சென்னை அண்ணா சதுக்கம் போலீஸ் ஸ்டேஷனில் புகார் அளித்தார். அதில், 'ஆர்.கே.நகர் தேர்தல் நடக்கவுள்ளது. ஜெயலலிதா மரணம் தொடர்பான விசாரணையும் நடந்து வருகிறது. இந்த நிலையில், தன்னிச்சையாக வீடியோவை வெளியிட்டிருப்பது, விசாரணை ஆணையத்தை அவமதிக்கும் செயலாகும். உள்நோக்கத்துடன் வெற்றிவேல் வீடியோவை வெளியிட்டுள்ளார். பொது அமைதிக்குப் பங்கம் விளைவிக்கும் வகையில் செயல்பட்டதால், அவர் மீது நடவடிக்கை எடுக்க வேண்டும்' என்று சொல்லியிருந்தார். வெற்றிவேல் மீது வழக்குப் போடப்பட்டது. இப்படி விசாரணை கமிஷன் சார்பில் போலீஸில்

புகார் கொடுத்த சம்பவம் கடந்த காலங்களில் நடந்ததில்லை. ஆர். கே. நகர் தேர்தல் பற்றித் தேர்தல் கமிஷனுக்குதான் அதிகாரம் உண்டு. அதுதொடர்பாகத் தேர்தல் கமிஷனே புகார் அளித்துவிட்ட நிலையில், ஆணையம் கவலைப்பட வேண்டியதில்லை. அந்தப் புகாரில், 'வெற்றிவேல் வெளியிட்ட வீடியோ உண்மையானது அல்ல' என சொல்லியிருந்தது ஆணையம். அந்த வீடியோவை ஆய்வுக்கு உட்படுத்தாமலே 'அது போலியானது' என ஆணையம் எப்படி முடிவுக்கு வந்தது?

தூத்துக்குடி ஸ்டெர்லைட் போராட்டத்தில் துப்பாக்கிச் சூடு நடத்தப்பட்ட நேரத்தில், மூச்சு திணறலுடன் அப்போலோவில் ஜெயலலிதா பேசிய ஆடியோவை ஆணையம் வெளியிட்டது சர்ச்சையை ஏற்படுத்தியது. அதோடு, ஜெயலலிதா கைப்பட எழுதிய உணவுப் பட்டியலும் ரிலீஸ் செய்யப்பட்டது அரசியலோடு முடிச்சுப் போடப்பட்டது. "தூத்துக்குடி துப்பாக்கிச்சூட்டை மறைக்கவே ஜெயலலிதா ஆடியோ வெளியிடப்பட்டுள்ளது" என அன்றைய எதிர்க் கட்சித் தலைவர் மு.க.ஸ்டாலின் உள்ளிட்டவர்கள் குற்றம் சாட்டினார்கள். ஜெயலலிதா சிகிச்சை வீடியோவை வெற்றிவேல் வெளியிட்டபிறகு அவருக்கு ஆணையம் சம்மன் அனுப்பி, 'ஜெயலலிதா சிகிச்சை தொடர்பான வீடியோக்களை ஆணையத்திடம் அளிக்க வேண்டும்' என சொன்னது. அந்த சம்மனில் இருந்த ஒரு வாசகம் 'வீடியோக்களை சமூக வலைத்தளங்கள் உட்பட வேறு எங்கேயும் வெளியிடக் கூடாது. ஆணையத்திடம் அளிக்க வேண்டும்' என்பதுதான். இந்த நிலையில், ஆணையமே ஜெயலலிதாவின் ஆடியோவையும் உணவுப் பட்டியலையும் தூத்துக்குடி விவகாரம் வெடித்த நேரத்தில் வெளியிட்டது ஏன்?" என சசிகலா தரப்பினர் கேள்வி எழுப்பினார்கள்.

ஜெயலலிதா சிகிச்சை வீடியோவை வெற்றிவேல் வெளியிட்ட போது, ஜெயலலிதா மரணம் பற்றித் தாங்கள் சொன்ன விஷயங்களுக்கு நேரெதிராக வீடியோ இருந்ததால், அ.தி.மு.க அமைச்சர்கள் உடனே எதிர்த்தனர். ஜெயலலிதாவின் ஆடியோவும் அவரின் உணவுக் குறிப்பும் பன்னீர்செல்வத்தின் குற்றச்சாட்டுகளைப் பொய்யாக்குகின்றன. தாங்கள் சொன்ன குற்றச்சாட்டுப் பொய்யானாலும் பரவாயில்லை. தூத்துக்குடி துப்பாக்கிச்சூடு பரபரப்பு அமுங்கினால் சரி என்பதுபோல அன்றைக்கு அமுங்கிக் கிடந்தது எடப்பாடி பழனிசாமி அமைச்சரவை.

ஆணையத்திடம் சசிகலா தாக்கல் செய்த வாக்குமூலத்தில் இருந்த விஷயங்கள் இந்து ஆங்கில நாளிதழில் வெளியானதும், 'சசிகலா கூறியதாக வெளியான தகவல்கள் தவறானவை' என உடனே ஆணையம், மறுப்பு வெளியிட்டது. இது விசாரணை

கமிஷன் வரலாற்றில் அதுவரை நடந்திராத ஒன்று. விசாரணை அறிக்கையை அரசிடம் அளித்த பிறகு ஊடகத்தினரிடம் பேசிய ஆறுமுகசாமியிடம், “சசிகலாவிடம் ஏன் நேரடி விசாரணை நடத்தவில்லை” என செய்தியாளர் கேள்வி எழுப்பினர். “ஒருவரை கட்டாயப்படுத்த விரும்பவில்லை. சம்மன் அனுப்பினோம். அவர் நேரில் வர விரும்பவில்லை. அதனால், அவரை வற்புறுத்தாமல் அவர் எழுதிக் கொடுத்ததை ஏற்றுக் கொண்டோம்” என ஆறுமுகசாமி சொன்னார். சசிகலாவைக் கடுமையாக விமர்சித்த ஆணையமே சசிகலாவுக்கு இப்படி சலுகை வழங்கியது ஏன் என்பது புரியவில்லை. சசிகலாவைக் குறுக்கு விசாரணை செய்யும் வாய்ப்பும் தவறிப் போனது.

உச்ச நீதிமன்றம் முதல் கீழமை நீதிமன்றங்கள் வரையில் நடக்கும் விசாரணைகளைச் செய்தியாளர்கள் பார்த்து, நேரடியாக செய்தி சேகரிக்கலாம். தமிழகத்தில் நடந்த எத்தனையோ விசாரணை ஆணையங்களின் விசாரணையில் செய்தியாளர்கள் அனுமதிக்கப்பட்டனர். ஏன்? ராஜீவ் காந்தி படுகொலை சதி மற்றும் பாதுகாப்புக் குறைபாடுகளை விசாரிக்க அமைக்கப்பட்ட வர்மா மற்றும் ஜெயின் கமிஷன்களில்கூட ஊடகவியலாளர்கள் அனுமதிக்கப்பட்டனர். ஆனால், ஆறுமுகசாமி ஆணையத்தில் மட்டும் அனுமதிக்கப்படவில்லை.

ஆணையம் அமைக்கப்பட்டதும், தலைமைச் செயலக சட்டத் துறையில் துணைச் செயலாளராகப் பணியாற்றி வந்த பன்னீர் செல்வம் என்பவர், ஆணையத்தின் செயலாளராக நியமிக்கப்பட்டார். சில நாள்களிலேயே திடீரென அவரை மாற்றி விட்டு, சட்டத் துறையின் இன்னொரு துணைச் செயலாளரான கோமளாவை நியமித்தார்கள். அன்றைய துணை முதல்வர் பன்னீர்செல்வத்தின் அழுத்தம்தான் இதற்குக் காரணம் என்று சலசலப்பு எழுந்தது. ஆணையத்தின் அத்தனை பணிகளையும் பார்ப்பது செயலாளர்தான். “சென்னை உயர் நீதிமன்றத்தில் அரசு கூடுதல் வழக்கறிஞராக அன்றைக்கு இருந்த பாபுவின் மனைவிதான் கோமளா. பன்னீர்செல்வத்துக்கு நெருக்கமானவர் பாபு. சசிகலாவுக்கு எதிராகப் போர்க்கொடி தூக்கியபோது, இரட்டை இலை சின்னத்தை முடக்கத் தேர்தல் கமிஷனில் பன்னீர்செல்வம் மனு அளித்தார். இந்த மனுவை அளித்த வக்கீல்கள் பட்டியலில் பாபுவின் பெயரும் இடம்பெற்றிருந்தது. பன்னீர்செல்வத்துக்கு ஆதரவாகத் தேர்தல் கமிஷனில் பாபுவும் வாதாடினார். இதனால்தான், கோமளா விசாரணை ஆணையத்தின் செயலாளராக நியமிக்கப்பட்டார். இதையெல்லாம் பார்க்கும்போது ஆணையத்தின் செயல்பாடுகள் பற்றிக் கேள்விகள் எழுகின்றன” எனப் புகார் வாசித்தார்கள் சசிகலா ஆதரவாளர்கள்.

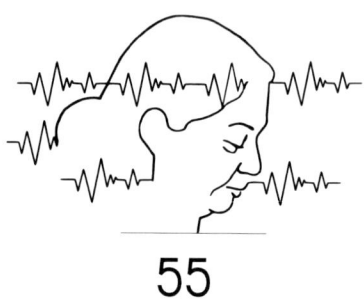

55

ஜெயலலிதாவுக்கு வாரிசு இருந்திருந்தால்..!

விசாரணையை முடித்த பிறகு நீதிபதி ஆறுமுகசாமி ஊடகத்தில் நிறையப் பேசினார். விசாரணை அறிக்கையை அரசிடம் அளித்த பிறகு நடந்த பிரஸ் மீட்டில் நிறைய சுவாரசியங்கள். "என்னை சுற்றியே டிவி கேமிராக்கள் சுழல்கின்றது. பெரிய ஸ்டார் வேல்வியூ இருக்கிறவங்களுக்கு கூட இத்தனை கேமிராக்கள் இருந்ததா? எனத் தெரியவில்லை" எனப் பெருமைப்பட்டார். "ஜெயலலிதாவைப் பார்த்துக்கொள்ள யாரும் இல்லாமல் போய்விட்டனர். அது குறித்து எனக்கு சில கருத்துக்கள் உண்டு. ஜெயலலிதா மரணம் தொடர்பாக எழுந்த சந்தேகங்கள் அனைத்திற்கும் முடிந்த வரையில் அறிக்கையில் பதில் அளித்துள்ளேன்" என்றார். விசாரணை அறிக்கை தாமதமானது தொடர்பாக கருத்து தெரிவித்த ஆறுமுகசாமி, "காலதாமதம் நான் செய்யவில்லை. ஆணையம் உருவாக்கப்பட்ட ஒரு வருடத்துக்குள் 149 சாட்சிகளை விசாரித்தோம். ஆணையத்தை எதிர்த்து வழக்குப் போட்டதில் நான் தலையிட முடியாது. 'ஆணையம் தேவையில்லை. பண விரயம்' என்றெல்லாம் சொல்கிறார்கள். எத்தனையோ ஆணையங்கள் அமைத்தார்கள். அவர்களுக்கு எல்லாம் சொல்லாமல் எனக்கு மட்டும் ஏன் சொல்கிறார்கள்?" எனக் கேள்வி எழுப்பினார்.

2011-ல் ஆட்சிக்கு வந்த ஜெயலலிதா, முந்தைய தி.மு.க ஆட்சியில் புதிய தலைமைச் செயலகம் கட்டியதில் முறைகேடு என்று சொல்லி, நீதிபதி ரகுபதி தலைமையில் விசாரணை கமிஷனை அமைத்தார். அதனை எதிர்த்து கருணாநிதி, துரைமுருகன் ஆகியோர் வழக்கு போட்டதால், விசாரணை கமிஷனுக்கு 2015-ல் தடைவிதித்தது சென்னை உயர் நீதிமன்றம். நிலுவையில் இருந்த இந்த வழக்கு 2018-ல் சூடுபிடித்த போது, விசாரணை கமிஷன்கள் மீது கடும் அதிருப்தியைத் தெரிவித்தார் உயர் நீதிமன்ற நீதிபதி எஸ்.எம்.சுப்பிரமணியம். "ரகுபதி ஆணையத்தை அரசு கலைக்காமல் இருப்பது ஏன்? ஆணையத்துக்குத் தடை விதித்த பிறகும், அதற்கு அலுவலகம், ஊழியர்கள் எனப் பெரும் தொகையை அரசு ஏன் செலவு செய்கிறது? கட்டடம் கட்டியதில் முறைகேடு நடந்திருந்தால், ஊழல் வழக்குப்பதிவு செய்யவேண்டியதுதானே? அதைச் செய்யாமல், ஓய்வுபெற்ற நீதிபதி தலைமையில் எதற்காக விசாரணை ஆணையம் அமைக்கவேண்டும்? விசாரணை ஆணையங்களால் மக்களின் வரிப்பணம் வீணாகிறது. ஓய்வுபெற்ற நீதிபதிகள் தலைமையில் அமைக்கப்படும் விசாரணை ஆணையங்கள் மீது மக்கள் நம்பிக்கை இழந்துவிட்டனர். இவையெல்லாம் கண்துடைப்பு நாடகம். இதுவரை எத்தனை விசாரணை ஆணையங்கள் அமைக்கப்பட்டுள்ளன? ஆணையங்களுக்காக எத்தனை வாகனங்கள் ஒதுக்கப்பட்டுள்ளன? இதற்கு அரசு எவ்வளவு நிதி ஒதுக்கியுள்ளது? விசாரணை ஆணையத்தின் அறிக்கைகளால் என்ன பயன்? விசாரணை ஆணையங்களால் அரசு சாதித்தது என்ன? நிர்ணயிக்கப்பட்ட காலகட்டத்துக்குள் விசாரணை ஆணையங்கள் விசாரணையை முடித்துவிடுகின்றனவா?" எனக் கர்ஜித்தது சென்னை உயர் நீதிமன்றம். "ரகுபதி ஆணையத்துக்கு 4.11 கோடி ரூபாய் செலவிடப்பட்டது" என அன்றை எடப்பாடி பழனிசாமி அரசு நீதிமன்றத்தில் பதில் அளித்தது. "எத்தனையோ ஆணையங்கள் அமைத்தார்கள். அவர்களுக்கு எல்லாம் சொல்லாமல் எனக்கு மட்டும் ஏன் சொல்கிறார்கள்" எனக் கேள்வி எழுப்பும் ஆறுமுகசாமி, ரகுபதி ஆணையத்தின் மீது உயர் நீதிமன்றமே அதிருப்தி தெரிவித்ததை ஏனோ மறந்துவிட்டார்.

ஜெயலலிதா மரண விசாரணை கமிஷன் அறிக்கை சட்டமன்றத்தில் வைக்கப்பட்ட பிறகு திருப்பூர் தாராபுரத்தில் உள்ள தனியார் கல்லூரி பட்டமளிப்பு விழாவில் பங்கேற்ற ஆறுமுகசாமி, "விசாரணை ஆணையத்தின் அறிக்கையை பொது இடத்தில் பேசக் கூடாது. இருப்பினும், 'ஜெயலலிதா மரணம் தொடர்பான அறிக்கையில் டெல்லி எய்ம்ஸ் மருத்துவமனையின் அறிக்கையை நிராகரித்திருக்கிறீர்களே... நீங்கள் மருத்துவரா? எப்படி இந்த முடிவுக்கு வர முடிந்தது?' என்று சிலர் கேட்கின்றனர்.

எய்ம்ஸ் கொடுத்த அறிக்கையில் ஜெயலலிதா மரணத்தில் சந்தேகம் இல்லை எனத் தெரிவித்தனர். ஜெயலலிதாவின் இதயப் பிரச்னைக்கு அறுவை சிகிச்சை ஏன் செய்யவில்லை? என்ற கேள்வி எனக்கு முதலில் எழுந்தது. அவருக்கு இதயத்தில் கால்சியம் டெபாசிட்டும் சிறிய துவாரமும் இருந்ததால், அதற்கு அறுவை சிகிச்சை செய்யலாம் என்பது மருத்துவமனையில் அவருடன் இருந்தவர்கள் ஏற்றுக்கொண்ட ஒன்றாகும். 'ஒரு பெண்ணானவள் இந்த உலகத்தைவிட்டுப் போவதற்கு முன்பு ஒரு உயிரை இந்த உலகத்துக்கு விட்டுச் செல்ல வேண்டும்' என்ற சேக்ஸ்பியரின் பொன்மொழிக்கு ஏற்றார்போல், ஜெயலலிதாவுக்கு வாரிசு இருந்திருந்தால் மருத்துவமனையில் உதவியாக இருந்திருக்கும். மீதியை உங்கள் கற்பனைக்கே விட்டுவிடுகிறேன்" என்றார்.

பிறகு கோவை வழக்கறிஞர்கள் சங்கத்தின் சார்பில் நடந்த விழா ஒன்றில் கலந்துகொண்ட ஆறுமுகசாமி, "ஜெயலலிதாவின் வயது 68. உயரம் 5 அடி. எடை 100 கிலோ. சர்க்கரை அளவு 228 மில்லி கிராம். பி.பி. 160. கிரியேடின் 0.82. இதற்கு அறுவை சிகிச்சை செய்யலாமா? என்பதுதான் முக்கிய விஷயம். இதை நீங்களே சுய பரிசோதனை செய்து கொள்ளுங்கள். கம்ப்யூட்டர் முன் உட்காருங்கள். இதனை எழுதுங்கள். இதே மாதிரி ஒருவர் உயிருடன் இருப்பது போல ஒரு மருத்துவரை வைத்து உலகில் உள்ள எந்த மருத்துவமனையில் வேண்டுமானாலும் கேட்டுப்பாருங்கள். முடிவு எதுவாக இருக்கும் என்று நீங்களே ஆய்வின் அறிக்கையைப் பரிசோதனை செய்து தெரிந்து கொள்ளலாம்" என்றார்.